NGÔN NGỮ
TẠP CHÍ VĂN HỌC NGHỆ THUẬT
SỐ 42 ■ 1-THÁNG 3-2026

NHÓM CHỦ TRƯƠNG:
Luân Hoán – Song Thao – Nguyễn Vy Khanh - Hồ Đình Nghiêm – Lê Hân
Trần Thị Nguyệt Mai – Uyên Nguyên Trần Triết

CỘNG TÁC TRONG SỐ NÀY:
Bảo Tấn, Ben OH, Bùi Dũng, Bùi Vĩnh Phúc, Cao Nguyên, Cái Trọng Ty, Cổ Ngư, Dan Hoàng, Dung Thị Vân, Dư Đằng Duy, Đặng Hiền, Đặng Kim Côn, Đình Quân, Đỗ T. Công, Đoàn Tam Kỳ, Hoàng Chính, Hoàng Hoa Thương, Hồ Chí Bửu, Hồ Xoa, Hứa Hiếu, Huỳnh Thị Quỳnh Nga, Lão Ngoan, Lạp Chúc Nguyễn Huy, Letamanh, Lê Chiều Giang, Lê Hân, Lê Hữu Minh Toán, Lê Minh Hiền, Luân Hoán, Lưu Văn Vịnh, M.H. Hoài Linh Phương, Ngàn Thương, Ngô Nguyên Dũng, Ngô Sỹ Hân, Người Sông Hậu, Nguyên Bình, Nguyên Cẩn, Nguyễn An Bình, Nguyễn Dạ Quỳnh, Nguyễn Đình Phượng Uyển, Nguyễn Đức Nam, Nguyễn Hàn Chung, Nguyễn Hòa Trước, Nguyễn Hoàn Nguyên, Nguyễn Hữu Quyền, Nguyễn Kiến Thiết, Nguyễn Lâm Kim-Oanh, Nguyễn Lê Hồng Hưng, Nguyễn Minh Nữu, Nguyễn Nguyên Phượng, Nguyễn Nhã Tiên, Nguyễn Tam Phù Sa, Nguyễn Văn Điều, Nguyễn Văn Gia, Nguyễn Viết Kim, Nguyễn Vy Khanh, NP Phan, Phạm Cao Hoàng, Phan Ni Tấn, Phương Tấn, Song Thao, Thái An, Thái Thị Lý, Thái Tú Hạp, Thanh Trắc Nguyễn Văn, Thiên Di SG, Thục Uyên, Tiểu Lục Thần Phong, Tôn Nữ Mỹ Hạnh, Trang Châu, Trang Thùy, Trần C. Trí, Trần Đình Sơn Cước, Trần Quý Trung, Trần Thanh Quang, Trần Thị Nguyệt Mai, Trần Trung Sáng, Trần Văn Nghĩa, Trần Vấn Lệ, Triều Hoa Đại, Trương Xuân Mẫn, Uyên Nguyên, Vinh Hồ, Võ Phú, Võ Quê, Vũ Khắc Tế, Vũ Khắc Tĩnh, Vương Hoài Uyên, Xuyên Trà.

BÌA: Uyên Nguyên Trần Triết
TRANH BÌA: Mơ Trăng (Họa sĩ Hiếu Hồ)
DÀN TRANG: Lê Hân
ĐỌC BẢN THẢO: Trần Thị Nguyệt Mai
LIÊN LẠC: Thư và bài vở mời gởi về:
- Luân Hoán: lebao_hoang@yahoo.com
- Song Thao: tatrungson@hotmail.com

TÒA SOẠN & TRỊ SỰ:
Lê Hân: (408) 722-5626 han.le3359@gmail.com

MỤC LỤC
TẠP CHÍ NGÔN NGỮ
SỐ 42 ▪ 1/3/2026

THƯ TÒA SOẠN

Kính thưa quý bạn đọc, bạn viết,

Khi Ngôn Ngữ 42 đến tay bạn đọc, Tết Nguyên Đán, với con Ngựa (ngọ) là biểu tượng đã vượt qua thời gian non non nửa tháng, chính xác hơn là 13 ngày, tính luôn ngày mùng Một, rơi vào ngày 17 của tuần lễ thứ 3 thuộc tháng Hai; hôm đó là thứ Ba theo Dương Lịch.

Vẫn như các năm đã qua, số Ngôn Ngữ đầu năm Dương, gần như là Báo Xuân đích thực, nếu nhìn lướt qua nội dung. Trong số 42 này, chủ đề xuân qua văn xuôi bởi các tác giả: Hoàng Chính với sáng tác "Giao Thừa Ở Lại", Ngô Sỹ Hân với "Nhớ Tết Quê Nhà", Vương Hoài Uyên với "Xuân Muộn", Thái Thị Lý với "Hội An" (trong không khí, màu sắc, tình người ngày xuân được gợi mở ấm áp)...

Về Thi ca, chúng ta gặp rất nhiều thơ xuân, xin bưng một chút bên mục lục vào đây:

Khởi đầu bởi nhà thơ giàu có nhất về ngôn từ vần điệu Trần Vấn Lệ với "Cảm Nhận Trước Tết Mình", tiếp liền anh là những Triều Hoa Đại (Tháng Giêng), Lãng Thanh (Má Hồng Sắc Xuân), Lê Hân (Mẹ Cha Nguyên Đán Và Tôi), MH Hoài Linh Phương (Mùa Xuân Còn Ở Lại), Nguyễn Văn Điểu (Thơ Xuân 2026), Dan Hoàng (Hoa Vạn Thọ), Lâm Băng Phương (Cạn Xuân), Dung Thị Vân (Người Đi Bỏ Lại

Mùa Xuân), Tôn Nữ Mỹ Hạnh (Lãng Đãng Mùa Xuân), Huỳnh Liễu Ngạn (Mùa Xuân Hư Không), Nguyễn Nguyên Phương (Tự Tình Cuối Năm), Hoàng Ngọc Thương (Mùa Xuân Trên Đỉnh Gió Hú), Thục Uyên (Xuân Ca), Đinh Văn Tuấn (Lục bát xuân)... Ngoài ra còn có Hồ Chí Bửu với "Mưa Đêm Mùng 4 Tết Dương Lịch", hoặc ngậm ngùi cùng Ngàn Thương với "Hoài Khúc Tháng 3" và Trần Đình Sơn Cước với "Nỗi Huế Tháng 3", Đặng Hiền với "Vầng Trăng Gần Cuối Năm", Trần Thị Cổ Tích với "Giao Thừa"...

Những sáng tác nêu trên chỉ là một phần trong tạp chí. Bạn đọc số đầu năm này, hy vọng sẽ vừa lòng cùng những bài giới thiệu, nhận định, biên khảo, truyện ngắn, trích đoạn truyện dài...

Chúng tôi thật sự chưa thấy sự chuyển đổi mới lạ nào trong công việc thực hiện một tạp chí. Những mới lạ chúng tôi mong mỏi, thật ra nằm trong sự sáng tác của từng tác giả, và được ghi nhận bởi bạn đọc. Mỗi một kỳ báo hai tháng, nghe khá dài nhưng thời gian qua thật nhanh. Nhận, đọc, sắp trang, dò chính tả, trang trí, đưa in, phát hành... "nghe ra trôi chảy dễ dàng" nhưng thật sự không dễ vượt qua, nhất là sự chán chán thỉnh thoảng nhói lên. Nếu không nghĩ đây là niềm vui được góp phần giữ chữ Việt tại hải ngoại, cộng thêm cần tạ ơn những bạn viết tin tưởng ở mình và nhất là những độc giả còn tận tình khuyến khích.

Đầu năm, kính chúc tất cả bạn đọc, bạn viết, bạn chưa có duyên cùng tạp chí Ngôn Ngữ... luôn giữ tốt lạc quan trong cuộc sống. Chúng tôi cũng luôn cố gắng như vậy.

Kính quý,

Luân Hoán

TIỄN ĐƯA

Quý Tiếc tiễn biệt nhà văn, nhà thơ, nhà biên kịch, họa sĩ MƯỜNG MÁN.

Tên thật Trần Văn Quảng, sinh năm 1947 tại làng Chuồn (làng An Truyền), huyện Phú Vang, Thừa Thiên - Huế (cũ). Trước khi được biết đến rộng rãi với vai trò nhà văn, nhà thơ, Mường Mán từng là phóng viên chiến trường tại miền Nam. Những năm tháng ấy để lại dấu ấn sâu đậm trong cảm quan sáng tác, giúp ông hình thành một giọng điệu vừa giàu trải nghiệm, vừa lắng sâu tình người.

Là tác giả của nhiều tiểu thuyết, truyện ngắn, truyện dài rất được độc giả yêu thích, nhà văn tài hoa Mường Mán cùng thế hệ với các nhà văn của lứa tuổi "ô mai" hơn 50 năm trước, như: Đinh Tiến Luyện, Từ Kế Tường, Nguyễn Thanh Trịnh (bút danh trước 1975 của Đoàn Thạch Biền), Hoàng Ngọc Tuấn...

Bút danh Mường Mán lần đầu xuất hiện trên Tạp chí Văn năm 1965 với hai bài thơ ngắn *Thiếu thời* và *Mùa hạ mới*. Đầu thập niên 1970, ông tiếp tục ghi dấu với hai truyện dài đầu tay *Lá tương tư* và *Một chút mưa thơm*, đăng nhiều kỳ trên tuần báo Tuổi Ngọc – tờ báo gắn với ký ức tuổi học trò miền Nam trước năm 1975.

Tác phẩm đã xuất bản:

1) Truyện/ Tiểu thuyết: *Lá tương tư* (1974); *Một chút mưa thơm* (1974); *Hồng Hạ* (1987); *Thương nhớ người dưng* (1988); *Kiều Dũng* (1989); *Ngon hơn trái cấm* (1989); *Bâng khuâng như bướm* (1989); *Tuần trăng mê hoặc* (1990); *Khóc nữa đi sớm mai* (1990); *Người đàn ông tội nghiệp của tôi* (1990); *Mùa thu tóc rối* (1990); *Chiều vàng hoa cúc* (1991); *Trộm trái vườn người* (1993); *Bèo nước long đong* (1995); *Trăng không mùa* (1995); *Những ràng buộc êm ái* (1995); *Chuyện kể từ đồng bằng* (1996); *Người đàn ông hay cười* (1996); *Cô bé gác mây* (1997); *Muối trăm năm* (2000); *Phố hoa phai* (2002); *Cạn chén tình* (2003); *Sáu Giang hồ và những mảnh đời phiêu dạt khác* (2005)

2) Thơ: *Vọng* (tập thơ, 1995); *Dịu khúc* (thơ lục bát, 2008)

3) Kịch bản phim truyện, phim truyền hình: *Người trong cuộc* (1988); *Gió qua miền tối sáng* (viết chung với Nguyễn Mạnh Tuấn & Lê Phương, 1995); *Tiếng đờn kìm* hay *Chuyện ngã bảy* (1997); *Trăng không mùa* (1998); *Duyên phận* (2003).

Ngoài ra, Mường Mán cũng từng làm công việc trình bày sách; vẽ tranh minh họa cho sách báo, trong đó có tập san *Áo Trắng*. Khoảng sau năm 2007, ông gác bút, dành hầu hết thời gian cho gia đình và quản lý nhà hàng Ruốc.

Ông từ trần lúc 17h45 ngày 28-1-2026, hưởng thọ 79 tuổi. *

Xin chia buồn cùng chị Trần Thị Phương Bình.

Nhóm Chủ Trương Tạp chí Ngôn Ngữ & Tất cả các bạn thơ, văn

** Tổng hợp tin tức từ Wikipedia và các báo trong nước.*

Chân dung thiếu nữ – tranh Mường Mán

TRẦN THỊ NGUYỆT MAI

TIỄN MƯỜNG MÁN

Tác giả rất quen thuộc
thời mơ mộng tơ vương
khi giở trang Tuổi Ngọc
tuần báo của yêu thương

Nhớ sao *Lá tương tư,*
Một chút mưa thơm [1] xưa
từng kỳ đi trên báo
mong đọc như tình thư

Rồi *Qua mấy ngõ hoa*
thơ dễ thương chi lạ
dẫu dài mười tám khổ
vẫn thuộc lòng tới chừ

Ơi những o thiếu nữ
mộng đẹp tựa lụa là
tay bâng khuâng *bối rối*
áo *lồng lộng đôi tà* [2]

Nhớ chăng người thơ văn
Mường Mán Trần Văn Quảng
mang tình chữ trong sáng
tặng lứa tuổi ô mai... [3]

Ai hoài nỗi dâu biển
xuôi Huế xuống Hậu Giang
chàng thành người chăn vịt
trốn buồn ở phương Nam [4]

Chờ khi thời đổi mới
với khuyến khích bạn bè
trở về cùng nghiệp cũ
tiếp tục được say mê

Chàng còn viết kịch bản
cho nhiều phim truyền hình
thêm cầm cọ minh họa
tờ *Áo Trắng* học sinh...

Một ngày chàng buông bút
quay về bên gia đình
chăm sóc quán ăn *Ruốc*
dành thời gian vẽ tranh

Năm tháng qua thật nhanh
thoắt hoàng hôn đổ bóng
theo ánh chiều thầm lặng
chàng về cõi thiên thu

Biết nói chi bây chừ
lời chia ly vĩnh biệt
những hoa mỹ ngôn từ
của cõi lòng thê thiết

Sẽ chẳng thấm vào đâu
những gì ông mang lại
một thời xưa xa ngái
thuở ngây thơ, mộng đầu

Chỉ một tấc lòng son
mong ông vui nhận nhé
thơ văn ông mãi còn
trong triệu tim bạn trẻ. ■

31.01.2026

[1] Tên hai truyện dài đầu tay của Mường Mán
[2] Chữ nghiêng lấy từ bài thơ *Qua Mấy Ngõ Hoa* của Mường Mán
[3] *Lứa tuổi thích ô mai* – truyện của Duyên Anh
[4] *Chăn Vịt Ở Phương Nam* – thơ Mường Mán

LUÂN HOÁN

ĐINH CƯỜNG (1939 – 2016), MỘNG DU NHỮNG NHAN SẮC

Sinh hoạt văn học nghệ thuật là một công việc vượt quá khả năng của tôi. Tôi làm thơ và in thơ có thể hơi nhiều, nhưng thời gian dành cho công việc này không bao nhiêu. Bởi tôi thường thực hiện thú vui với thơ trong những giờ đang làm một công việc khác, như đang đi trên đường đến đâu đó, đang làm những công việc lao động chân tay... và cả những khi nằm bệnh. Vì thế chuyện làm thơ, in thơ của tôi khó có thể gọi là làm văn học nghệ thuật. Tuy chỉ để chơi thôi, nhưng trong cái thú của mình, tôi đã làm phiền đến khá nhiều ông họa sĩ thứ ngon lành. Trước 1975, họa sĩ Nghiêu Đề xem tôi như một cục nợ. Sau 1975, mấy ông Đinh Cường, Khánh Trường, Vivi...chắc đã ớn mặt tôi nhiều lần.

Họa sĩ Đinh Cường là một tên tuổi. Tôi không dùng những chữ đứng kèm: lớn, hay vĩ đại. Những chữ này có người tầm thường đã lợi dụng, dùng mòn cả rồi, không còn thú vị để lặp lại. Đinh Cường được biết đến không riêng trong lãnh vực hội họa. Những người viết văn, làm thơ, viết biên khảo, viết nhạc... đều quen thuộc tên ông. Dĩ nhiên những người thưởng ngoạn nghệ thuật, từ thập niên 60 đến hôm nay, cũng dành cho ông nhiều cảm tình và ngưỡng mộ.

Tiểu gia đình của tôi hiện nay gồm có chín người trên 18 tuổi, nhưng chưa hẳn đã trưởng thành, cụ thể như tôi. Trong chín người đã có đến 8 người biết và kính mến họa sĩ Đinh Cường. Người còn lại chưa được biết đến họa sĩ, là cô con dâu của tôi, Cao Nguyệt Lan, còn ở Kiên Giang, Việt Nam. Năm ngoái hôn lễ của hai cháu, tôi không về được. Để thay sự hiện diện của mình và cũng để chia vui cùng gia đình ông bà sui gia, tôi tự trình bày và in màu bằng máy rẻ tiền, Epson C60, một tấm thiệp chúc mừng. Tôi hay làm những *logo, poster* vớ vẩn, nên khá quen tay. Muốn tấm thiệp tăng phần trí thức, mỹ thuật, tôi không ngại dùng hình chụp họa phẩm Thiếu Nữ Áo Vàng của Đinh Cường. Một họa phẩm tôi rất thích và đã mượn chưng trong tiểu mục "trích Thơ Luân Hoán" trong trang Vuông Chiếu. Tôi không xin phép và cũng không báo cho tác giả biết, vì chỉ làm độc một bản, gởi đến một gia đình. Thiệp gởi đi một thời gian, tôi gọi về thăm. Cô dâu khen qua điện thoại: "*Ba làm thiệp đẹp quá. Hình cô gái ba vẽ thật tuyệt. Ba má con khen quá trời...*". Tôi nghe hết hồn, vội đính chính: ... "*Ồ, không phải ba vẽ đâu, tranh của một người bạn, ba dùng đỡ vậy thôi*". Tuy cụt hứng, con bé cũng khen tiếp: *"Bạn ba vẽ đẹp quá, ông là họa sĩ hả ba?". "Vâng, một họa sĩ nổi tiếng"*. Dĩ nhiên tôi không quên khoe cái tên Đinh Cường một cách trang trọng và quý mến. Qua điện thoại, tôi không thể nói thật rõ về người bạn của mình, nên hôm nay, lợi dụng bài viết này, tôi viết ít dòng tiểu sử của họa sĩ Đinh Cường, hy vọng ít hôm nữa con dâu tôi qua, chữ đã thành sách cho cháu đọc, hiểu rõ hơn về một tài hoa của hội họa Việt Nam từ thập niên 60 đến hôm nay, và còn tiếp tục tỏa sáng.

Đinh Cường không dùng bút hiệu. Ông sinh năm 1939, tại Thủ Dầu Một, một vùng đất giàu hoa trái, ấm áp những bóng cây xanh. Trời đất chung đụng giữa những nhịp thở của sông, rạch, tiếng chim. Một quê hương đủ để làm ánh lên trong tranh ông sau này những hồn màu đất sét, những dáng bước nhẹ nhàng, chừng như vô âm của những con chim thời ấu thơ. Lớn lên, Đinh Cường theo học tại Pétrus-Ký Sài Gòn. Rồi vào Mỹ thuật Gia Định. Trường lớp giai đoạn đầu còn đơn sơ, thiếu chỗ, Đinh Cường phải ngồi học lớp Dự bị trong một căn nhà của trại gia binh, phía sau trường. Cùng chung bàn với ông còn có hai người bạn học thành danh sau này, Mai Chửng và Hồ Hữu Thủ. Cả ba đua nhau tiếp thu nghệ thuật trang trí được truyền đạt từ thầy Trịnh Hữu Định, một họa sĩ có tinh thần sáng tạo rất mới ở Pháp về (ông hiện sống tại Sài Gòn). Và nghệ thuật xây dựng tượng từ đôi tay chuyên nghiệp của thầy Đỗ Đình Hiệp (đã qua đời). Giáo sư Lê Văn Đệ cũng đã làm giàu thêm kiến thức hội họa cho Đinh Cường và các bạn ông trong giai đoạn này. Năm 1957, Viện Trưởng Viện Đại Học Huế, Linh mục Cao Văn Luận cho mở thêm phân khoa Cao Đẳng Mỹ Thuật. Đinh Cường đã về đây trong khóa 3, cùng với Nguyên Khai. Sau khi tốt nghiệp vào năm 1963, Đinh Cường trở lại Gia Định học tiếp khóa Sư phạm Hội họa. Ông chính thức làm thầy dạy các kiều nữ Đồng Khánh của Sông Hương từ 1965. Có lẽ vừa dạy vừa lo sợ *"Ngày mai trong đám xuân xanh ấy / có kẻ theo chồng bỏ cuộc chơi"* (thơ HMT) nên năm 1967, Đinh Cường về giảng dạy tại Cao đẳng Mỹ Thuật Huế, đề huề đủ nam, đủ nữ, cho đến biến cố lịch sử 1975.

Ngay từ thời làm sinh viên cho đến lúc đứng trên bục giảng, Đinh Cường đã có sự sáng tác bền bỉ, nhờ tâm hồn yêu nghệ thuật tuyệt vời, cùng những lãng mạn cần thiết của một họa sĩ. Ông sớm tạo được chỗ đứng riêng cho ông trong hội họa Việt Nam. Những thành công này được đánh dấu bởi huy chương Bạc Hội họa Mùa Xuân năm 1962 và 1963, giải thưởng của tòa Lãnh sự Trung Hoa tại Triển lãm Mỹ thuật Quốc tế tổ chức tại Sài Gòn. Tranh của ông được

Phủ Văn Hóa Việt Nam Cộng Hòa chọn tham dự tại *Musée d'Art Moderne* tại Paris, Pháp. Bên cạnh đó, những thành phố lớn của các quốc gia Hoa Kỳ, Nhật Bản, Brésil, Ấn Độ, Tunisie, Canada đều có tranh của ông ra mắt giới thưởng ngoạn qua các cuộc triển lãm quy mô. Trong thời gian từ 1962 đến 1975, Đinh Cường đã triển lãm chung và riêng trên 20 lần tại các thành phố Huế, Đà Nẵng, Sài Gòn, Đà Lạt, Pleiku, Nha Trang. Sau 1975 Đinh Cường cũng có nhiều cơ hội bày tranh riêng hoặc chung với các họa sĩ Trịnh Công Sơn, Bửu Chỉ... tại Sài Gòn. Những cuộc triển lãm rất thành công tiêu biểu sau 1975 tại hải ngoại có thể kể:

. Tháng 2 -1990 tại McLean, Virginia USA

. Tháng 6 -1991 tại Georgetown Art Gallery, Washington, USA

. Tháng 9 -1991 tại Le Jardin du Boisé, Montréal, Canada

. Năm 1993 được Smithsonian Museum, Washington, DC chọn.

Ngoài hội họa, Đinh Cường còn góp tay rất thành công trong nhiều bộ môn khác. Thơ, tiểu luận về hội họa, hoặc hồi ký, tạp ghi về bằng hữu được đăng trên các tạp chí văn học nghệ thuật: Hợp Lưu, Văn, Văn Học, Thế Kỷ 21... Một số tác phẩm có đóng góp của Đinh Cường: Trịnh Công Sơn Cuộc Đời-Âm Nhạc-Thơ-Hội Họa, 20 Năm

Văn Học Việt Nam Hải Ngoại...

Tôi có vẻ rành nghề viết tiểu sử, nhờ đã từng viết lý lịch nhiều lần. Nhưng việc tóm ghi mươi dòng thân thế sự nghiệp của một người nổi tiếng xem ra vẫn rất khó. Trong những dòng trên, chắc chắn còn thiếu sót rất nhiều, mong có dịp sẽ bổ sung sau.

Tôi biết danh Đinh Cường từ đầu thập niên 60. Thời ấy tôi vẫn tưởng Đinh Cường là con dân của đất cố đô. Anh có sự ràng buộc thân tình và bền vững với Huế. Ngoài thời gian dài ăn ngủ với xứ thần kinh, Đinh Cường còn ký hợp đồng sống chung vĩnh viễn với một o có *đôi mắt Huế hữu duyên vì biết háy / nét đài trang trong dáng nhíu lông mày* (LH). Hơn thế nữa, anh còn rủ rê nhà văn Dương Nghiễm Mậu cùng về làm anh rể nhà văn Hồ Đình Nghiêm, người bạn văn sau này của tôi. Với Huế, Đinh Cường ngoài tình yêu, còn có tình bạn tuyệt vời với các anh Trịnh Công Sơn, Bửu Ý, Lữ Quỳnh... Tình yêu, tình bạn đã biến dòng máu trong cơ thể anh có hơn một nửa mùi thơm của núi Ngự, sông Hương. Việc tôi ngỡ anh là người Huế, do vậy không hoàn toàn sai.

Nhớ lại với những ngày đầu tôi biết danh Đinh Cường, vào những năm đầu của thập niên 60. Thời ấy Huế có nhiều người sinh hoạt văn học nghệ thuật, đang trên đường lập danh. Tên tuổi những người đã vượt đèo Hải Vân vào đến Đà Nẵng của chúng tôi có Ngô Kha, Trịnh Công Sơn, Đinh Cường, Lữ Quỳnh, Trần Quang Long... và nhiều nữa. Riêng Đinh Cường, anh đã tham dự một cuộc triển lãm chung, trong đó có Hoàng Trọng Bân, Nguyên Hạo của Đà Nẵng. Phòng tranh này tôi được hai bạn Lam Hồ và Tô Yên Lê Văn Nghĩa cho biết. Lúc đầu tôi dự trù sẽ đi xem nhưng không hiểu sao, giờ chót tôi cùng Châu Văn Tùng vào Hội An. Có thể tôi nhớ không chính xác về lần bày tranh này. Nhưng một cuộc triển lãm khác của Đinh Cường tại *Centre Culturel Français de Danang*, nằm ở ngã tư hai đường Độc Lập và Thống Nhất, thì tôi vẫn chưa quên. Cuộc triển lãm hình như được bảo trợ bởi Trung tâm Văn hóa Pháp. Trong buổi cắt băng khai mạc tôi thấy có những viên chức người Pháp, nhà văn Duy Lam, nhạc sĩ Trịnh Công Sơn và nhiều khuôn mặt trí thức khác. Dĩ nhiên không thiếu những thiếu nữ nhan sắc đang độ của Đà Nẵng.

Đinh Cường lúc bấy giờ thon gọn, đẹp trai lắm, nhất là mái tóc rất nghệ sĩ. Anh mặc đồ lớn chững chạc, môi ướt nụ cười xã giao. Tôi là một người đến xem tranh vô danh và lặng lẽ. Cùng lúc ngắm những họa phẩm, thỉnh thoảng tôi liếc mắt quan sát ông họa sĩ cho biết. Và tôi xem tướng anh theo cảm nhận tự nhiên. Đây là một người ít nói, ưa làm việc, nhưng chỉ với những công việc mình yêu thích, nghĩa là ông có thể rất lười biếng và ham chơi, nhất là ham lang thang. Nghề coi tướng của tôi không học ở trường lớp nào, có chính xác chút nào không, chỉ có thể do chính Đinh Cường trả lời. Có một điều tôi không phủ nhận, những nét đặc trưng tôi vừa nêu đều rất phù hợp với tôi. Chính vì thế, tôi thấy có cảm tình ngay với anh. Nhưng tôi là người thiếu cởi mở và dè dặt, nên không tìm ra lý do nào để đến làm quen, hay ít ra xin được bắt tay để tỏ lòng ngưỡng mộ.

Cái tình của tôi với Đinh Cường trong nhiều năm chỉ có vậy, dù năm tháng tiếp theo, tôi vẫn theo dõi và rất thích tranh anh, được triển lãm nhiều nơi trong nước. Trong mỗi cuộc triển lãm, tranh Đinh Cường được đón nhận nồng nhiệt. Báo chí thủ đô phổ biến nhiều bài nhận xét tranh anh, được thực hiện bởi những người có trình độ thưởng ngoạn hội họa đáng tin cậy. Dĩ nhiên cũng không thiếu những nhận xét chân tình của bè bạn anh.

Nhạc sĩ Trịnh Công Sơn đã gọi Đinh Cường là Thi sĩ của hoài niệm. Ông diễn đạt nhận xét của mình:

... *"Với cái nền lãng mạn đầy tính chất thi ca, Đinh Cường đã say sưa 'vọc' sơn dầu và nhồi nặn tâm hồn mình vào trong ấy. Thời gian ấy, tôi rất hiếm thấy những họa sĩ trẻ sử dụng sơn dầu nhuần nhuyễn như Đinh Cường. Và đó cũng là giai đoạn của những khỏa thân xanh (nu bleu) khỏa thân hồng (nu rose) phảng phất đường nét của Modigliani, một trong những bậc thầy về chân dung mà anh rất ngưỡng mộ và yêu mến..."*

Trịnh Công Sơn còn đẩy nhận xét đi xa hơn:

... *"Trong Đinh Cường luôn luôn có sự trở về. Anh không có cái logic của người luyện kim từ một mẩu sắt thô biến thành một thanh kiếm đẹp. Anh như mang trong mình một nỗi nhớ không nguôi với kỷ niệm. Trong tranh Đinh Cường không có bóng dáng của cái gọi là sự trở thành (le devenir). Anh có vẻ như đang còn mải đi tìm cái tuyệt đối trong sự tương đối được lặp đi lặp lại của một đời người. Tìm đến tranh Đinh Cường là tìm đến sự yên tĩnh đằm thắm, thơ mộng..."*

Mười năm và có lẽ là nhiều hơn nữa, Trịnh Công Sơn viết thêm về người bạn chí thân của mình:

... *"Tôi là người khách vãng lai thường trực của atelier Đinh Cường. Đêm cũng như ngày. Thế giới tranh của Đinh Cường đối với tôi không có gì xa lạ, bởi vì chúng tôi đã cùng sống trong thế giới ấy từ những ngày lòng chưa hề vướng bận về một tiếng thở dài..."*

Trịnh Công Sơn cho biết tiếp:

.... *"Trong Đinh Cường có một thứ hoàng tử bé suốt đời song hành với hắn... Rong chơi là một thứ kinh vương giả trong tâm hồn Đinh Cường. Cứ lên đường, dù cao nguyên, dù biển là đã nghe thấy trong Đinh Cường vang lên một tiếng reo vui mãn nguyện. Đi không là sứ mệnh của đôi chân, mà đi, với Cường, là lòng ngưỡng vọng linh thiêng về một tiếng gọi. Tiếng gọi của một thế giới tự mình tìm thấy từ những ngày còn trẻ trung, tìm thấy và nhớ mãi... Đi để nhận ra một cách buồn bã những gì thiên nhiên đã đánh mất mà mình vẫn còn lưu giữ lại trong tranh..."* (Trịnh Công Sơn, 11-1988, báo Thanh Niên)

Nếu trích đoạn hết những bài nhận xét của những người thành danh viết về Đinh Cường, tranh Đinh Cường, có lẽ tôi không thực hiện nổi, dù tôi đang có trước mặt những bài viết của họa sĩ Võ Đình, nhà văn Doãn Quốc Sỹ, nhà thơ Cao Đông Khánh, nhà văn Đỗ Long Vân, nhà thơ Du Tử Lê, nhà nghiên cứu phê bình hội họa Huỳnh Hữu Ủy, nhà văn Bửu Ý, nhà văn Hồ Đình Nghiêm... Tất cả đều đưa ra những nhận định, những đánh giá chân tình, giàu giá trị, rất đáng được tổng hợp cho một bài viết về Đinh Cường, nhưng như đã nói, tôi thiếu khả năng đúc kết, nên chỉ xin trích thêm ý kiến của vài nhà báo tại Sài Gòn, sau 1975.

"Đinh Cường từ Mỹ trở về. Tranh ông như rắn rỏi hơn, sâu đằm hơn mà không hẳn mất đi cái chất "tóc gió thôi bay". Những mảng màu đầy chất hội họa và kỹ thuật tinh khéo. Đặc biệt là những bố cục, phong cảnh đô thị có kết cấu vừa đồ sộ vừa chông chênh, vừa tự tin, vừa lo lắng. Nửa Sân Tuyết *hay* Đất Cũ, Vong Thân *hay* Về Trên Phố Xưa *chỉ là tên hai đầu của một sự kết nối, và vẫn chỉ là một thực thể là tâm hồn ông. Ở đây hay ở kia vẫn là một Đinh Cường của Huế, thơ*

và thực hòa nhau, dù lúc này đây thực có nặng cân hơn và vì thế tranh ông thuyết phục hơn". (Nguyễn Quân, Tuổi Trẻ Chủ nhật, ngày 27-8-2000)

"Vừa từ Mỹ trở về để tham dự cuộc triển lãm, họa sĩ Đinh Cường trưng bày những bức tranh phong cảnh tịch liêu, trầm mặc, thể hiện kỹ thuật sơn dầu chín chắn, đầy tự tin của tác giả. Thế giới trừu tượng của ông là cuộc chơi ý nhị, tinh xảo giữa ánh sáng và bóng tối, giữa những mảng màu sần sùi và nét vạch khô cứng với những khoảng không gian trơn nhẵn, phẳng lặng, trong hành trình trở về với cội nguồn thẳm sâu của tâm khảm". (Long Nghi, báo Lao Động, ngày 30-8-2000).

Và cũng như đa số tác giả của nhiều bộ môn, Đinh Cường đã có dịp tự bạch trong một *catalogue* dành cho một cuộc triển lãm:

"Xin đừng bắt tôi giải nghĩa tranh. Nó đã hiện ra đó và tôi đã hụt hơi, mệt mỏi. Thế giới xa lạ được dựng lên từ một hồi ức hay một bắt gặp vụt đến, rồi loang dần trên một khoảng không đen, khoảng không mà tôi đã đối diện trong những ngày tháng sống chìm lỉm, câm nín, mỏi mòn, xô dạt lối về gần với hư vô, tiếng vọng bi thảm của một hồi chuông lạ. Xin ghi nhớ một góc hành lang, nơi tôi đã đặt giá vẽ, đêm nào mưa bão thổi qua hay cơn nóng của một mùa hạ sắp tàn. Nơi đó tôi đã mài nhẵn ý thức, ném từng vô vọng, đổ từng hơi thở xuống những khung vải vốn hiền từ. Mỗi bức tranh là một hơi thở. Và nó thành hình tức là tôi đã chết. Tôi trở lại cùng người thưởng ngoạn. Nhìn sự mới lạ như lần đầu tiên mới đến. Xin hãy cảm chớ đừng bao giờ tìm hiểu" (Đinh Cường).

Trong một lần khác, trả lời phỏng vấn của Kỹ sư Nguyễn Ngọc Bảo, biên tập viên báo Ngày Nay, đăng trong số phát hành ngày 01 tháng 11 năm 2005 tại Houston, Đinh Cường bày tỏ tỉ mỉ hơn:

"... Bức tranh khi vẽ xong là như tất cả hơi thở của tôi phà vào đó. Có lúc thư thái, có lúc mệt mỏi. Khi tranh đã hoàn chỉnh thì mình như bắt gặp một thế giới khác. Nghệ thuật là một thế giới khác. Người xem tranh phải thấy được thế giới khác ngoài thực tại. Không cần suy ngẫm ra một triết lý hay sự gửi gắm một ý tưởng nào nếu nó không đạt đến nghệ thuật. Bức tranh tự nó hoàn chỉnh với tất cả ý

tưởng. "Ý tưởng đẹp mà vẽ không tới chỉ khiến người ta ghê sợ và coi rẻ ý tưởng của anh thôi", Répine, một họa sĩ trong nhóm Triển lãm Lưu động của Nga (1884-1930) đã phát biểu như vậy.

... Hội họa là một nghệ thuật phi tuyến tính (non-linéaire) khác với hầu hết các thứ nghệ thuật khác, vốn được thể hiện một cách tuyến tính. Nói rõ hơn, ngôn ngữ, và tiếp đó là chữ viết, là tuyến tính, cho nên những thể loại nghệ thuật này như văn, thơ, kịch buộc phải nằm trong số phận đó, nghĩa là phải diễn ra tuần tự trước sau, và người nói cũng như người nghe, người viết cũng như độc giả, đều phải thấy được cái quy luật đó.

Ngay cả âm nhạc cũng được thể hiện và đón nhận theo cách thức vừa kể. Nhưng đối với hội họa thì không. Trước một bức tranh, người xem thưởng ngoạn một cách tức khắc và toàn diện, dù rằng xem kỹ hay chỉ xem lướt qua.

Tôi cho rằng người thưởng ngoạn, cả họa sĩ cũng là người thưởng ngoạn tác phẩm của mình, bao giờ cũng nhìn bức tranh như một nhất thể bao gồm những yếu tố đồng hiện, và mang tính chất tức khắc. Vì tính chất này của hội họa, nên tôi thấy hội họa không cần chuyển tải một thông điệp và người xem cũng không cần phải hiểu đúng ý nghĩa họa sĩ gửi gắm trong tranh..."

Riêng tranh thiếu nữ và khỏa thân, một đề tài thường gặp trong tranh Đinh Cường, anh quan niệm:

... "Thiếu nữ là đề tài muôn thuở của hội họa. Đó là vẻ đẹp thuần khiết và thánh thiện. "Không đường nét nổi bật, không bợn xác thịt, chỉ một hình vẽ không thôi, và như thế trong ý tính của nó, nó truyền cảm bằng cái nhẹ nhàng của hư tưởng". Đỗ Long Vân, người bạn tôi yêu quý nay đã mất, có những đêm Đà Lạt năm xưa đã thức trắng cùng tôi khi tôi vẽ, đã viết như thấu hiểu về các thiếu nữ hiện ra trong tranh tôi."

Thật ra những trình bày trên của Đinh Cường không ảnh hưởng bao nhiêu đến việc tôi đánh giá anh là một họa sĩ có tài. Tôi chỉ tiếc, tôi đã thiếu may mắn khi được quen biết với anh quá muộn. Năm 1969, tuyển tập thơ nhạc *Hòa Bình Ơi Hãy Đến* của tôi cùng Phạm Thế Mỹ, Lê Vĩnh Thọ phát hành. Trong tuyển tập này có sự đóng góp của Đinh Cường bằng một phụ bản. Nhưng tôi cũng chưa được bắt tay anh. Công xin phụ bản (in lại bên dưới) do nhạc sĩ Phạm Thế Mỹ lo. Sau năm 1975 quý danh Đinh Cường vẫn thường đến với tôi. Rồi tôi qua Canada, gặp tên anh trên tạp chí Đất Việt, một cơ sở ngôn luận của những người có khuynh hướng thiên tả. Đinh Cường dĩ nhiên cũng bị một số người Việt quốc gia trong lãnh vực văn học nghệ thuật đặt vấn đề. Anh là bạn thân của Trịnh Công Sơn, của Bửu Ý, của Ngô Kha và của cả Hoàng Phủ Ngọc Tường... Nhưng một người chân chất yêu mến nghệ thuật, giàu lòng vị tha, có thể thích hợp với một chế độc độc tài sắt máu hay không, thời gian qua đã trả lời cho chúng ta.

Vào một đêm mùa thu của năm 1989, ngồi chơi với anh bạn nhà thơ trưởng giả Phạm Nhuận, trên một cao ốc ở trên đường Saint Denis, Montréal, tôi được Nhuận trao cái điện thoại để nói chuyện với một người chưa quen nhưng không xa lạ. Qua trao đổi ngắn gọn trong ít phút, chúng tôi chính thức mở đầu cho một tình bạn tốt đẹp. Đã là bạn của tôi, hầu như ai cũng phải trở thành những người phải cho hơn là nhận. Đinh Cường, người bạn mới này cũng vậy. Anh cho tôi tình cảm chân thật. Anh cho tôi một số hiểu biết về hội họa. Anh tăng cường thêm cho tôi tính thích đi đây đi đó, và nhiều thứ khác nữa, trong đó có cả thú than thở, thú lười biếng. Ông bạn có danh xưng Thích Từ Từ, bất ngờ trở thành thần tượng có nhiều điều tôi đã học theo. Và bây giờ đang dựa hơi anh để le lói thêm.

Năm 1990, tôi và Đinh Cường chính thức bắt tay nhau lần đầu tiên qua buổi ra mắt thi phẩm mới nhất của nhà thơ Bùi Giáng, được anh em Việt Thường chúng tôi (Đỗ Quý Toàn, Luân Hoán, Hồ Đình Nghiêm, Phạm Nhuận, Lưu Nguyễn, Lê Quang Xuân), ấn hành lần đầu tiên tại hải ngoại. Đinh Cường là bạn thân của ông Trung Niên Thi Sĩ này. Nên dù mới qua định cư tại Salt Lake City USA được mấy tháng, anh cũng gắng qua Montréal, Canada tham dự. Anh là người đã vẽ chân dung Bùi Giáng nhiều nhất và có lẽ đạt nhất. Mẫu bìa tập thơ Bùi Giáng chúng tôi công bố tại hải ngoại, cũng dùng một bản vẽ Bùi Giáng của anh. Thật ra, Đinh Cường không phải là bạn của riêng ai. Anh là bạn của nhiều người, của mọi người. Những người làm văn học nghệ thuật, những người thưởng thức và có lòng với thơ văn, hội họa, âm nhạc... Mọi người mến mộ tài nghệ lẫn bản tính nhu hòa, giản dị của anh, nên vẫn thường tạo cơ hội cho anh được ngao du đây đó trên nhiều thành phố lớn của thế giới. Trong bài trả lời phóng vấn của Nguyễn Nam Anh (bút hiệu khác của nhà văn Nguyễn Xuân Hoàng), Đinh Cường cho biết nhờ vé máy bay ca sĩ Khánh Ly mua tặng, anh đã đến thăm được California, hội ngộ cùng những Nguyễn Đồng, Nguyễn Thị Hợp, Nguyên Khai, Nguyễn Xuân Hoàng, Nghiêu Đề, Mai Chửng, Lâm Triết, Viên Linh, Nguyễn Mộng Giác, Từ Mẫn, Châu Thọ, Tâm Đan Hoàng Thi Thao... Từ đó mở cho anh những chuyến đi xa hơn nữa, qua Canada, qua Pháp. Đinh Cường đã từng lên tiếng:

... *"Xin hết sức cảm ơn các bạn đã cho tôi 'sờ mó' được Paris, mà bao nhiêu năm như đã từng thân thuộc lắm, qua xóm Montmartre, qua thơ Apollinaire, qua những quán cà phê nghệ sĩ. Cảm ơn những con chim câu dễ thương đón tôi bên bờ sông Seine, những lề đường lát gạch cũ kỹ. Cảm ơn những tình nhân ái qua những chiếc hôn chúc mừng Năm Mới trên công trường Champs-Élysées. Cảm ơn tiếng hát Juliette Gréco lần trở lại Opéra. Cảm ơn Bích Anh. Cảm ơn những bữa cơm gia đình ở nhà chị Thụy Khuê, gặp lại bạn cũ Kiệt Tấn gật gù, những người viết trẻ giỏi Nguyễn Hưng Quốc, Trần Vũ... Và sung sướng nhất, hào hứng nhất là 'nhập bọn họa sĩ' với nhau. Anh Thái Tuấn từ Orléans lên cùng với Nguyễn Trung từ Sài Gòn qua đã bốn tháng. Lê Tài Điển một thời ở Huế với nhau và người bạn hiền hòa Nguyễn Cầm cùng cô bạn Daniel người Pháp gốc Hung rất chịu khó đưa đón, săn sóc bạn..."* (trả lời phỏng vấn của Nguyễn Nam Anh)

Tôi thật sự thú vị khi trích đoạn hơi nhiều những chân tình của Đinh Cường dành cho bè bạn anh, cho mỗi góc cạnh của một thành phố nghệ thuật mà anh từng mơ ước qua sách báo. Tôi nghĩ, Đinh Cường đi, không chỉ để ngao du thăm bằng hữu. Anh tìm kiếm, thu nhặt những hình ảnh, những tâm sự, những vốn sống, những xúc cảm trên mọi ngõ ngách. Chất liệu dùng cho tác phẩm của anh chắc chắn có cái hương, cái hồn góp từ những chuyến rong chơi kỳ thú của một họa sĩ yêu cuộc đời. Đi rồi về miệt mài bên giá vẽ. Hai cái *chevalet d'atelier* lên nước đã bỏ lại trong hẻm Tân Định, nơi sản sinh nhiều họa phẩm nổi tiếng của Đinh Cường. Nhưng anh đã có những cõi làm việc mới. Khởi đầu từ thành phố Salt Lake City rồi Virginia, Đinh Cường đã tha thiết và vẫn thiết tha với hội họa. Có lẽ lời khuyên của họa sĩ Ngọc Dũng dành cho anh rất ý nghĩa: *"Cố gắng làm sao ở nhà mới vẽ được, chứ đi làm, cuốn hút theo guồng máy là không thể vẽ được..."*. Đinh Cường cũng đã thành thật: ... *"Những tấm tranh cũng đã từng nuôi sống tôi, tôi không thể bỏ vẽ được"*. Và anh đã thực hiện nghiêm túc điều này. Sau cuộc triển lãm đầu tiên do Võ Đình, Trương Hồng Sơn, Nguyễn Trần Chuyên, Phạm Nhuận, Phó Ngọc Văn tổ chức tại McLean, Virginia, Đinh Cường tiếp tục bày tranh tại nhiều thành phố của Hoa Kỳ. Năm 1991, một cuộc triển lãm quy mô của Đinh Cường mở cửa tại Les Jardins Du Boisé thành phố Montréal, Canada trong 3 ngày 28, 29 và 30 tháng 9. Cuộc triển lãm thành công trọn vẹn nhiều mặt: tranh giàu tính chất nghệ thuật, thu hút đông đảo giới thưởng ngoạn, và nhất là chỉ trong hai ngày đầu, 70 % trong số 52 họa phẩm trưng bày đã theo chân giới thưởng ngoạn về sống tại nhiều tư gia. Tôi được Đinh Cường mở lối: *"Bạn thích bức nào cứ chọn mang về mà treo"*. 'Được lời như cởi tấm lòng' nhưng may, tôi còn đủ tế nhị, nở nụ cười hứa hẹn với anh dịp khác.

Trong cuộc triển lãm này, Đinh Cường giới thiệu cho tôi quen anh Lưu Trọng Hồ, Dược sĩ, cháu nhà thơ Lưu Trọng Lư, hiện ở thủ đô Ottawa của Canada. Những ngày sau cuộc triển lãm, tôi cùng nhà văn Nguyễn Đông Ngạc đưa Đinh Cường qua thăm thủ đô Ottawa, thăm nhà thuốc của Lưu Trọng Hồ. Chúng tôi có cuộc du ngoạn vui vẻ. Đinh Cường cũng rất thích chụp ảnh. Thời gian trôi qua từng giây phút. Sự khác biệt trên khuôn mặt mỗi người đổi thay từng phút, nhưng khó nhận ra. Một tấm ảnh ghi lại hình dáng một thời, nhất là đang lúc vui vẻ, thật quý vô cùng. Mười mấy năm rồi, ngắm lại Đinh Cường và tôi sát vai nhau bên dòng sông đào ở Ottawa mà ngỡ như mới hôm qua. Câu nói cải lương này coi vậy mà rất đúng. Trời đang xế chiều, nắng đẹp. Đinh Cường không hút thuốc, tôi không hút thuốc, nhưng cả hai chịu được mùi khói từ ống tẩu của Ngạc. Gió nhẹ, mặt nước rung rinh. Chúng tôi nói khá nhiều chuyện có thể rất vu vơ. Nhưng chính những thứ vớ vẩn này thành hình cuộc sống, thành hình chúng tôi. Và mỗi tác phẩm đã núp đâu đó trong trí óc, tâm hồn mỗi người.

Đinh Cường còn qua thăm Montréal, qua thăm bè bạn, qua thăm tôi nhiều lần. Tôi, Lý và Bích (vợ Hồ Đình Nghiêm), đưa anh dạo chơi khá nhiều nơi, chụp ảnh ở phố cổ Montréal, ở Jardin Botanique, ở góc quán cà phê... Thân tình giữa chúng tôi mỗi ngày một ấm áp. Năm 1993, cả gia đình chúng tôi rủ nhau qua thăm thủ đô Washington, ngó cái mặt tiền của Tòa Bạch Ốc Hoa Kỳ cho biết. Trong dịp này, chúng tôi có ghé Annandale, Virginia để thăm Đinh Cường. Tổ ấm của anh cùng chị Tuyết Nhung và ba người con là nơi từng thu hút những bạn văn, bạn thơ đến thăm. Những Mai Thảo, Đặng Tiến, Như Phong, Đỗ Ngọc Yến, Võ Phiến, Kiều Chinh, Cao Đông Khánh, Luân Hoán, Phạm Nhuận, Hồ Đình Nghiêm... đã từng ghé qua, đã từng ngồi lại đâu đó trong căn nhà ấm hơi thở của Đinh Cường, cùng những đứa con nghệ thuật của anh.

Gia đình LH thăm nhà Đinh Cường

Tôi và Lý hẹn gặp Đinh Cường tại khu thương mại đông người Việt. Chẳng phải đợi lâu, Đinh Cường lái xe đến. Lạ, cũng là chiếc Toyota Corolla màu đỏ sậm cùng đời như tôi. Đinh Cường lái xe cẩn thận. Căn nhà anh chị Cường Nhung thuê khá rộng, có vườn cây thật thoáng mát. Tôi rất thích chỗ ngồi vẽ của Đinh Cường. Ngoài tranh, tôi còn gặp ở đây những chiếc tượng nhỏ Đinh Cường sưu tập tình cờ, rất lạ. Tôi thấy cả hình nhà thơ Bùi Giáng ngồi cười mỉm trên vách, giữa rất nhiều thiếu nữ đã được bàn tay Đinh Cường làm cho bất tử. Trên đời này, nếu có thứ gì khiến tôi biết ghiền, có lẽ đó là người đẹp. Tranh thiếu nữ của Đinh Cường càng làm tăng sự si mê của tôi. Mê tranh thiếu nữ từ bàn tay Đinh Cường tạo nên, nhưng tôi không có tài giải thích. Rất may nhờ có thơ, tôi đã ba hoa:

"Màu gối màu, sống thảnh thơi / có tinh, có huyết, có đời sống riêng / quây quần bên một ông tiên / cao tay ấn dựng thiên nhiên tuyệt vời / sắc màu hít thở, rong chơi / hồn đông phương lộng lẫy đời tóc tơ / tinh khôi, gợi mở, hững hờ / suối hoa, khe trúc, ướp thơ mượt mà / tưởng hoa, hóa chẳng là hoa / hiển linh một khối nhân sinh ca hồng (Sông Núi Cùng Người Thơm Ngát Thơ).

Tại nhà Đinh Cường, tôi gặp hai nhà văn Bùi Bảo Trúc và Nguyễn Thị Hoàng Bắc. Dù mới gặp lần đầu, nhưng như giới võ lâm, từng biết danh nhau, tôi xin phép chụp ảnh chung làm lưu niệm. Cái trò chụp ảnh *'bắt cóc bỏ dĩa'* này rất dễ gây hiểu lầm, nhưng đã *'cùng đi một đường'* vui chơi văn thơ, chắc không mấy ai quở trách nặng. Câu chuyện với những người mới gặp không kéo dài được lâu. Đinh Cường đưa chúng tôi đi dự một buổi ra mắt sách. Trong chuyến đi có xe của đám con tôi tháp tùng. Thính đường nơi trình làng tác phẩm khá rộng. Tổ chức khá chu đáo, chỉ tiếc những người có tình với chữ nghĩa hơi lười biếng dời gót đến tham dự. Sau buổi ra mắt sách, Đinh Cường còn đưa cả gia đình chúng tôi đi siêu thị, theo yêu cầu của Lý, vợ tôi. Rồi anh đãi đi ăn phở. Quán phở Đinh Cường thường lui tới đối ẩm với bè bạn mang tên Phở 89. Quán đông khách, nhưng tôi ăn không thấy ngon vì vội vã lên đường để xuống Virginia Beach, tìm lại những hạt muối của Mỹ Khê, Thanh Bình, Cửa Đại... ngày nào.

Trở lại với những thiếu nữ trong tranh của Đinh Cường. Anh đúng là một ông tiên có quyền uy hơn tôi nhiều. Anh cho các người đẹp mặc áo quần màu gì tùy thích, tùy cảm hứng. Các em lạng quạng, anh không ngại cho mặc trang phục của *eve* ngay. Khổ một cái, tôi rất thích sự trừng phạt thật có hoa tay của Đinh Cường. Quá tâm đắc, tôi xin Đinh Cường làm cho một mẫu bìa tập thơ *Mời Em Lên Ngựa*. Tôi dặn kỹ, phải cho cô em của tôi thật phơi phới xuân thì mới ngon. Đinh Cường chiều ý thằng bạn ba trời, anh vẽ một tranh nue thuộc loại 'khỏa thân thơm' cho tôi. Cô thiếu nữ, mặt nhìn nghiêng, tóc thề có dải băng đô vàng, giống hệt người tình thật của tôi ngày nào. Cô bé ngồi trên một cái ghế bành, có lưng tựa màu đỏ, mang dáng một bóng ngựa hồng, đầu cúi thấp, tiếp giáp với nền nệm ghế óng vàng. Cánh tay trái cô bé đưa lên đầu, nắm hờ nguồn tóc xôn xao tiếng gió. Tay phải cô buông thõng dịu dàng bên thân mình dây, mảnh khảnh, báo hiệu cặp trường túc hoa thơm lừng phía dưới. Hai nhụy sữa như hai giọt mật hồng, không vun quá cao nhưng cũng đủ mời gọi. Bụng sát, eo thon và vùng cỏ hoa mướt một cách tự nhiên, không vén tỉa. Tổng thể bức tranh là một tác phẩm tuyệt vời. Bốn chữ *Mời Em Lên Ngựa* được anh tự kẻ càng sắc sảo. Tập thơ do nhà xuất bản Sông Thu của nhà thơ Thái Tú Hạp tại Hoa Kỳ in.

Thái Tú Hạp trong thời kỳ này đang say sưa với thơ thiền. Có lẽ mùi trầm hương thanh thoát đã làm cho anh ngần ngại trước mẫu bìa. Anh gọi điện thoại đề nghị tôi cắt bỏ phần dưới bức tranh cho nhẹ nhàng. Một tác phẩm nue, loại đi phần chính thì còn gì ý nghĩa và mang tội với nghệ thuật. Dĩ nhiên tôi không đồng ý. Tôi không chịu hoang phí phần tam giác vàng vô giá của người thiếu nữ. Cuối cùng Thái Tú Hạp phải theo ý tôi, nhưng thật ra anh cũng xuống tay mất một chút. Mẫu chính của bản vẽ Đinh Cường có lần xếp giữa hai búp chân, làm nổi bật cõi thiêng liêng hơn nữa. Tiếc. Dù sao bìa tập thơ cũng rất hoàn hảo, đúng với cái ví von của tôi:

"Lãnh thổ thơ tôi, một cõi Em / hàng trăm chánh thất, chỉ một tên / và không cung nữ, không hoàng hậu / lộng lẫy trong cùng một dáng Em" (Mời Em Lên Ngựa)

Ngoài mẫu bìa, tập thơ còn có sáu phụ bản đều do Đinh Cường minh họa, dĩ nhiên cũng còn có cái khỏa thân rất nghệ thuật. Thơ in xong, sách nằm trong tay, tôi sung sướng vô cùng. Bạn đọc có thể chẳng cần biết đến nội dung những bài vớ vẩn trang trong. Có một cuốn sách với một mẫu bìa đầy nghệ thuật, hẳn sẽ làm sáng cả tủ sách.

Châu Bích, Đinh Cường, LH và Lý tại phố cũ Montréal

Năm 1995, nhà văn Hồ Đình Nghiêm, em vợ Đinh Cường qua thăm ngôi nhà mới đồ sộ (so với bè bạn chúng tôi) của anh chị mình tọa lạc tại đường Natick Road vùng Burke, Virginia. Lúc trở về Montréal, Nghiêm giao cho tôi bản vẽ chân dung Luân Hoán bằng màu nước, mà Nghiêm nói, Đinh Cường đã ngồi nhớ và vẽ dưới một gốc cây trong sân nhà. Tôi nhận tranh vô cùng cảm động, nhưng không làm được câu thơ nào để tạ lòng anh. Sau Nghiêm, nhà văn Song Thao cũng ghé thăm Đinh Cường. Lúc trở về anh Song Thao chuyển lời Đinh Cường: *"Đã dành cho 'ông thầy' một chỗ nghỉ ngơi, tha hồ phơi chân, không phải ngại, không phải xấu hổ, lúng túng".* Đinh Cường, gọi đùa tôi là "ông thầy" với Song Thao. Có lẽ tôi là ông thầy mê tranh khỏa thân, mê người đẹp chăng? Có mấy ai không đam mê nghệ phẩm này?

Như đã nói trên, tôi là người thường quấy rầy mấy ông bạn họa sĩ. Sau khi thân tình đã tốt đẹp, tôi lợi dụng sự dễ dãi của Đinh Cường để xin anh nhiều mẫu bìa cho tôi, cho bạn tôi, cho em tôi, mà quên đi cái phí khoản mua màu, mua cọ. Để có một bìa sách, thường phải năn nỉ họa sĩ nhận cho vài trăm đô la. Tôi nghèo, Đinh Cường biết. Cái tình tôi với văn học nghệ thuật, Đinh Cường biết, nên anh luôn luôn vui vẻ thực hiện những yêu cầu của tôi, không một đòi hỏi, thắc mắc. *Đong Đưa Cuộc Tình*, tập truyện của Song Thao, bìa Đinh Cường. *Tình Thơm Mấy Nhánh*, thi phẩm của Lê Hân, bìa Đinh Cường. Và còn hàng trăm tác phẩm khác được Đinh Cường trau chuốt phần hình thức, thật không có thể kể hết. Năm 2005, em tôi, Lê Hân thực hiện cuốn *Luân Hoán-Một Đời Thơ*, gồm nhiều tác giả viết. Tôi lại nhờ Đinh Cường làm bìa. Bìa vẫn đẹp. Lần này, chân dung tôi, anh vẽ có phần trẻ ra. Anh không muốn tôi già, nên cố tình quên đi hàng ria phất phơ mươi cái của tôi. Lý bảo: *"Chắc anh Cường muốn cho anh có thêm bồ nhí nên trang điểm cho anh kỹ thế, trẻ như thời đang yêu".* Có thể thế thật, tạ ơn bạn hiền. Năm 2006, tôi cho tái bản cuốn *Tác Giả Việt Nam*, lại gọi anh. Đinh Cường than: *"Loại sách này rất khó làm bìa".* Nhưng rồi một mẫu bìa vừa trí thức vừa nghệ thuật được Đinh Cường nhờ cậu con là nhà thơ kiêm họa sĩ Đinh Trường Chinh *scan*, chuyển qua cho tôi theo đường điện thư. Liền sau đó Đinh Cường in ra giấy và chuyển bản mẫu qua theo đường bưu điện. Đã có công suy nghĩ vẽ ra, lại tốn công hao của gởi đi, Đinh Cường quả thật đã thương tôi và thật sự trân quý những công việc có tính cách văn học. Mẫu bìa thật xuất sắc, rất nhiều bạn thích. Đinh Cường giải thích ngắn vài dòng, đại ý tôi còn nhớ: *"Hình chữ S tượng trưng cho Việt Nam thông suốt mọi miền, như bạn không phân biệt khi chọn lựa tác giả để giới thiệu. Tranh nhỏ một bên là hình ảnh sự sung túc, phong phú như đàn én đang xây tổ"*. Có lẽ đây là một ngoại lệ Đinh Cường dành cho tôi. Cùng với *Tác Giả Việt Nam*, tôi còn cho in tập hồi ký rời thứ nhất với tên *Quá Khứ Trước Mặt*, viết về những vùng đất tôi đã có dịp gắn bó. Đinh Cường lại chọn cho tôi ảnh một tác phẩm mới nhất của anh để làm bìa. Anh hứa bảo đảm không cho bất cứ ai hoặc báo chí nào sử dụng tranh này. Cái tình anh dành cho tôi thân thiết đến vậy. Tôi đành phải nợ anh, không thể trả, không muốn trả. Một đôi lúc chợt nhớ cái dáng người bệ vệ của anh, với những bước đi chậm rãi, cùng tiếng cười lời nói từ tốn, tôi viết chơi mấy câu:

"vườn nhà phong diệp trải / quơ chổi gom thành thơ / cà phê ngày mấy cữ? / nhớ bạn, thèm giang hồ / lợp màu lên mặt vải / ngùn ngụt mắt Tuyết Nhung / dẫn sơn cọ trôi miết / trong thế giới vô cùng"

Các bạn đọc đừng quên, người bạn họa sĩ của tôi làm thơ rất tới, viết tùy bút rất hay và cảm động, nhất là những đoản văn dành cho một bè bạn nào đó chẳng may bỏ cuộc chơi ở thế gian. 'Nói có sách, mách có chứng', xin mời đọc một vài bài thơ của một cây cọ có da thịt, có hơi thở:

bài 1: Trưa Trên Phố Clarendon (tặng Phó Ngọc Văn)

"lỡ trưa tôi đi trời nắng xế / đâu có ai về trên phố Clarendon / đâu có mái tóc mượt mà gió lộng / mà nghe như tiếng thánh kinh buồn / rồi lại mùa thu vàng lá rụng / em có buồn nhìn trời thu không / ước chi về đi dưới trời mưa bụi / ôi Huế rêu phong ủ kín trong lòng / lỡ mai tôi đi về dưới suối / vàng mơ một giấc ngủ êm đềm / thì cứ như là mây với gió / gió dạt xô về muôn tiếng chim / rồi lại em qua đồi cỏ ấy / gỡ cỏ may hồng em nhớ ai / đời nghiêng nghe chút sầu thiên cổ / trưa một mình đi phố lạ người" (Đinh Cường)

bài 2: Vẫn Rừng Cao Su Của Ta (tặng Trịnh Công Sơn)

"Hãy chảy nhựa lại đi / những cây cao su đã từ lâu tội nghiệp / mùa mưa tới rồi lá hãy thêm xanh

những chiều ta qua rừng Bình Long / buồn không biết mấy / ôi những rừng cao su nuôi tuổi nhỏ ta / mang đầy vết thương tàn nhẫn

/ làm sao ta lấy nhựa làm trái banh / những người phu không còn đi lấy mủ

Bây giờ những xác người làm rừng cao su sợ hãi / bom đạn tha hồ rơi như mưa / những chiếc lá úa phủ đầy trên hố thẳm / ta bước đi buồn quá đổi chiều nay / những chiều rừng cao su lá phủ / những chiều mặt trời không thấy ta nhỏ nhoi

ngày xưa chạy chơi trong rừng cao su đầy mộng mị / ta ôm trái banh còn thơm mùi nhựa mới / nay ta về sau bao nhiêu năm / bao nhiêu năm rồi rừng cao su ơi / những cây cao su già đã chết / như người u già của ta

hãy chảy nhựa lại đi / những cây cao su vừa đến tuổi / chiều nay ta ngồi nghe chim hót một mình / thứ chim hoàng hôn kêu gào thảm thiết / nhớ bạn bè ta nổi trôi lênh đênh / những giọt rượu nồng đã cạn / những đêm sương mù phủ đầy ta trên Dran / hay bờ biển nào hoang vu nhất / cho ta gửi lời thăm chiều nay

chiều một mình ta nhớ một chiếc hôn / hãy đem cho ta trái banh bằng nhựa mới / ta đá một mình, tuổi nhỏ tàn phai...

hãy chảy nhựa lại đi / rừng cao su ơi / một ngày bình yên nào trở lại / một ngày mưa nào thơ mộng quá đi thôi"

(Đinh Cường 29-4-1969)

Sau một tháng bày tranh ở thành phố Houston, Texas, Hoa Kỳ từ 15 tháng 9 đến 15 tháng 10 năm 2005, Đinh Cường còn có vài cuộc triển lãm khác trên đất Mỹ. Tháng 5/2006 này anh sẽ về Việt Nam trong nhu cầu hâm nóng những nhan sắc, tình người, dân tộc, để chuẩn bị cho loạt tranh mới trong tương lai. Tôi không rõ, lần về này anh có bày tranh ở đâu đó không? Hai người bạn thân của anh, Trịnh Công Sơn, Bửu Chỉ đều đã ra đi. Hẳn nhiên Đinh Cường sẽ buồn ghê lắm, khi phải ghé về những điểm kỷ niệm cũ. Ai có thể không chia tay với cuộc sống? Những gì để lại chưa chắc đã tới đâu, nhưng đã yêu nghệ thuật, đã lỡ sinh hoạt, đều luôn luôn tiến về phía trước. Đinh Cường cũng vậy. Anh chưa dừng bao giờ. Con người mộng du nhan sắc ấy, tìm thấy hạnh phúc trong từng giây ngồi trước giá vẽ, trong từng phút thư giãn bên vợ con, trong từng giờ cụng lời nói ấm áp cùng bè bạn. Anh trở thành một ông anh mẫu mực, tôi muốn hao hao giống một phần nào. Đọc lời nhắn của Đinh Cường email: *"sẽ mang Tác Giả Việt Nam, Quá Khứ Trước Mặt về khoe với bè bạn ở Việt Nam rồi tặng lại Dương Nghiễm Mậu hay Bửu Ý"* tôi lâng lâng niềm vui. Bài viết về anh tôi gắng ngồi gõ trong cái nóng đang bắt đầu tới thăm Montréal, để anh tạm đọc kịp trước khi về quê nhà. Đâu có ích gì cho anh. Nhưng tôi nôn nao muốn thế. Bọc hành trang lên đường của Đinh Cường hình như bao giờ cũng gọn nhẹ. Lần này không chừng thêm được vài *gram* cái chân tình của tôi. Nhớ nhét vào lòng nhé, ông anh!

Luân Hoán

Ghi chú thêm:

THE ART OF DINH CUONG là một tuyển tập những bức ảnh chụp 28 tác phẩm sơn dầu của Đinh Cường, được Viet Art Gallery ấn hành tại Hoa Kỳ nhân dịp phòng tranh Đinh Cường mở cửa tại thành phố đông người Việt Houston, Texas, USA năm 2005. Trong tuyển tập in màu này có khá nhiều tranh thiếu nữ nổi tiếng như: *Woman with Scarf* (Oil on canvas 24"x30", 2004), *Pink Nude* (Oil on canvas 24"x30", 1994), *St. Joseph, Montréal* (Oil on canvas 30"x30", 1993), *Moon, Girl, Heather* (Oil on canvas 30"x30", 1991), *Nude and Cobblestone* (oil on canvas 24"x24", 1993), *Summer Lotus* (Oil on canvas 24"x30", 2005), *Pilgrimage* (Oil on canvas 24"x30", 2004), *Girl and Flowers* (Oil on board 14"x18", 1998), *Tree Turning Red* (oil on canvas 48"x60", 1989), *Stage* (Oil on canvas 24"x30", 2005) cùng nhiều tác phẩm thể hiện nhiều chủ đề, trong đó có bức Sympathetic Abyss (oil on canvas 22"x28", 2005) Đinh Cường rất thích, chọn cho tôi làm bìa tập Quá Khứ Trước Mặt.

PHẠM CAO HOÀNG

CHIỀU NGỒI TRONG STARBUCKS

Nhớ anh Đinh Cường, 10 năm

Chiều ngồi trong Starbucks
nhìn ra phía bên ngoài
thấy con chim màu đỏ (1)
đậu trong hoàng hôn phai.

Thấy người thi sĩ ấy
từ phương xa trở về
ngồi trên thềm đá cũ
viết một ngàn bài thơ.

Thấy người họa sĩ ấy
tâm rất thiện và lành
ngồi trong căn phòng nhỏ
vẽ một ngàn bức tranh.

Thấy người quân tử ấy
đi bộ sau cánh rừng
tiếng còi tàu để lại
một vệt buồn sau lưng.

Thấy người hiền sĩ ấy
trong tịch mịch im lìm
dưới ánh đèn mờ ảo
cào lá ngoài sân đêm. (2)

Chiều ngồi trong Starbucks
chiếc bàn cũ đây rồi
mười năm người biền biệt
còn lại một mình tôi. ■

Virginia, tháng 1. 2026

(1) Cardinal (Chim hồng y), loài chim biểu tượng của tiểu bang Virginia. Cardinal có bộ lông màu đỏ nên họa sĩ Đinh Cường gọi là chim đỏ. Hình ảnh con chim này thường xuất hiện trong tranh Đinh Cường giai đoạn ông sống ở Virginia (1989 – 2016).
(2) Tựa đề một tập thơ của Đinh Cường.

HOÀNG CHÍNH

GIAO THỪA, Ở LẠI...

"Chừng nào nó mới chịu về cho mình cúng giao thừa?" Tiếng thì thào luồn qua khe hở vách ván gỗ, quyện vào tấm màn mỏng, xoáy vào tai hắn. Giọng của mẹ T. Nãy giờ bà thì thầm nói chuyện với con gái, nhưng lại cố gằn từng chữ khi nói câu ấy để âm thanh nổi cộm lên cho hắn nghe. Hắn phải nghe thấy và khi nghe được thì hắn phải biết điều để xin phép ra về. Bảy tám giờ tối rồi. Hắn đưa tay nhìn đồng hồ. Chỉ còn vài tiếng nữa thôi. Điệu này thì phải về thôi. Đợi mẹ nàng nói thẳng vào mặt lần sau làm sao dám vác xác lại đây nữa. Mình biết mà, hắn nghĩ thầm. Vậy là sau bao nhiêu năm trời đưa đón, sau vô vàn những khát khao, vẫn chưa một lần được ở cạnh nhau đêm giao thừa. Anh chỉ muốn nhìn vào mắt em. Ơi, đôi mắt có ánh nhìn sâu thẳm. Ánh mắt chứa đầy ngôn ngữ lạ. Thứ mật ngữ sau bao năm tháng bên nhau hắn vẫn không tài nào hiểu hết. Anh cần nghe cho ra những lời ấy. Biết đâu mai mốt nhà em có chuyến vượt biên. Em đi rồi anh biết tìm ai để giải mật.

Căn phòng bỗng trở nên ngột ngạt. Không gian chùng xuống. Hắn nghiêng đầu lắng tai nghe. Mẹ nàng vẫn thì thào gì đó. Lần này tiếng thì thào chìm xuống âm vực thấp hơn để hắn khỏi nghe thấy, và T. cũng nói gì đó bằng tiếng thì thầm rất ấm, rất xa. Tiếng thì thầm vô cùng quen thuộc với hắn.

Mới hai ba hôm trước. Nàng đạp xe xuống thăm, báo cho hắn cái tin động trời. Hắn á khẩu. Ngực hắn thắt lại. Hắn quay mặt ra cửa sổ, nhìn xoi mói vào những đám mây, như cố tìm một cánh chim đang lăm le lao xuống, vồ lấy nàng, tha đi, như con đại bàng trong cổ tích. Nàng đứng sau lưng hắn. Lặng thinh. Một lát, nàng níu tay áo hắn. Hắn xoay người lại. Hình ảnh nàng nhòe nhoẹt như bức tranh màu nước trên bối cảnh nhập nhòa cái khung căn phòng có một chiếc bàn học cũ, một chiếc ghế cũng cũ có lưng dựa đã long đinh, một cái tủ gỗ nhét đầy những sách còn sót lại sau những đợt hỏa thiêu tập thể, và một tấm nệm nhỏ ở góc phòng gạ gẫm xóm giềng vừa bán vừa cho mãi mà chẳng ai thèm mua. Nàng nhìn hắn. Những ngón tay bấu chặt tay áo hắn. "Em sẽ không đi đâu hết." Câu nói như tiếng nổ bất ngờ của viên đạn pháo kích thuở còn chiến tranh, trong không gian chết lặng của căn phòng. Hắn bừng tỉnh. Nhìn nàng bằng ánh mắt pha lẫn ngạc nhiên và biết ơn, hắn há miệng nhưng không thốt ra được bất cứ âm thanh nào. "Em không chịu nổi khi thấy anh khóc," nàng nói nhỏ. Hắn chớp mắt. Hắn nhớ lúc nàng kể về việc nhà nàng đã liên lạc được với chủ ghe, hắn đã cắn răng nín lặng cả mười lăm phút, rồi buông xuôi đôi cánh tay, "Hay là em cứ đi với ba mẹ…" hắn đã liều lĩnh nói ra câu ấy rồi quay mặt đi. Nước mắt tự nhiên ứa ra. Hắn cố nhìn rõ vào những tảng mây mùa hạ trắng nõn trên bầu trời. Có một đôi chim lượn trong khung trời hình chữ nhật ấy. Không phải chim đại bàng. Đôi chim ấy cũng nhòe đi trong mắt nhìn của hắn.

Rồi lúc gặp nhau khi hắn lại trường đón nàng bữa hôm Ông Táo về chầu trời, nàng kể lại cho hắn nghe rằng nàng đã nói với mẹ là nàng sẽ ở lại. Nàng sẽ không vượt biên. Nàng kể một cách sôi nổi từng câu đối thoại của hai mẹ con. "Bố mẹ với mấy em cứ đi, con ở lại đây…." "Mày ở lại làm sao mày sống?" "Con sẽ sống được. Con có nghề nghiệp." "Còn hai năm nữa mới ra trường mày sống bằng cách nào?" "Con có trợ cấp sinh viên…" Nàng ngưng kể, nuốt nước miếng như nuốt cái nghẹn ngào rồi ôm ngực nói với hắn là lúc ấy nàng tưởng mình sắp nghẹt thở khi nhìn vào đôi mắt của mẹ. Một lát, mẹ nàng hỏi, "Nhà mình đi rồi họ sẽ tịch thu nhà, mày sẽ ở đâu?" Nàng không có câu trả lời. Nàng lại ngưng kể, lại nhìn vào mắt hắn. Hắn đọc ra câu nàng ngầm nói rằng hai đứa sẽ về ở với nhau trong căn nhà trống trải ở ngoại ô, nơi bố mẹ và bầy em của hắn đã bị người ta xua về vùng kinh tế mới. Nàng kể cho hắn nghe chuyện động trời ấy. Bố mẹ nàng mới tìm được mối có ghe vượt biên. Bố mẹ nàng có ý đồ trốn ra nước ngoài. Ở đất nước này, tội ấy nặng lắm. Vậy mà nàng Mỵ Châu dám kể cho tên Trọng Thủy - là hắn - nghe. Nghe xong Trọng Thủy lo cuống lên. Thế là hơn sáu năm nhùng nhằng tình ái sắp tan thành cụm khói đen ngòm phụt ra từ lò than một chiếc xe vận tải cộc kệch nhan nhản trong thành phố. Chiều nay, 30 Tết, hắn lại thăm người tình, thầm dự tính sẽ ở lì tới nửa đêm để đón giao thừa với nàng. Bất kể nhà đông người. Chỉ cần có nàng là đủ. Ngồi xa, ngồi gần gì cũng được. Chỉ cần một lần thôi.

"Giao thừa đến nơi rồi." Mẹ nàng lại cao giọng, kéo hắn về căn nhà có cổng sơn màu xanh ở lối vào chung cư Nguyễn Thiện Thuật. Ấy là khi bà muốn hắn nghe được. Hắn hiểu. Hắn sẽ phải xin phép ra về. Chiều 30 Tết. Hắn nghĩ đến những đứa bạn cùng lớp. Hôm đầu tuần trong tổ của hắn có màn bốc thăm xem ai sẽ phải trực đêm giao thừa. Đứa nào cũng thầm vái van để đừng bị trúng thăm. Hắn cũng vái van dù hắn không biết phải xin xỏ với ai để đêm giao thừa không phải trực bệnh viện. Đêm giao thừa được ở bên nàng. Chả để làm gì hết, nhưng có nhau giây phút trời đất giao hòa cũng làm lòng mình ấm lại. Mỗi năm chỉ có một lần giao thừa. Cuộc bốc thăm ngắn gọn. Và hắn thoát nạn. Hắn không phải trực bệnh viện đêm giao thừa. Đứa bạn bị trúng thăm cái mặt méo xệch. Lũ bạn nhìn cái đứa trúng thăm ấy bằng cái nhìn cảm thông. Thôi cố lên. Phần số đã định. Năm nay xui xẻo thì năm tới may mắn. Hãy cứ tin như thế. Dạo này phòng cấp cứu tràn ngập nạn nhân từ những thôn làng sát biên giới Việt-Miên đổ về. Những người may mắn không bị mất đầu vì nạn "cáp duồn" thì thân thể cũng bị băm vằm tan nát. Đêm ba mươi Tết, chạy lên chạy xuống hành lang bệnh viện, xớn xác ra vào phòng cấp cứu. Những thân người gẫy gập, những con mắt vô hồn. Máu me nhầy nhụa khắp chung quanh. Cả tháng trời nay bọn hắn đã mờ hai con mắt bởi nhìn đâu cũng thấy đỏ loét một màu. Trời đất quay cuồng. Không gian tanh nồng mùi máu. Lặn ngụp trong cái cảnh, cái mùi ấy tưởng phát điên lên được. Nhất lại là lúc năm hết Tết đến. Và nhà người yêu của hắn lại vừa bắt mối được với người chủ một chiếc ghe có khả năng vượt qua những cơn bão nhiệt đới ở Vịnh Thái Lan.

Suốt buổi chiều, hai đứa ngồi với nhau trong phòng khách. Lâu lâu mẹ nàng gọi nàng vào, sai bảo gì đó. Xong việc nàng lại ra ngồi với hắn. Thỉnh thoảng hai đứa lại giật mình vì tiếng pháo đùng ngoài ngõ. Chắc là bọn trẻ con nhặt được đâu đó, đem ra đốt với nhau. Chả biết nói gì. Chuyện học hành, chuyện thi cử, chuyện ra trường, chuyện phân công đi nhiệm sở... bấy nhiêu chuyện nói hoài rồi cũng hết. Lần nào gặp nhau cũng chừng ấy chuyện. Hôm nay cũng vậy. "Ra trường anh tính xin về đâu?" Nàng hỏi. Hắn cười. Chẳng biết phải xin về đâu nên hắn lảng đi bằng cách kể chuyện đứa bạn học sư phạm. Học xong, được phân công về Bình Định. Nghe đến cái địa danh, nó bỏ ngang. Không đi trình diện. Bạn bè hỏi lý do nó bảo chỉ vì hai câu thơ. *Ai về Bình Định mà coi. Con gái Bình Định múa roi, đi quyền.* Nàng cười. Cái cười lặng lẽ, cái cười không ra tiếng như nàng vẫn cười với hắn. "Làm như con gái Bình Định dữ lắm vậy." Nàng bảo. Hắn bênh bạn, "Chẳng biết có dữ hay không nhưng biết chắc là có võ, biết múa roi, đi quyền." "Mình không làm gì thì việc gì phải sợ." Nàng chống chế. Câu chuyện đang hào hứng thì tiếng mẹ nàng vọng ra từ phía sau tấm vách ngăn phòng khách với phòng bên trong, "T. ơi vào mẹ hỏi cái này." Nàng dạ, và cười với hắn, rồi đi vội ra sau. Tiếp đến là những tiếng thì thầm. Rồi câu hỏi rành mạch từng chữ (và không thì thầm) rằng chừng nào nó mới chịu về cho mình cúng giao thừa.

Hắn ngồi rũ ra trên ghế, chờ. Chợt từ trên gác vọng xuống tiếng nhạc. Hắn giật mình. Nhạc này mà ở ngoài nghe được là phiền lắm. Gì mà "Đâu đấy vu vơ vài tiếng pháo giữa lòng quê nghèo còn binh đao..." Lòng hắn chợt thắt lại như lúc ngồi trong lòng chiếc xe đò lao xuống con dốc ven sườn núi. Thật tình cờ. Ngay cái giờ chuẩn bị đón giao thừa, những lời hát về một mùa xuân đến muộn khi không xoáy vào tai, làm lòng hắn lao đao. Buổi hẹn hò hôm nay đúng chiều 30 Tết. Ngoài những chuyện đã nói hoài cho nhau nghe, cả hai cùng còn xôn xao chuyện sinh viên hai trường Y và Nha được nhắc nhở tình nguyện đầu quân đi yểm trợ chiến trường Kampuchea. Lẽ ra họ phải đưa nhau đi ăn chè để mừng hắn thoát nạn. Những mẩu đối thoại của hai người dạo lại trong óc hắn. "Sao liều thế?" nàng nói, giọng ươm mùi trách móc. "Lỡ người ta tống đi luôn như thằng X thì sao?" Nàng nhắc đến thằng em trai giờ này đang theo đoàn quân rong ruổi trong khu rừng nào đó trên đất Kampuchea. "Cũng phải liều chứ," hắn gật gù. "May ra thì sống. Với lại... nghĩa vụ quốc tế mà." Hắn mỉm cười sau câu nói. Nàng bảo, "Nghĩa vụ cái khỉ khô!" "Tội nghiệp thằng H." Hắn nhắc tên đứa bạn vừa bị đuổi học. Nhà trường lập một danh sách cho sinh viên được tuyển chọn gia nhập bộ đội. H và hắn có tên trong danh sách ấy. Sáng nay là lễ ra quân. Hắn chuẩn bị khăn gói, giã từ trường Y, lên đường làm nghĩa vụ quốc tế sang chiến trường Kampuchea. Bạn hắn không trình diện. Kết quả, những đứa đến trình diện được tuyên dương và cho về tiếp tục đi học. Những đứa không trình diện lập tức bị đuổi học. "Tội nghiệp ông H." nàng thở dài. "Học đến năm thứ năm mà bị đuổi thì đi đâu bây giờ." Hắn lặng thinh một lát rồi buột miệng, "Về phường khóm làm y tá chích dạo."

Hôm nay hai người có thêm chuyện ấy để nói với nhau. Nhưng chuyện trò chưa thấm vào đâu thì mẹ nàng lại réo, "T. ơi vào mẹ hỏi cái này." Và bây giờ hắn ngồi dính vào chiếc ghế có cái nệm mỏng dựa lưng chờ nàng. Hắn muốn thành cái bàn, cái ghế của nhà nàng. Để được ở lại mãi trong căn nhà này. Với nàng. Đêm 30 Tết. Hai mẹ con nàng thì thào gì đó thật lâu. Chắc là chuyện mấy cây vàng thì đủ cho cả nhà đi nước ngoài. Hắn đoán vậy.

Tiếng guốc gỗ gõ nhẹ trên nền gạch bông. Nàng rón rén trở ra với hắn. Hắn rụt rè đứng dậy, "Anh phải về." Nàng nhướng mắt nhìn hắn, ngập ngừng, "Anh... về à?" "Ừ, phải về. Tối rồi." Chắc nàng ngạc nhiên vì câu trả lời của hắn. Vì đôi mắt nàng tròn lên. Một vết nhăn lờ mờ hiện ra trên trán. Thường ngày, hắn có thể ngồi hoài ở phòng khách nhà nàng. Nhiều khi chẳng có gì để nói. Hai đứa lặng yên. Nhìn nhau. Nhìn chán rồi mỉm cười vu vơ. Và khi không thể ngồi lâu hơn nữa, hắn lọc cọc đạp xe suốt từ Sài Gòn về cái xóm tối tăm vùng ngoại ô của hắn. Về đến nhà bao giờ cũng đã quá nửa đêm. Vì vậy khi nghe hắn thở ra "tối rồi", nàng chắc phải ngạc nhiên. Bởi giờ này mới hơn tám giờ tối.

Nàng đứng im tại chỗ. Rồi ngập ngừng vài giây nàng nói nhỏ, "Để T lấy cho anh cái này," và nàng xoay người bước đi. Hắn nhìn theo cái dáng mỏng, mềm. Lòng xôn xao như thể cả một vườn hoa cùng nở rộ trong tim hắn.

"Nó chưa chịu về à?" Giọng sửng sốt của mẹ nàng khuấy lên khoảng tĩnh lặng của căn phòng. Thì ra bà vẫn ngồi đâu đó phía sau tấm bình phong. Hắn vểnh tai nghe. Giọng nàng đầy nhẫn nhịn, "Anh ấy sắp sửa về." Mẹ nàng càu nhàu, "Giao thừa đến nơi rồi."

Tiếng nhạc trên lầu lại vọng xuống đúng lúc nàng ra tới. Ai đó vặn cho âm lượng lớn lên như thể muốn cho hắn cùng nghe. Vẫn bài hát ấy. Vẫn những lời da diết ấy. "Chiều 30 Tết ta còn gì cho nhau..." Câu hát làm lòng hắn rưng rưng. Nàng đưa cho hắn cuốn sách mỏng. "Sách gì đây?" hắn vừa đưa tay đón lấy vừa hỏi nhỏ. "Để đọc mấy ngày Tết" là câu trả lời vắn tắt của nàng. Hắn mân mê cuốn sách trong tay. Cuốn sách mỏng. Những trang giấy trong ruột sách màu vàng nâu. Màu giấy cũ kỹ như thể đã có từ thế kỷ nào. Hắn chăm chú nhìn cái bìa cuốn truyện của một tác giả người Nga. Cái tên viết theo phiên âm tiếng Việt trúc trắc khó đọc. Nàng chỉ ngón tay lên bìa cuốn sách, "Ông ấy cũng là bác sĩ đấy."

Hắn ngập ngừng bên khung cửa. Nàng đứng cách xa hắn đúng một sải tay. Tóc thả sau vai. Và đôi con mắt buồn. Hắn muốn ôm lấy nàng nhưng không dám. Tiếng nhạc vẫn từ trên lầu vọng xuống căn phòng khách vuông vức. Hắn nghiêng đầu lắng nghe. "Giao thừa xuân muộn dạ không vui..." Hắn đờ người ra với nỗi buồn. Nàng nhướng mắt nhìn hắn ngạc nhiên trước vẻ lừng khừng của hắn. Và khi tiếng nhạc dứt hắn mới bừng tỉnh. "Anh cố nghe cho hết bài hát," hắn giải thích. "Ai mở trúng bài hát nghe hay quá." Nàng nhanh nhảu, "Bố đấy, từ lúc đi cải tạo về, bố cứ lén nghe nhạc vàng." Hắn gật đầu như tán đồng với ông bố nàng. Và bỗng dưng hắn thấy thương ông cụ. Lớn tuổi rồi, đi tù về chắc giờ này cũng đã thân tàn ma dại. Tội nghiệp ông. Dường như trên thế gian này ngoài nàng ra, ông là người duy nhất âm thầm về phe với hắn. "Mẹ la bố hoài," nàng thì thầm. "Mẹ bảo đã đi tù về còn không biết sợ." Hắn lại cười hiền. Rồi thì thầm, "Về nhá." Nàng lặng lẽ gật đầu.

Hắn đẩy chiếc xe đạp đến trước lấy trớn, rồi ngồi lên yên, nhanh chân đạp. Tiếng lạch cạch của dây xích khô dầu nghe gần gũi vô cùng với hắn. Đèn đường vàng vọt hắt bóng hắn xuống lề đường loang lổ. Cái bóng kéo lê trên những viên đá lởm chởm, trên những cụm rác rải đầy bên lề đường. Tiếng còi xe xôn xao lẫn vào tiếng loa phóng thanh đầu con phố.

Giờ này đi đâu đây. Hắn thầm hỏi. Bố mẹ và lũ em đang ở tận Kênh C, Cái Sắn theo lệnh hồi hương của nhà nước. Hắn còn đi học nên được phép ở lại thành phố để giữ căn nhà. Đêm giao thừa về căn nhà trống trơn hoang vắng như thế biết làm gì cho qua thời gian.

Hắn bất thần quay đầu xe. Một chiếc xích lô máy cắt ngang trước mặt suýt nữa gạt hắn ngã xuống đường. Tiếng chửi thề vang lòng con phố. Hắn đảo về ngã bảy, vào con đường Phan Thanh Giản. Gió mát vù vù vuốt ngược mái tóc dài của hắn. Hắn nhanh chóng gửi xe trong bãi đậu xe bệnh viện Bình Dân. Hắn hộc tốc chạy lên phòng trực sinh viên. Thằng bạn xui xẻo phải trực bệnh viện ngay đêm giao thừa đang cắm cúi trước chồng hồ sơ bệnh lý dày cộm.

"Đi đâu đây?" Người bạn ngước lên hỏi hắn.

Hắn chỉ vào ngực áo blouse của bạn, ra dấu cho bạn cởi nút áo, "Ông về đón giao thừa đi, để tôi trực thế cho ông đêm nay."

Bạn hắn sửng sốt, đờ người ra nhìn hắn. Một tập hồ sơ tuột khỏi bàn tay, rơi xuống đất. Anh ta vẫn ngồi trơ ra cả phút đồng hồ. Rồi anh ta lắp bắp, "Đêm nay... ba mươi Tết đấy!"

"Tôi biết," hắn gật gù. "Cho tôi mượn áo blouse của ông. Ông về đón giao thừa với bà xã và xấp nhỏ. Để tôi trực thế ông đêm nay."

Bạn hắn vẫn ngớ ra, tay mân mê cái ống thính chẩn vắt ngang vai, mắt nhìn hắn ngờ vực. Tiếng loa chợt réo lên, vang động khắp hành lang bệnh viện. Hắn nghe tiếng được tiếng không. "Yêu cầu... tất cả các bác sĩ và sinh viên... trực xuống phòng cấp cứu... ngay bây giờ..."

"Mau đi," hắn đưa tay xem đồng hồ, rồi nhìn đăm đăm vào cặp mắt ngơ ngác của bạn. "Còn vài tiếng đồng hồ nữa là giao thừa rồi. Về đi."

Bạn hắn đứng bật dậy, lắp bắp, "Chắc lại một đợt nạn nhân chiến tranh ở Tây Ninh hay Sóc Trăng đây thôi." Và anh ta nói không kịp thở, "Tôi ở lại đây với ông. Để tôi đi mượn cho ông cái áo blouse..."

Hoàng Chính

02 tháng 01, 2026

TN

NGÔ SỸ HÂN

NHỚ TẾT QUÊ NHÀ

1.

Con Bé Ba nghe người ta nói *Cu kêu ba tiếng cu kêu, Mong mau tới tết dựng nêu ăn chè* nhưng trong suốt cuộc đời, nó chỉ thấy một lần lúc còn quá nhỏ rồi từ đó về sau chỉ thấy tranh trong sách vở. Hình vẽ gợi lên trong tâm trí nó hình ảnh cây tre còn để một ít lá trên đọt cao không biết tới mấy thước mà ngó mút con mắt treo giấy hồng đơn có hình bát quái âm dương và sợi chỉ đỏ cột bài sớ táo quân "giả bộ" cuộn tròn lại. Tía nó nói phong tục này xưa lắm rồi, kể cả ở miền Bắc người ta cũng không còn theo.

Đó là lần cuối cùng con Bé Ba thấy tía nó đào đất trồng cây nêu ở gần hàng dừa bờ hào và mí ngoài ngay chính giữa cái sân gạch trong khi má nó nấu đồ ăn cúng đưa ông táo. Má nó kể rằng từ thời xưa ông táo là thần phụ trách việc bếp núc và sanh hoạt trong nhà của mọi gia đình, gồm ba cục đất sét hầm, hai cục nằm ngoài và cục kia phía trong. Thường các nhà nghèo chỉ có một cái lò chụm rơm nên người mẹ hay chị phải ngồi đó suốt thời gian cho tới khi nồi canh hoặc ơ cá chín rồi mới tới nồi cơm nấu sau cùng và dụi lửa.

Những gia đình khá giả chụm củi thì có tới hai ba cái lò. Sau, tiến bộ một chút người ta xài bếp cà ràng để tiết kiệm nhiên liệu và cái bếp gì nó không biết tên cũng gồm ba chấu thế ba ông táo và phía ngoài cong cong như cái vỉ kín mà khi nấu nướng củi lửa không vương vãi ra ngoài; đặc biệt có thể dời đi dễ dàng. Chuyện hai ông một bà chắc là tàn tích của thời tạo thiên lập địa mới có cái vụ đa phu chớ vào thời con Bé Ba biết chỉ có đa thê. Gia đình khá giả phải có tới hai ba bà vợ mới quán xuyến nổi một gia tài đồ sộ, nhưng nhà nó chỉ có mình má!

Sau rằm hạ nguơn thì còn đúng hai tháng rưỡi nữa là tới Tết. Ánh nắng mặt trời đã hanh vàng, và gió hiu hiu hơi se lạnh báo hiệu tàn thu. Mùa màng đã tạm xong một phần. Nhiều ruộng đã khô ráo cho đám con nít trong xóm chạy đá banh, có nơi nứt nẻ. Nông dân gom rơm rạ thành từng đống nhỏ rải rác. Tía nói, ngoài đốt cho chết cỏ dại, trong tro có nhiều chất gì đó như là phân có lợi cho mùa tới. Nhiều cột khói đốt đồng hòa quyện với khói lam chiều vẽ nên một cảnh đồng quê yên bình sau những năm đình chiến.

Chỉ lúa mùa là chưa thu hoạch, đợi tới cuối tháng Chạp mới đúng độ, có khi đến ra Giêng. Nhà nhà bất cứ giàu hay nghèo quê hay tỉnh đều *phải* bắt đầu lo chuẩn bị, mỗi người một việc nhưng mấy đứa nhỏ ăn chưa no lo chưa tới thì khỏe re. Các đứa lớn lo dọn dẹp vườn tược, gom chà chôm nhánh cây khô và lá lú đốt làm phân. Từ các cây lớn như cây dừa cây cau tới cây nhỏ như bưởi cam quít chanh vú sữa đều được nhận một miếng giấy hồng đơn hình chữ nhựt *chúc mừng năm mới*.

Dọn dẹp, quét bồ hóng những nơi mà mỗi năm mới chạm tới một lần nhứt là cái trang thờ Thiên Nhãn ở trên cao muốn tới phải leo lên cái thang. Đó là những chỗ mà nếu không có Tết chẳng ai để ý tới! Quét dọn trong nhà cho tới trước ngày đưa ông Táo về trời là mọi công việc phải hoàn tất. Tết là nỗi lo của cha mẹ nhà nghèo nhưng lại là niềm vui, niềm phấn khởi, và niềm hy vọng của bọn trẻ. Ít nhứt là ba ngày, ngoài cái chuyện bận đồ mới đi rong, tụi nó khỏi học bài mà được chơi bầu cua cá cọp, đánh bài, và nhứt là xài tiền thiệt!

Bà Chín bàn với ông chồng:

"Năm nay trúng mùa mình mua đồ cho tụi nhỏ sớm sớm một chút."

"Mua sớm làm gì?" Ông Chín thắc mắc.

"Mua sớm cho nó rẻ," bà Chín giải thích.

Đang đánh bóng các đồ đồng trên bàn thờ nghe có lý, ông không ngó lên, trả lời xuôi theo:

"Ờ, thì tùy bà."

"Thằng Bé Tư đã học Đệ Thất hổng cần quần tây ka-ki xanh áo sơ mi trắng nữa," bà lại nhìn ông Chín. "Nhưng phải sắm cho con Bé Ba hai bộ áo dài."

Theo thói quen cần kiệm xưa nay ông Chín ngừng tay ngó bà vợ:

"Chi tới hai bộ lận?"

"Đồng phục một bộ trắng một bộ xanh. Áo dài xanh chào cờ ngày thứ Hai đầu tuần nó bận đã bốn năm rồi," bà nhìn ông đang ngưng tay đánh bóng. "Năm nay nó lên Đệ Tứ rồi bộ ông không biết hay sao? Nói hổng phải se sua: Con gái lớn rồi mình phải cho nó ăn diện một chút chớ bắt nó bận đồ cũ hoài coi sao được!"

Chỉ những khi xúc cảm lắm, ông mới gọi bà bằng mấy tiếng thân thương:

"Ờ! Má thằng Bé Hai nói có lý."

Ông Chín lại nhớ tới chuyện khác, nhắc bà vợ:

"Nhớ dặn thằng Tư Trì dành rượu đế Gò Đen nhiều nhiều một chút, năm nay mấy đứa cháu cũng dìa," ông nói với tâm lý phấn khởi. "Thằng Bé Hai cũng dắt bạn nó dìa ăn Tết nữa."

Tới đầu tháng Chạp thì mọi việc tiến triển dồn dập, tất cả mọi sanh hoạt là chỉ dành cho Tết. Nhà không còn con trai lớn, mỗi năm vào đầu tháng Chạp ít nhứt một lần ông dắt thằng Bé Tư về *quê cũ* bên làng Long Thượng, nơi hồi đó cha của ông làm chánh tổng tổng Lộc Thành-thượng rồi qua đời chôn ở đấy luôn. Kế đó là thời kỳ giặc giã, hết thời Tây tới đàng trong, ông không có dịp cải táng mà dời về Phước Hưng. Sau khi dọn dẹp giấy mả cha mẹ xong, nếu có ông bạn học hồi xưa ở nhà thì nhiều khi ông nán lại uống rượu chơi và ngủ một đêm.

2.

Quấn điếu thuốc chưa vội đốt, hớp một ngụm nước trà, ông Chín ngó bà vợ:

"Mình coi nợ nần ai lo trả hết đi đừng để leo qua năm mới."

"Tui đã thanh toán hết rồi," ngẫm nghĩ một lát bà nói tiếp. "Còn con vợ thằng Ba Đời sao tui ngại quá!"

"Thôi kệ nó đi. Chắc nó kẹt chớ làm gì nó hổng biết tới Tết sắp hết năm!"

Bà Chín nghĩ tới thằng Ba Đời bị trúng gió mấy tháng trước, chép miệng:

"Tội nghiệp! Thằng chồng nó chết bất tử, nó làm quần quật mà hổng đủ nuôi hai đứa nhỏ, năm nay tụi nó trọng cả rồi."

"Mình coi nó còn thiếu gì thì cho nó."

"Để tui soạn ít đồ cho mấy đứa nhỏ."

"Cho nó thêm đồ ăn nữa. Người ta ăn thì còn, con mình ăn thì hết."

Ông đang đánh bóng cái lư hương, mở nắp hộp quẹt đốt thuốc, nói tiếp. "Theo phong tục những lễ lớn hoặc Tết nhứt người ta đốt trầm bỏ trong này, khói nó có mùi thơm dịu, bởi vậy mới kêu cái lư hương."

"Từ hồi tui dìa với ông tới giờ có thấy tía đốt đâu!"

"Sau đám cưới mình là chạy giặc thấy bà mà. Lúc đó Nhựt Bổn đổ bộ chớ hồi tía còn sanh tiền có đốt."

Rồi ông kể:

"Đốt trầm là cái kiểu hưởng thọ mốt thanh lịch của những người vai vế chớ dân dã đâu có ai biết. Hồi đó tía làm chánh tổng mà! Cho dầu chưa làm ông này bà nọ chớ tui cũng đã từng đọc một cuốn sách nói về nguồn gốc trầm, các đợt đi tìm trầm, phân biệt trầm giả và trầm thiệt.... Người ta đốt trầm vào dịp Tết và giỗ quải. Trong đình chùa người ta cũng đốt vào ngày lễ Vu Lan, lễ Phật Đản, và Rằm, mùng Một. Khi đốt lên nó có mùi thơm dịu ngọt như mùi gỗ nhưng mà cái mùi nó ngộ lắm..."

Bà ngưng xỉa thuốc cười ngắt lời:

"Thôi đi! Ông kể cái vụ đốt trầm trong lư hương chắc tới mai cũng chưa hết!"

Nhưng ông Chín vẫn tiếp tục:

"Cái này là theo phong tục tập quán lâu đời chớ từ hồi tía mất tới giờ tui cũng dẹp luôn."

Tới lúc ông đánh bóng bộ chưn đèn nhớ lại hồi đám cưới. Ông mở tủ thờ cẩn thận lấy cái gói giấy dầu, bốc ra thêm một lớp nhựt trình nhìn bà một cách trìu mến:

"Mẹ thằng Bé Hai nhớ cặp đèn cầy chưng ở đây hồi đám cưới mình hôn?"

"Nhớ chớ sao không," bà Chín bước lại ngồi kế bên ông chồng. "Chết tui cũng hổng quên nữa."

"Tui là con Rồng, mình là con Phượng đó," ông Chín sắp hai cây đèn cầy song song nhau trên tờ giấy nhựt trình.

Ông bà khen đèn cầy mà sao họ chạm đẹp con rồng con phượng y chang như hình vẽ.

"Ông đúng là con Rồng của tui mà!"

"Còn mình vẫn là con Phượng của tui đó!"

Cuộc tình sau bao nhiêu năm mà ông bà Chín vẫn nói chuyện bằng diễm ngôn như lúc mới thương nhau. Cặp đèn đám cưới ông vẫn gói cất kỹ trong tủ thờ chỉ đem ra chưng ba ngày Tết và lâu lâu hai vợ chồng cũng mở ra coi nhớ về những ngày hạnh phúc.

"Mới đó mà đã mấy mươi năm rồi," bà chép miệng, lại têm một miếng trầu.

"Hằng năm gần tới Tết lau chùi lư hương và bộ chưn đèn là tui nhớ tới ngày đám cưới của hai vợ chồng mình." Ông nói và hai ông bà trìu mến nhìn nhau.

3.

Con Bé Ba nhớ những năm trước, buổi sáng đó trời hơi se lạnh, lúc mấy con bạn chưa tới, mặt trời chiếu những tia nắng hanh vàng đúng y như các nhà văn tả trong sách vở, nghe bà Chín nhắc: "Hôm nay mày nhớ phụ má cúng đưa ông Táo về trời nha con!" Lúc nhỏ nó hăng hái giúp mẹ một tay nhưng từ hồi nó hơi hơi trổ mã thì vẫn câu trả lời: "Thôi má ơi, con hổng cúng đâu, lỡ tối Ba Mươi quên đón ổng về lại thì bếp núc cả năm nguội ngắt làm con đói meo sao!" Bà Chín dễ dãi cười nói: "Cái con nhỏ này!"

Đó là vì con Bé Ba đang bận rộn cùng với mấy đứa bạn viết thơ gởi ra mặt trận ủy lạo các anh chiến sĩ tiền tuyến theo *bắt buộc* của bà giám thị. Bà này nhiều chuyện là phải tại vì chồng của bả là lính chiến, nghe người ta nói ổng đi lính như làm thầy giáo, "sướng thấy bà," cứ vắng mặt ba bốn ngày là về với bả một ngày. Bả kể ông xã lái loại tàu bay gì có cái chong chóng trên lưng và có bánh xe ở dưới, cất cánh lên và đáp xuống thẳng băng tại chỗ chớ không có bắt trớn như mấy loại kia. Sau, chánh phủ bỏ loại đó mà thay vô bằng chiếc trực thăng UH-1.

Trở lại chuyện con Bé Ba viết thơ tình thời chiến. Tụi nó dân quê nên tên tuổi toàn là *nam Văn nữ Thị* như Nguyễn Thị Hai và Lê Văn Ba. Nhưng hầu hết tụi nó ghi địa chỉ giả mà tên hai chữ thiệt kêu như con nhà vương giả: Đặng Thị Bích Ngọc, Nguyễn Thị Hồng Nhung, Đào Mỹ Lệ, Lê Như Nguyện, Lê Thị Thu Hồng,... và đặc biệt có một o Huế tên Tôn nữ Thụy Khương. Riêng con Bé Ba cũng đề tên ma Nguyễn Thị Bé Năm nhưng ghi địa chỉ thiệt để ra Giêng nó nhận thơ của một anh chàng Chuẩn úy sữa. Vừa viết thơ xong thì má biểu rủ tụi bạn phụ gói bánh ít.

Bánh ít không thành vấn đề nhưng phải đủ hai loại nhưn đậu và nhưn dừa. Còn bánh tét trễ lắm phải một ngày trước Tết; không chỉ cho nhà mình mà còn đem biếu cho hàng xóm nữa. Chất liệu ngoài lá chuối, dây cột cũng bằng sóng lá chuối chẻ nhỏ phơi dốt dốt, nếp ngâm đúng độ, đậu xanh ngâm đãi vỏ, mỡ ướp sẵn với muối tiêu hành cho đậm đà. Thiệt ra nấu bằng thùng lớn tới gần cả chục tiếng đồng hồ bằng củi to không cần coi nhưng đám con nít thế nào cũng bu quanh bếp lửa hồng nói chuyện trên trời dưới đất.

Mặc dầu có đám con nít ngồi chơi nhưng thỉnh thoảng người lớn thế nào cũng ra coi chừng củi cháy lan ra ngoài đẩy vô hoặc thêm củi. Má nó dặn đủ điều trong mấy ngày Tết phải tỏ ra thùy mị đoan trang, ăn nói lễ độ, nhứt là không được nổi giận với bất cứ chuyện gì dầu nhỏ nhặt tới đâu đi nữa. Ngày mùng Một cữ quét nhà cho dầu có chút ít rác và xác pháo. Từ ngày mùng Hai trở đi mới được quét nhà mà quét từ ngoài vô trong để yên đó không được hốt vì theo ông bà xưa quét ra thì không còn tài lộc.

Tối ngày Ba Mươi con Bé Ba cố rán thức theo tía nó đặng đón giao thừa nhưng chịu không nổi nên chừng khoảng mười giờ hơn thì nó *đi luôn* tới bảnh mắt. Khi thức dậy là sáng mùng Một thì nơi cái bàn cẩm thạch hình chữ U một mình tía nó đã khăn đống áo dài ngồi uống trà một mình. Thằng Bé Hai kẹt cấm trại một trăm phần trăm chưa dắt bạn về được như đã hứa. Sau khi ông bà Tám đốt nhang cúng tổ tiên, Bé Ba và Bé Tư mặc đồ mới cùng lạy bàn thờ mừng tuổi ông bà; xong, chúc Tết cha mẹ bằng những câu học thuộc lòng "... an khang thịnh vượng, sống lâu trăm tuổi" và được lì xì tiền mới.

Ông già nó nói mùng Một Tết cha, mùng Hai Tết mẹ, và mùng Ba Tết thầy. Gia quyến bên ngoại ở xa tận làng Phước Lý với lại không còn ai nên má nó vẫn ở nhà. Ngày mùng Ba tía dắt thằng Bé Tư đi mừng tuổi những người lớn ở trong xóm, ý muốn giới thiệu thằng học sanh trung học trường công với các nhà có con gái tuổi cặp kê. Con Bé Ba cùng lũ bạn đi xuống trường Cần Giuộc thăm các thầy cô và bà giám thị. Bả giới thiệu cho mỗi đứa một anh chàng đeo *nửa cánh bay* đang ở phương trời xa tít mù khơi.

Những ngày Tết qua mau, tụi nhỏ đã hết cái thời mặc áo mới long nhong chơi đánh bài và bầu cua cá cọp!

Ngô Sỹ Hân

TN

VƯƠNG HOÀI UYÊN

XUÂN MUỘN

Cánh cửa sổ bị gió thổi bật mở tung, đập hai lần vào vách tường. Một cơn gió lạnh buốt thổi thốc vào phòng. Uyển vừa đóng cửa sổ vừa nghĩ chốt cửa đã hỏng, hôm nào rảnh phải sửa lại. Mùa này hay có gió chướng. Những ngày cuối đông năm nào cũng vậy, gió ào ạt và mưa phùn rất nhẹ, có khi kéo dài suốt tuần lễ. Ra đường cứ nghĩ là không mưa nhưng đi đầu trần một lát đã thấy ẩm tóc. Những buổi chiều gió lạnh ào ạt như chiều nay, Uyển thường nhớ tiếng chổi quét lá khô xao xác của nội trong mảnh vườn thời thơ ấu.Tiếng chổi xao xác và tiếng ho húng hắng của nội vẫn là những âm thanh khó phai nhòa trong một miền ký ức xa xăm. Rồi nội gom lá khô lại thành từng đống nhỏ, đốt lên trong buổi chiều muộn màng. Ý nghĩ trở về lại làm Uyển nao lòng.

Cả mấy tuần nay, Uyển cứ trăn trở với ý nghĩ nên về hay nên ở lại. Có mấy người bạn nhiệt tình nhận dạy thay để Uyển có thể về quê ăn tết sớm hơn một chút. Nhưng rồi chính Uyển cũng không quyết định được nên về hay nên ở. Ba mẹ lần lượt qua đời, anh chị em ly tán mỗi người mỗi nơi. Mảnh vườn xưa hoang vắng tiêu điều. Mỗi lần về lại mảnh vườn xưa lại thấy nhớ thời con gái xa xăm với bao nhiêu ước mơ đã vụn vỡ, nhớ quay quắt những bữa cơm gia đình thời còn đông đủ, với những tiếng cười đùa và mùi thơm của hương vị cá kho khô, tô canh khế chua hái ở sau nhà. Về để thắp hương cho ba mẹ ư? Uyển cũng có bàn thờ ba mẹ trong phòng. Uyển thắp hương ở đây cũng được. Con cái ở đâu, ba mẹ ở đó. Dù là đông con nhưng chắc ba mẹ cũng "tạt qua" nhà Uyển. Gọi là nhà nhưng chỉ là một căn phòng mười mấy mét vuông và một cô giáo muộn chồng. Thế giới của Uyển quá chật nhưng đôi khi lại trở thành quá rộng. Nhất là khi hàng xóm khóa cửa tắt đèn đi ngủ, chị lại thấy mình thật lẻ loi đơn chiếc trong thế giới của riêng mình. Quả thật không còn ai để sẻ chia. Thế giới của người ta đầm ấm tiếng cười. Còn Uyển thật lạnh lẽo và trống trải.

Không khí tết đã tràn ngập phố phường những ngày cuối năm. Đi dạy về đã thấy hàng xóm phơi những nong dưa món đủ màu: màu xanh nhạt của đu đủ, màu trắng muốt của củ kiệu, màu đỏ cam của cà rốt... trông như một bức tranh lập thể phơi trong nắng hanh vàng. Những núi dưa hấu xanh vỏ tròn căng chất đống bên đường. Hàng xóm í ới rủ nhau làm bánh, bận rộn tíu tít như muốn chạy đua với thời gian đang nhích dần từng giây từng phút đến với cái tết.

Suốt ngày hôm nay, Uyển bỏ thời gian ra để sắp xếp lại cái tủ sách vốn đã quá ngăn nắp – như để có việc mà làm, vì chị không sắm sửa gì cho tết. Với chị thế nào cũng xong, chị đâu có khách khứa gì nhiều, chỉ có mấy đứa học trò cũ – những đứa rất chân tình còn nhớ đến Uyển. Chúng đến, căn phòng trở thành quá chật, ồn ào một lát lại đi. Trả lại cho chị khoảng không gian lại trở thành quá rộng, như nỗi trống vắng trong lòng.

Buổi tối Uyển đang ngồi xem ti-vi thì điện thoại reo, từ một nơi cách xa hàng nghìn cây số, tiếng Thảo Nguyên vọng về:

- Dì Uyển còn thức hả? Con định tết này về ăn tết với dì được không?

Uyển hơi ngạc nhiên:

- Thế hả? Được chứ. Nhưng ba mẹ con có cho phép không?

- Đây là quyết định của con. Con sẽ báo cho ba mẹ con biết. Hiện nay con đã mua vé rồi, chiều mai hai giờ tàu chạy. Bảy giờ sáng mốt đến nơi. Con đi tàu SE2. Thôi thế dì nhé.

Uyển chưa kịp nói gì Thảo Nguyên đã cúp máy. Chị lắc đầu nói một mình, như thói quen của những người sống cô đơn: "Cái con bé này! Chắc lại giận mẹ nó đây."

Cú điện thoại bất ngờ của Thảo Nguyên đã quyết định dứt khoát cái ý tưởng nên về hay nên ở vẫn lảng vảng trong đầu Uyển. Chị vạch chương trình trong đầu: Sáng mốt đi đón Thảo Nguyên. Sau đó đi siêu thị mua sắm chút đỉnh. Hôm nay đã hai bốn tháng chạp, cái tết đã lừng lững đến gần sát nách.

Tàu đến trễ một giờ, nhà ga thông báo trong nỗi bực dọc của người đi đón và cả những người ra đi. Một số bỏ về, một số ngồi nán lại. Uyển cũng ở lại. Nỗi nôn nao chờ gặp người thân khiến họ kiên tâm chờ thêm một giờ nữa. Phòng đợi đầy người. Một bà ngồi gần Uyển bắt chuyện với chị như để giết thì giờ:

- Chắc chị đi đón con học xa về?

Uyển định nói rõ mối quan hệ, nhưng không hiểu sao chị lại gật đầu.

Bà nọ vui miệng hỏi tiếp:

- Chị được mấy cháu?

Uyển ngần ngừ và tiếp tục nói dối:

- Hai cháu.

Người đàn bà gật đầu cười:

- Hai cháu là quá đẹp. Đúng quy định.

Uyển nghĩ thầm: May mà bà ấy không hỏi tiếp: "Một trai một gái chứ?", và mình lại tiếp tục nói dối. Chị lảng ra ngoài hành lang đứng nhìn cây mai vàng nở rộ trước tiền sảnh nhà ga. Hoa đã nở nhiều nhưng vẫn còn bao nhiêu là búp xanh, chắc chắn nở kịp vào ngày tết. Lại thêm một trường hợp "đúng quy định" với đời. Chỉ có Uyển là ở ngoài những quy định của cuộc sống.

Một giờ sau tàu đến. Con tàu bám đầy bụi bặm đường xa mỏi mệt trườn vào sân ga, nằm thở phì phò như người chạy đua đến đích. Trong đám đông nhốn nháo, Uyển thấy Thảo Nguyên nhảy xuống tàu, vai mang ba-lô, túi xách, quần jeans, áo pull, tóc ngắn. Mới có vài năm không gặp mà trông Thảo Nguyên lớn quá. Dáng cao gầy và khuôn mặt của nó chính là khuôn mặt của Uyển thời con gái. Thảo Nguyên giống mẹ như tạc mà mẹ nó là em sinh đôi với Uyển.

Hai dì cháu đi bên nhau người ta sẽ nghĩ là hai mẹ con. Cũng như ngày xưa Uyển và Oanh giống nhau như hai giọt nước, người nhà cũng khó phân biệt, nói gì đến người ngoài. Họ giống nhau từ khuôn mặt, đến giọng nói, đến dáng dấp... Có thể nói người này là phiên bản của người kia. Chỉ có tính tình là khác hẳn, Uyển dịu dàng ân cần với mọi người, Oanh đốp chát gắt gỏng, ít quan tâm đến người khác. Mẹ bệnh, Uyển có thể thức trắng đêm, trong khi Oanh vẫn ngủ ngon lành. Hai tính cách hoàn toàn trái ngược đặt trong hai hình hài giống nhau như hai giọt nước, như một trò đùa của tạo hóa. Để phân biệt, mẹ bắt một trong hai đứa phải cắt tóc ngắn, Oanh không chịu cắt, Uyển phải hy sinh mái tóc dài óng ả. Cứ nhìn mái tóc mà gọi tên. Cả hai học cùng lớp suốt thời kỳ phổ thông, thầy cô giáo nào lần đầu tiên bắt gặp hai khuôn mặt ấy đều ngỡ ngàng. Giáo viên chủ nhiệm nào cũng tách Uyển một nơi, Oanh một nơi. Oanh vốn ghét những môn học thuộc lòng, và thường nhờ Uyển đọc hộ bài nếu bị kiểm tra. Thương em, Uyển đã nhân nhượng. Được vài lần trót lọt, có lần giáo viên nhìn vào sơ đồ lớp, phát hiện sự gian dối, Uyển bị giáo viên chủ nhiệm khiển trách. Thuở nhỏ Uyển hay gặp những rắc rối vì Oanh như vậy.

Lớn lên, vào đại học, xa nhà, hai chị em thuê chung một căn phòng trọ tự nấu ăn. Oanh hay đùn đẩy việc nhà cho Uyển, Uyển lại nhường em. Cái con người ra đời trước em mười lăm phút ngắn ngủi ấy lại mang trong mình trách nhiệm của một người chị lớn. Người ta thường nói những cặp sinh đôi thường rất yêu thương nhau, điều này chỉ đúng với Uyển.

Trong những năm tháng sinh viên ấy, Quân đã đến với căn phòng trọ bé nhỏ của hai chị em. Quân là bạn trai của Uyển. Ban đầu Quân cũng bối rối khi gặp Oanh mặc dù Uyển đã nói trước với Quân rằng Uyển có một đứa em sinh đôi. Quân thú nhận: "Anh đã gặp nhiều trường hợp sinh đôi, nhưng chưa thấy ai giống nhau như Uyển và Oanh. Anh thực sự không thể phân biệt được nếu không có mái tóc." Nhưng đó là sự khác nhau có sắp đặt, nếu không hai người cũng như một bức danh họa được chép lại, mà nếu không có con mắt nghệ thuật thì cũng khó lòng phân biệt. Quân chỉ còn biết "bám" vào mái tóc để nhận ra người yêu, mà cái điều ấy thì thật mong manh, nếu một ngày kia Oanh cũng cắt tóc ngắn. Có điều Uyển không hề biết là Oanh cũng yêu Quân. Khoa học đã chứng minh những cặp sinh đôi thường yêu chung một người. Điều này thì lại đúng với Oanh mà không hề đúng với Uyển.

Một lần nhận được tin mẹ đau nặng từ nơi quê nhà xa xôi, Uyển xin nghỉ học về quê đột ngột nhờ Oanh báo lại cho Quân biết. Đúng với bản chất thờ ơ của mình, Oanh thản nhiên ở lại. Rồi Oanh đột ngột cắt tóc ngắn, kiểu tóc y hệt như chị và nhập vai Uyển vẹn toàn. Không hề có chút nghi ngờ, Quân vẫn tưởng rằng Uyển ở lại, Oanh về quê thăm mẹ. Họ sống với nhau như những đôi tình nhân khác. Thật trớ trêu, lần đó bà mẹ đau nặng, Uyển phải ở lại quê nhà một tuần. Mẹ vừa bớt, Uyển trở lại nhận ra Oanh đã cắt tóc ngắn giống hệt mình. Oanh than trời nóng quá không chịu nổi mái tóc dài nữa. Thoáng một giây linh cảm giúp Uyển nhận ra mọi chuyện. Dĩ nhiên Quân không có lỗi gì trong chuyện này, nhưng Uyển vẫn thấy có một cái gì đổ vỡ không thể nào hàn gắn. Nhưng Uyển không phải là người duy nhất đau khổ, Quân cũng điên đầu vì ngang trái. Mấy lần Quân tìm gặp, Uyển đều tránh mặt. Quân gởi cho Uyển một bức thư phân trần mọi lẽ, xin Uyển tha thứ - mặc dù anh không có lỗi gì - Uyển vẫn lặng thinh. Tình cờ Quân đã gặp Uyển lần cuối trong một quán cà phê sinh viên, Uyển vẫn còn nhớ câu nói cuối cùng của Quân: "Em đúng là người có trái tim bằng đá". Họ xa nhau từ đó. Cho mãi đến bây giờ Uyển cũng không thể nào phân biệt được rằng hồi đó mình đã hành động vì một chút tự ái, hay vì muốn hy sinh cho Oanh.

Năm sau, Uyển lặng lẽ xin chuyển trường về học ở một thành phố khác. Oanh và Quân vẫn ở lại Sài Gòn. Một người bạn thân vẫn thường gửi thư cho Uyển kể chuyện: "Uyển biết không, Oanh đã lao vào Quân như con thiêu thân lao vào ánh lửa, bọn mình cược với nhau rằng trước sau gì Quân cũng "đổ" thôi". Và đúng là Quân đổ thật. Hai năm sau Quân lấy Oanh. Uyển ra trường đi dạy xa nhà, hai chị em ít khi gặp nhau. Có những cái tết vợ chồng Oanh về nhà thì Uyển ở lại. Rồi Thảo Nguyên ra đời, con bé có khuôn mặt, dáng dấp giống mẹ nhưng cặp mắt lại giống bố. Cứ nhìn vào mắt Thảo Nguyên, Uyển như thấy lại những năm tháng sinh viên của đời mình, những năm tháng có Quân và những con đường rợp lá me bay. Sài Gòn của một thời chợt nắng, chợt mưa. Mưa ào ạt nhưng thật ngắn ngủi, rồi nắng lại bừng lên bất ngờ như chưa bao giờ có cơn mưa. Sài Gòn bây giờ đã khác, mùa mưa kéo dài lê thê còn dài hơn cả mùa mưa ở miền Trung. Vào những ngày cuối năm tiết trời cũng se se lạnh gợi nhớ giờ phút giao mùa. Khí hậu đã đổi thay, lòng người cũng thay đổi. Quân cũng đã sống yên ấm bên Oanh – ít ra là cái nhìn từ bên ngoài. Còn bên trong, nào ai biết được. Uyển vẫn nhớ mình đã nói với Quân, khi hay tin Quân cưới Oanh: "Chỉ mong anh đối xử tốt với Oanh, từ nhỏ nó đã quen được người khác chăm sóc". Quân chua chát: "Vì tấm lòng của một người chị như Uyển, anh đã trở thành nạn nhân của một cuộc đánh đổi ngu xuẩn". Uyển không dám nhìn vào mắt Quân, chị biết nếu nhìn vào mắt Quân chị sẽ khóc mất. Uyển như người sắp chết đuối cố ghì lấy mảnh ván để trôi nổi bập bềnh trong khi bến bờ còn xa lắc. Cuối cùng Uyển đã nói với tất cả tấm lòng của một người chị: "Nhưng dù sao đi nữa anh vẫn phải có trách nhiệm với cuộc đời Oanh".

Đúng như vậy, với một người như Quân, trách nhiệm đã gắn anh với cuộc đời Oanh. Quân trở thành con rể của gia đình Uyển, hai người đều chủ động tránh mặt nhau. Vì thế Uyển cũng ít gặp Oanh, từ khi Oanh lấy chồng. Như hầu hết các cặp sinh đôi khác, Uyển vẫn còn thương Oanh. Phần Oanh có một chút mặc cảm tội lỗi, một chút day dứt ân hận khi thấy Uyển vẫn còn sống cô đơn đến mãi tận bây giờ. Khi còn sống, mẹ Uyển thường ân hận vì đã trót sinh ra một cặp con gái quá giống nhau. Cuộc sống cô đơn của Uyển cứ day dứt trái tim người mẹ cho đến khi bà nhắm mắt lìa đời. Uyển không trách ai cả, cũng không cố tình sống độc thân để "trả thù" ai. Chẳng qua Quân đã mang đi một nửa linh hồn của Uyển. Cũng có vài cơ hội đến với Uyển nhưng rồi không đi đến đâu. Cánh cửa số phận hình như chỉ hé mở một lần rồi lạnh lùng đóng sập ngay trước mặt Uyển.

Thảo Nguyên lớn lên hiểu được những uẩn khúc của gia đình, nó dành tình cảm thật nhiều cho người dì bất hạnh. Thời còn nhỏ, những dịp hè Thảo Nguyên hay về chơi với Uyển. Đây là lần đầu tiên Thảo Nguyên về ăn tết với dì.

Có thêm một người, căn phòng nhỏ bớt đi vẻ quạnh hiu. Mọi năm không có Thảo Nguyên, Uyển sắm tết qua loa, chiếu lệ. Có đứa cháu gái mà Uyển yêu như con, Uyển mua sắm đầy đủ hơn, như với một đứa con quanh năm xa nhà về ăn tết với mẹ. Thảo Nguyên lớn lên với tính tình mạnh mẽ và bướng bỉnh. Có lần Thảo Nguyên nói với Uyển: "Dì Uyển ạ, lẽ ra con là con của dì chứ không phải con của mẹ Oanh đâu". Uyển cốc nhẹ vào đầu cháu: "Đừng nói thế mẹ con nghe sẽ buồn đấy". Con bé vẫn thẳng thừng: "Mẹ con buồn cũng không làm sao bằng dì. Cả cuộc đời dì chỉ nhận lấy toàn thua thiệt. Nhưng dì đã hy sinh vô ích. Mẹ con đâu có yêu thương gì ba con. Dì có biết những năm sau này mẹ con ngoại tình, ba con vì thương tụi con nên không muốn làm to chuyện. Gia đình con cứ như địa ngục, con chán lắm". Uyển thật sự bàng hoàng trước những lời thổ lộ của Thảo Nguyên. Năm nay việc Thảo Nguyên đột ngột bỏ về quê ăn tết với dì, Uyển đoán có lẽ cũng có nguyên nhân từ những xung đột của gia đình.

Bữa cơm trưa hội ngộ Uyển nấu toàn những món Thảo Nguyên vẫn thích: Canh cua, hoa lý xào thịt bò, chả giò kiểu Quảng. Một bữa ăn hoàn chỉnh. Đã lâu lắm Uyển mới có dịp chăm chút cho bữa cơm gia đình. Đối với một người đàn bà độc thân như Uyển, chuyện ăn uống đã không thành vấn đề từ lâu. Không có gì buồn hơn là cặm cụi nấu những bữa ăn thịnh soạn để rồi phải ngồi ăn một mình. Nhìn Thảo Nguyên ăn uống ngon lành lòng Uyển chợt ấm lại. Chị nghĩ giá như chị có một đứa con, chị sẽ dễ dàng sống nốt quãng đời còn lại một cách có ý nghĩa. Nhưng chị chỉ có một mình, một nửa cuộc đời đầy bất trắc, đầy chông chênh còn ở phía trước, chị sẽ đi qua con đường đó cho đến khi nhìn thấy "ánh sáng cuối đường hầm" mà trở về với cát bụi.

Buổi trưa Thảo Nguyên không ngủ, ngồi lục lọi tủ sách của dì. Uyển cũng không ngủ mặc dù trời rét đậm và bên ngoài đang mưa nhẹ - đầy đủ tiêu chuẩn cho một giấc ngủ trưa thật đầy. Uyển gợi chuyện – những chuyện chị định hỏi từ bữa cơm trưa nhưng vẫn còn chần chừ, linh cảm cho chị biết có lẽ Thảo Nguyên cũng không vui gì:

- Ba mẹ con vẫn khỏe chứ?

Thảo Nguyên đang vui bỗng xịu mặt:

- Họ vẫn khỏe, quá khỏe nữa là khác. Và họ cãi nhau lại càng khỏe hơn trước.

Uyển hỏi tiếp:

- Và đó là lý do để con ra đây?

Thảo Nguyên gật đầu:

- Con chán lắm dì ạ. Chỉ thương ba con và em con. Nếu không có hai người đó con đã đi khỏi gia đình từ lâu.

Uyển nói đỡ cho Oanh:

- Con đừng nói thế. Mẹ con bao giờ cũng thương con.

Thảo Nguyên lắc đầu bướng bỉnh:

- Không, mẹ con không thương con, mẹ con chỉ thương bản thân mình. Giá như con là con của dì... Dì Uyển ơi, sao mẹ con lại khác dì lắm vậy?

Uyển thấy hai mắt cay sè, nỗi thương con trẻ khiến chị thấy lòng se thắt. Oanh vẫn sống như vậy sao? Oanh đã từng tách chị ra khỏi đời Quân để rồi dẫm lên đời Quân như đã từng bóp chết đời Uyển. Và còn Thảo Nguyên – cô bé xinh xắn hồn nhiên đáng lẽ phải được hưởng một cuộc sống tràn đầy hạnh phúc, thì lại vật vờ như một chiếc bóng trong cái ngôi nhà sang trọng nhưng lạnh lẽo như nấm mồ ấy. Thảo Nguyên đã chọn nhầm chỗ để ra đời. Tuy có gia đình nhưng nó cũng cô đơn như Uyển. Bất giác Uyển vòng tay ôm lấy đôi vai gầy của nó như ôm đứa con của mình và Quân, dịu dàng bảo:

-Thôi ngủ đi con!

oOo

Mùng 6 tết, Thảo Nguyên từ giã dì Uyển để trở về Sài Gòn. Sợ Thảo Nguyên bỏ nhà đi bụi như bao nhiêu đứa trẻ khác nạn nhân của những gia đình không êm ấm, Uyển cũng đã khuyên nhủ cô bé rất nhiều. Cuối cùng Uyển nói:

- Cùng lắm cứ ra đây sống với dì, dì bao giờ cũng coi Thảo Nguyên như con. Đừng làm liều con nhé.

Uyển cũng viết cho Oanh một bức thư, khuyên Oanh hãy vì con mà chấm dứt những cuộc phiêu lưu tình ái. Nhưng chị biết lời nói của chị chắc không đi đến đâu, chị vốn biết tính Oanh từ nhỏ.

Thảo Nguyên lên tàu ra đi, Uyển lại trở về với căn phòng quạnh hiu, với những công việc hàng ngày: Lên lớp, soạn bài, chấm bài... và những bữa cơm một mình một bóng.

Năm học qua đi, mùa hạ lại về. Những ngày cuối niên khóa, cuộc sống tĩnh lặng của Uyển lại bận bịu hơn một chút với những cuốn lưu bút của học sinh lớp mười hai. Vốn rất thương yêu học sinh, Uyển lại thức khuya hơn, miệt mài trên những trang lưu bút. Nhìn những bông phượng đầu mùa đỏ rực được học sinh nâng niu ép trong những trang giấy trắng - dù cái thời đi học đã mờ xa tít tắp - lòng Uyển cũng chợt nao nao buồn. Một đêm đã khuya, Uyển vẫn còn thức soạn đề cương ôn thi cho học sinh cuối cấp, bỗng nghe điện thoại đổ dồn. Uyển nhìn đồng hồ lo lắng, hồi hộp: "Đã mười hai giờ khuya, ai còn gọi giờ này?". Từ đầu dây bên kia, tiếng Thảo Nguyên vừa nói vừa khóc:

- Mẹ con mất rồi dì Uyển ơi. Mẹ mất trong một chuyến đi Sa Pa. Xe đổ trên đèo...

Tai Uyển ù đi, thảng thốt Uyển ôm ngực thả rơi chiếc điện thoại xuống bàn: "Trời ơi, Oanh ..."

oOo

Uyển gặp lại Quân trong đám tang của Oanh. Dễ cũng gần mười năm rồi hai người mới gặp lại nhau. Cặp mắt kính của Quân dày hơn, mái tóc xanh dày ngày xưa đã có nhiều sợi bạc. Trong khói hương nghi ngút đôi mắt Oanh dường như xa xăm hơn, cái nhìn dường như mỏi mệt hơn. Cũng lâu lắm rồi Uyển chưa gặp lại Oanh, rồi bây giờ Oanh bất chợt ra đi không kịp trối trăng điều gì. Uyển chợt xót xa nhận ra phận người thật mong manh biết bao. Khi trở về với đất con người đều giống nhau; nhỏ nhoi và tội nghiệp, dù sinh thời giàu sang danh vọng hay cơ cực nghèo hèn... Dù người nhà không ai nói ra, nhưng Uyển tình cờ biết được một sự thật đau lòng qua những lời xì xầm của những người cùng công ty với Oanh; thì ra

Oanh chết trong một chuyến du hành cùng người tình trên một đoạn đèo Sa Pa. Thì ra là thế! Oanh bao giờ cũng thế! Không dễ gì thay đổi được bản chất một con người!

Mãi những năm sau này, Uyển vẫn không khỏi kinh ngạc trước sự sắp đặt kỳ lạ của số phận. Hai năm sau đám tang của Oanh, có một mùa hè Uyển đăng ký đi du lịch tour Singapore – Malaysia cùng với một người bạn. Hai người vào Sài Gòn đăng ký rồi chờ chuyến đi. Lúc làm thủ tục xuất cảnh Uyển bàng hoàng khi thấy Quân cũng có mặt trong đoàn. Quân đi cùng nhân viên của công ty anh. Quân cũng không giấu được vẻ ngạc nhiên. Phản ứng đầu tiên của Uyển là nói nhỏ vào tai Thục:

- Hay mình đừng đi nữa.

Thục nhăn mặt :

- Cậu đang làm cho mọi việc trở thành tệ hại hơn đấy. Cứ bình thường hóa đi.

Hiểu rõ tâm tư bạn, Thục mỉm cười nghĩ thầm: "Biết đâu không phải là cơ hội ngàn năm có một". Những ngày ở Singapore, trên đỉnh núi Faber nhìn xuống mênh mông biển cả, xa xa là hai nước Malaysia và Indonesia, có lần Uyển và Quân đứng cạnh nhau, Quân hỏi Uyển:

- Uyển có thấy chỗ này giống như đứng trên đỉnh núi non nước nhìn xuống vùng biển Hòa Hải không?

Uyển hiểu Quân muốn nhắc đến một kỷ niệm đã có giữa hai người, một mùa hè nào đó đã mờ xa tít tắp... Uyển lái câu chuyện sang một hướng khác:

- Thảo Nguyên và Khôi Anh sao rồi?

Quân gật đầu:

- Tốt rồi, con bé đã hết u uất, biết lo cho em và học rất tốt, nó hay nhắc đến dì Uyển.

Ngừng một chút, Quân nói:

- Uyển có tin rằng có số phận không? Anh còn nhớ câu nói của Leon Tolstoi trong tiểu thuyết *Chiến tranh và Hòa bình*: "Đời người như một dòng sông. Sông có lúc ấm, lúc lạnh, lúc trong, lúc đục, lúc êm đềm, lúc qua nhiều ghềnh thác". Cứ nghĩ đến đoạn đời đã qua, anh tưởng như mình vừa trải qua một cơn ác mộng.

Uyển gật đầu:

- Em cũng tin như vậy. Thay mặt Oanh, xin lỗi anh về tất cả. Ghềnh thác của đời anh đã qua rồi. Chúc anh tìm thấy hạnh phúc.

Quân hiểu câu nói chua chát của Uyển, anh chưa kịp trả lời thì một ánh flash lóe lên, Thục đã kịp chụp ảnh hai người. Và cả đoàn lại kéo nhau sang vùng đảo Sentosa. Ngày hôm sau trên đoạn đường dài từ Sing sang Malasia cả đoàn di chuyển trên xe buýt du lịch. Đêm đầu tiên trên Cao nguyên Genting, đoàn đi tham quan một casino vào loại lớn nhất Đông Nam Á. Uyển bị mệt vì hành trình trên xe buýt quá dài, nên từ chối không đi, ở lại khách sạn một mình. Thành phố cao nguyên đẹp quá, mặc dù mệt, Uyển cũng tranh thủ mang máy ảnh xuống tiền sảnh khách sạn chụp hình. Đêm cao nguyên mờ sương, từng luồng lớn sương trắng từ trên cao phả xuống bay vào phòng tiếp tân. Khung cảnh mờ ảo cùng ánh đèn xanh đỏ như chốn bồng lai. Bất ngờ Uyển chợt nghe tiếng nói của Quân sau lưng mình:

- Uyển vẫn mê chụp ảnh như ngày nào nhỉ?

Uyển quay lại, Quân đang đứng trước mặt. Không biết vô tình hay cố ý Quân cũng không đi tham quan casino. Đêm ấy trong cái lạnh và trong sương mù mờ ảo tuyệt đẹp của cao nguyên Genting, Uyển đã không thể từ chối lời cầu hôn tha thiết của Quân. Vì Quân, vì Thảo Nguyên, hay vì những ân hận khi thấy mình có lỗi trong cuộc sống không hạnh phúc của Quân? Uyển không thể nào biết đích xác được, chỉ có một điều Uyển biết chắc chắn: Trái tim mỏi mòn của chị vẫn luôn hướng về Quân.

Sau này trong cuộc sống vợ chồng, có lần Uyển thắc mắc hỏi Quân:

- Đêm đó vô tình hay cố ý mà anh không đi tham quan casino?

Quân mỉm cười có vẻ bí mật:

- Có những điều không nên biết vẫn hay hơn em ạ.

Chỉ có Thục là hay mỉm cười khi nhớ tới điều này. Những năm về sau chị vẫn không quên được đôi mắt lấp lánh niềm vui của Quân, và cái dáng hối hả vội quay về của anh khi Thục cho biết Uyển ở lại khách sạn một mình.

Vương Hoài Uyên

TN

THÁI THỊ LÝ

HỘI AN

Là điểm đến trong chuyến Du Xuân năm 2025, nhằm Tết Ất Tỵ. Một điểm đến được xem là "trọng điểm" của năm nay.

Tôi xin bắt đầu năm mới từ chiều 29 tháng Chạp. Nhà nhà, người người rộn ràng chuẩn bị đón Xuân! Tôi cũng không ngoại lệ mà có lẽ "ngoại cuộc", vì tôi đã rời nhà từ hôm 25 tháng Chạp, chiều nay tạm dừng bước giang hồ tại Khu Koi Resort & Spa Hoi An. Thủ tục đầu tiên năm nào cũng vậy, tôi phải "tẩy trần" trước đã! Hỏi dịch vụ "gội đầu" không có, xác định tự lo, tôi chuẩn bị... cũng vì "kỹ lưỡng và sợ phiền phức" nên tôi lo rút nhẫn cất trước! Chiếc nhẫn đeo chơi, an toàn- đến chiếc nhẫn "bình an" làm như "ai đó" kéo vuột khỏi tay, đã lấy ra rồi, tự nhiên tuột xuống và... mất tăm! Hai vợ chồng soi đèn điện thoại, không hề thấy! Tôi thoáng thấy, có chút ánh sáng loé lên, nhưng khi đến tận chỗ thì là hai đầu đinh kim loại! Thôi thì, tranh thủ thời gian: kệ nó đi, ở trong phòng mình mà, từ từ kiếm... Nhưng ông chồng tôi không chịu yên, trong khi tôi lo việc của tôi, tôi cũng nhắc: lo tắm đi, chiều muộn sẽ lạnh... phòng có 2 buồng tắm lận... Nhưng chàng vẫn lụi cụi một mình đi tìm...

Xong việc, tôi ra gọi điện thoại nội bộ nhờ "trợ giúp" với yêu cầu: hai nam.

Bởi vì, theo ổng, khả năng nó lăn xa vào gậm giường, phải dỡ hoặc khiêng cái giường lên! Tôi kiểm tra khe hở, thấy rõ mười mươi, có muốn nó cũng chẳng thể chui vào! Nhưng ổng nghi, thì phải cho thỏa mãn, không thì chẳng dễ gì yên với ổng, không chừng hết cả chuyến đi... Cần nam là vì vậy, trời ơi, khu du lịch mà, từ nệm ghế đến nệm giường thảy đều dày 2dm và nặng bởi không bằng gòn mà bằng cao su... Hai nam đến, tôi thuyết minh, và dặn:

- Chuyện này, cô biết, tụi con biết, đừng kể với bất kỳ ai, có hay không cũng bí mật nghe. Cô quê lắm đó!

Tìm muốn "lé" 8 con mắt! Hai cháu có điện thoại..., xin phép đi làm nhiệm vụ chính vì tụi nó là "lái xe". Cháu hẹn:

- Để con gọi nhân viên phòng đến, đây là công việc chính, họ rành hơn tụi con!

Tôi bồi dưỡng nhanh cho hai đứa, nhưng chưa ai đi thì nhân viên dọn phòng đến, tôi lại thuyết minh, lại dặn dò "bí mật"! Lần này, cháu hỏi:

- Chiếc nhẫn cô to hay nhỏ?

À, xem ra cô bé này có kinh nghiệm. Tôi khai thiệt:

- Nhẫn trơn, màu vàng, đúng 1chỉ.

Qua kiểm tra, cả ba đứa đều xác nhận: không thể lăn vô gầm giường nhưng các cháu vẫn kiểm tra... Ôi trời, nó khiêng hết nệm, lật tấm lót, gầm giường xuất hiện: trống trơn! Vậy là lại lắp đặt lại. Một cháu nam lo đi chở khách. Hai cháu còn lại tiếp tục tìm. Ngại quá, tôi nói thật lòng:

- Thôi, dừng đi, không tìm nữa. Cô cám ơn tụi con. Không vì chuyện của cô mà ảnh hưởng công việc của tụi con, đầu năm lãnh đạo chê trách, ảnh hưởng cả năm. Ý cô vầy: trong ngày mai, ngày mốt, nếu con tìm được, mà cô còn ở đây thì Duyên của cô, nếu cô đã đi rồi thì là Duyên của con. Con dọn phòng này, con biết chuyện, thì im lặng mà tìm, không để ai biết - cô xấu hổ lắm!

Cháu lại nói:

- Con sẽ tìm cho cô. Khách rớt ngoài sân cỏ con còn tìm được mà, ở trong phòng càng dễ cô à! Cô có về thì quản lý cũng sẽ liên lạc và trả lại cho cô mà.

Tôi dứt khoát:

- Cô nói rồi, là Duyên của con! Con không nói thì quản lý nào biết mà gửi trả cô. Là của con nghe!

Tôi lại bồi dưỡng cho cô gái, cám ơn và nói thật điều tôi suy nghĩ:

- Cô biết chuyện này có chút tâm linh, chắc họ chỉ muốn đùa với cô thôi! Yên tâm - vui thôi mà. Tụi con về đi!

Nói xong, tôi dứt khoát xoay người thì... Hải, cô bé dọn phòng tên Hải la to:

- Có nè cô!

Tôi quay lại trong sự kinh ngạc tột độ:

- Ở đâu? Nó nằm ở đâu?

Trời ơi, mọi người có tin không: nó nằm sờ sờ ngay trước mắt, ngay cái chân ghế mà ai đến cũng chú mắt đầu tiên để tìm... không phải bên trong mà là ngay ngoài đường đi, thật trống trải, chơ vơ! Như vậy có nói: bị che mắt có sai đâu?

Vậy là thêm một màn "thưởng nóng" để cùng vui!

Sáng sớm hôm sau, là ngày Mùng Một Tết... lại có câu chuyện rất vui khác đang chờ...

Chuyện hôm nay chính thức là sáng mùng Một Tết. Mong một ngày khởi đầu tốt đẹp. Bốn người chúng tôi trang phục chỉnh tề, hai cha con không nói làm gì nhưng hai mẹ con xúng xính trong bộ áo dài, mình đi Chùa Lễ Phật đầu năm mà, lại từ Hội An lên Chùa Linh Ứng ở Bãi Bụt, Đà Nẵng, chặng đường cũng khá dài... Đầu tiên vừa ra cửa, mưa nhẹ... tự phán:

- Là Mưa Xuân đó. Tốt thôi, với lại mình đi xe thì không lo.

Suốt chặng đường, mưa khi to khi nhỏ, tôi ước tính vẫn đi được vào Chùa, chỉ mưa bay thôi mà. Và sự thật là vậy, đến nơi, vẫn mưa nhưng nhỏ hạt, cả nhà vào Chánh Điện lễ Phật, thật tình, tìm được chỗ để vào lạy chẳng dễ tí nào, đông lắm, có người vào lạy xong là ra ngay (như gia đình tôi), nhưng có người vào rồi thì ngự luôn ở đó. Có ngờ đâu, vừa kịp lễ Phật ở chánh điện, ra chưa đến tượng Quan Thế Âm ngoài sân, mưa ập xuống. Cả nhà lo chạy mưa, cũng kịp ra xe, ướt hết áo ngoài! Vì trời rất lạnh, nên ai cũng từ 2- 3 lớp, riêng tôi 4 lớp áo!

Đường về, mưa giội ào ào. Lòng buồn vô hạn, tưởng "tèo" ngày đầu năm rồi. Nhưng không, ơn Trời, về đến KS, mưa ngớt, ăn xong buổi sáng, trời đẹp hẳn, đúng chất Mùa Xuân, nắng nhẹ, khí trời mát mẻ, có chút lành lạnh, đã vậy BQL thông báo: sẽ có Múa Lân. Ôi, tôi vui biết mấy, món năm nào tôi cũng săn tìm! Bon chen vô chụp hình với đội lân.

Trời vẫn đẹp, lại đi chơi, quán Cà Phê Ruộng (là tôi tự đặt, vì rất dân dã, rất tạm bợ và ở ngay giữa ruộng...). Lại săn vài tấm ảnh.

Có những hẹn hò ngẫu nhiên mà vui vô cùng tận. Trưa mùng Một, Resort có tổ chức Trò Chơi Dân Gian. Được giấc trưa, tỉnh táo rồi, bất chợt tôi thấy đói. Nhớ lại buổi trưa không ăn, vì ba nó và tôi đã quá bụng nên thích ngủ hơn! Giờ..., đói thiệt chớ, muốn chơi trò chơi thì phải lót dạ. Sẵn cái bánh Chúc Mừng Năm Mới của KS tặng, tôi thử... nhưng lại đói thêm, bánh ngọt mà! Cái món xưa nay tôi không hề chạm: mì gói! Thời khắc ấy, chỉ có nó là nhanh, gọn, lẹ nhất, nghĩ là làm... tôi đi nấu, ông già xôm xôm, thôi thì chia đôi vậy! Còn hỏi:

- Món gì vậy?

Đáp lẹ, vì tôi đói lắm mà:

- Mì ly, ngon lắm!

Ha...ha... ổng phát mắc cười khi nghe tôi khen mì gói ngon!

Xong rồi, cả hai xuống khu trò chơi. Nhưng... hình như đói thêm, sẵn gần nhà hàng, cả hai cùng vào "tráng bụng", no rồi ra sân. Ôi, có mấy món tôi thích:

- Đánh chắt.
- Bầu Cua.
- Nhảy sạp.

Xem ra, chỉ để "ôn lại" chứ không vui... Cho đến khi, vợ chồng tụi nó xuất hiện, nó sà ngay vô sòng bầu cua, lúc đầu chỉ 4- 5 bạn, nhà tôi có 4, cộng hết chưa đến 10 người thì chơi đâu có vui! Con gái tôi bèn làm một động tác "ngồ ngộ", rút ngay xấp tiền mới, mệnh giá 50k, hô hào "cấp vốn" chơi bầu cua, vậy là đông lên nhanh chóng, đủ chơi rồi, nó bèn chuyển giao cho chồng nó, tiếp tục "cấp vốn" cho các bạn đến sau; trời ơi, vui không chịu nổi, anh chồng hớn hở cấp vốn cho bất kỳ ai đến, để rồi vợ nó bị quánh te tua: nó chỉ mỗi Bầu mà đặt, mẹ nó thì cứ Cua, rồi thì... loạn cào cào... Vui đến độ: các anh quản lý xuống cũng chơi luôn. Nhỏ "làm cái" tuyên bố:

- Tới giờ em nấu cơm chiều rồi nhưng vui quá! Chơi đã, nấu trễ chút cũng được...

Nhưng vẫn phải tan hàng, vì gia đình tôi còn nhiều hò hẹn, tín hiệu đã được Hải, bạn của các con tôi phát rồi:

- Ra sông Hoài, đi thuyền quay phim... do anh Hải thực hiện!

Phải nói niềm vui vô bờ bến, ngồi ghe trong cảnh trời chiều, bềnh bồng trên sóng nước... thỉnh thoảng reo hò, vẫy chào người đang ở đâu đó... không hề thấy đang điều khiển máy quay trên cao, cứ đảo lên đảo xuống vui kể gì... Rồi, đi dạo bờ sông, ăn quà vặt trong cảnh trên bến dưới thuyền xôn xao, rộn rã...

Tuy nhiên, dù vui mấy, tôi cũng không thể quên điểm đến được mặc định: Là điểm nhấn của Ngày Xuân: Xem chương trình KÝ ỨC HỘI AN! Chương trình được nhiều lời khen, nhiều mong đợi mà Tết năm 2024 - Giáp Thìn gia đình tôi không được xem vì Resort đổi lịch. Năm nay, quyết ăn thua đủ.

Từ sông Hoài, cả nhà bươn bả lo tìm bữa tối, rồi đáp ngay qua khu Resort, nói vậy chứ có dễ gì! Bốn người bôn ba, chen lấn đi qua cầu sông Hoài đầy người là người, tự nhiên tôi mạnh hẳn lên, bon bon dấn tới, khi ấy không biết tôi dựa ổng hay đang đưa ổng qua cầu, hình như tôi đang dẫn đầu... Qua cầu xong, còn đi bộ một quãng khá xa mới lấy được xe và đi tiếp... Để đến khu vực biểu diễn lại phải đi bộ, lên đèo, xuống động xa ơi là xa mới tới chỗ xếp hàng, cặp chân tôi đã muốn rã rời... đứng chờ cũng đến nửa giờ! Ai nói khách Tây văn minh, lịch sự... nhầm rồi, tùy thôi! Cả nhà tôi tuân thủ xếp hàng đôi, ba mẹ một cặp, hai con một cặp... ấy vậy mà khi vào cửa đã bị đẩy lùi ra sau vì nhóm khách Tây tự động xếp thêm 2 hàng bên cạnh... Cái khâu tổ chức lôm côm rồi! Khi vào trong, khán đài bát ngát, chia nhiều hạng, nghe nói cũng cả 3000 ghế. Gia đình tôi vào chỗ khá tốt, chỉ dưới hạng VIP thôi, có mái che, tránh được sương hoặc mưa... Nhưng, hay quá, trên trời xuất hiện những đốm sao... yên tâm lắm! Quay nhìn, trong tích tắc chẳng còn ghế trống.

Đến giờ biểu diễn, tôi thật sự vô cùng háo hức, lạ, cứ nghe tiếng trống, đờn, thấy ánh đèn sân khấu chợt tắt là tôi vui lắm... Sân khấu gì mà rộng có khi cả mẫu, trên đó lần lượt theo phân cảnh vừa là biển cả chập chùng sóng gió, vừa là ruộng đồng sông nước mênh mông, vừa là đền đài, cung điện, vừa là phố xá đông vui, theo từng phân cảnh, diễn viên cũng đến vài trăm... Ấn tượng nhất là họ chuyển cảnh rất nhanh, cứ như là phép thuật, chỉ chớp một ánh đèn, khán giả đưa mắt xem cảnh cuối bên trái, thì bên phải hay chính diện cảnh mới đã rộn ràng tỏa sáng... Lời ca tiếng nhạc vang vang... thật mê đắm lòng người. Đặc điểm chung của đêm diễn là không có lời thoại, chỉ hình ảnh, tiếng nhạc, ánh sáng mà thôi, thỉnh thoảng có xen vài điệu hát, không phải nhạc tân, cũng không phải ngâm thơ, hò Huế nhưng vô cùng hấp dẫn... Như tên gọi của kịch bản: Ký Ức Hội An là câu chuyện kể về Hội An, từ thuở ban sơ, người dân sống cùng đồng ruộng, sinh con đẻ cái ngay trên đồng lúa, trên sông... Rồi từ đó sinh sôi, lập làng lập phố, xã hội phát triển cùng với làng nghề, nổi lên là nông nghiệp, làng nghề canh cửi, rồi đến ngư nghiệp, phố xá từ ấy cũng hình thành theo sự phát triển để mua bán, trao đổi hàng hóa, từ đó kinh tế phát triển, mở rộng giao lưu, khách nước ngoài tìm đến tạo nên sự phồn vinh, giao thoa văn hóa, kinh tế từ đó mở rộng... Hội An ngày một phát triển... Trên bến dưới thuyền tấp nập ngựa xe... Hình ảnh "tà áo dài" được làm màn kết thúc đầy ấn tượng! Nhưng có lẽ điều làm tôi hưng phấn hết cung bậc là kịch bản đã tái hiện lại đám cưới của Huyền Trân Công Chúa với Vua Chiêm Thành Chế Mân, trời ơi, cứ mà có Công Chúa - Hoàng Tử là tôi thiếu điều muốn nhảy tót lên thật gần để xem cho hả, đã vậy còn vang vang điệu hát du dương chàng chàng - thiếp thiếp... tình ý chan hòa, rồi hai người còn dẫn tay nhau lên Voi để về Chiêm Thành... có chết tôi không chứ! Vậy là vỗ tay, vậy là la hét... mà xung quanh tôi ai cũng vậy, vậy thì sao tôi phải kềm chế chứ?

Thật tình, mình cũng chỉ nhớ đôi chút về lịch sử, đủ để theo dõi, nhận lớp theo những màn kịch đâu như 5 màn thì phải. Họ có chạy bảng điện tử nhưng hơi xa, mắt già khó thấy với lại... để mắt tôi xem diễn viên diễn chứ chẳng ráng đọc làm chi. Mê nhất cái đoạn: khi ngành ngư nghiệp phát triển, anh chồng theo thuyền ra khơi xa, chị vợ ở nhà chờ đợi... Rồi sóng to gió lớn xảy ra, nàng bươn bả kiếm tìm, mong đợi với ánh đèn con trên bờ. Ngoài khơi cả chàng và ngư phủ chống chọi cùng sóng to, gió lớn; trên bờ nàng quẫn quại ngóng tìm... Chợt, ánh chớp sáng lòa, rồi tắt ngấm... Kể như thuyền đã đắm, mạng người kể như chấm hết! Trên bờ, nàng cũng cùng lúc ngã xuống... Chợt, màn hình bên cạnh sáng bừng, hình ảnh Rồng bay lộn giữa biển khơi... Tôi cứ nghĩ đang là cảnh Thiên Nhiên giận dữ, cuồng nộ, nào ngờ... Ngay khi ấy, hình ảnh Quán Thế Âm Bồ Tát xuất hiện, với nét mặt nhân từ, đưa tay cứu khổ cứu nạn... Từ trên màn hình chỗ chiếc thuyền bị sét đánh chợt sáng ánh "cứu sinh", từ trên đó xuất hiện cảnh "bay"... Phải, là chàng ngư phủ kia được Quán Thế Âm cứu mạng đang... từ trên cao bay xuống, xuống tận nơi "người vợ" đã chết đi, giờ sống lại và đoàn tụ! Ôi, họ ôm nhau thắm thiết! Bỏ qua đi tính "thần thoại" đầy dã tưởng... hầu như khán giả đã mặc nhiên chấp nhận kịch bản, tiếng vỗ tay, reo hò tán dương vang lên không dứt! Và tôi, gia đình tôi cũng hòa vào không khí ấy... Thật là hả hê, thỏa mãn làm sao!

Màn tiếp theo là cuộc sống hòa bình, an lạc... Ngày mỗi ngày qua, Hội An từng ngày phát triển... Áo Dài, phải áo dài từ đó lên ngôi! Cảnh Chùa Cầu, Phố Cổ Hội An liền nhau xuất hiện, với dài dằng dặc là hình ảnh sống động của các cô gái, trong tà áo dài trắng, xanh đạp xe đạp dạo khắp phố phường, hiệu ứng ánh sáng đã giúp cảnh đẹp càng thêm đẹp. Bởi vì: chính đạo diễn chỉ sử dụng hai màu áo chính: trắng và xanh đã tạo nên sự hài hoà, sinh động cho ánh sáng, màu sắc, những tà áo trắng như những ánh đèn sáng đang di động... Quá tuyệt vời! Tôi thật sự giận chính mình, vì đã tận hưởng những phút giây trên cả tuyệt vời về nghệ thuật mà giờ tả lại thì chẳng ra hồn!

Ký Ức Hội An được trình diễn rất sống động, mê đắm lòng người, bằng lời kể của một Cô Gái bên Khung Cửi! Mỗi cảnh được bắt đầu bằng tiếng "lách cách" của tiếng dệt cửi, mê nhất là: cô gái ấy có mặt đầu tiên trên sân diễn, nhưng lại xoay lưng về khán giả, mình chỉ thấy: dáng ngồi của một cô gái mình hạc xương mai, hai tay gạt cửi cứ như hai cánh hạc, y phục trắng toát, trải dài sau lưng... để ở màn cuối cùng, với điệu múa tưng bừng của cả trăm diễn viên, cô ấy vụt đứng lên giữa sân khấu, sân khấu phủ đầy lụa trắng, cô từ từ cao vụt lên như Bà Chúa Lụa, giữa chan hòa ánh sáng, đẹp vô cùng đẹp... Thật sự, chẳng ai có thể kềm chế, tất cả khán giả đứng vụt lên, la hét, biểu dương bằng những tràng pháo tay không dứt... Gia đình tôi, cả tôi sao có thể ngồi yên... Vậy là tôi cũng la, cũng cổ vũ hết sức mình, khan cả cổ, ran cả ngực... bởi vì tuổi cao sức yếu mà lỡ đam mê...

Tôi đã cố, rất cố để mô tả lại nhưng thật tình mà nói: tôi không thành công rồi. Trong tâm niệm của mình tôi vẫn còn mong đợi "Một Lần Nữa Trở Lại Hội An- Hội Ngộ Ký Ức Hội An"... cho thỏa đam mê! Niềm đam mê ấy đã đưa tôi vào giấc ngủ, niềm hân hoan đã theo tôi đến hết những ngày Xuân!

Thái Thị Lý

TRẦN VẤN LỆ

Cảm Nhận Trước Tết Mình

Nhiều người đã già lắm
bỗng như trẻ lại nhiều:
Ngày Tết Ngày-Tình-Yêu,
với họ - nhiều thế hệ!

Nhiều người còn trẻ lắm
bỗng dưng thấy mình già:
Ít tuổi đã đi xa
Mẹ Cha và Non Nước!

Nhiều người thấy có Phước
vì được Tu tự nhiên
lòng không bận tâm tiền
cũng không màng nhà cửa...

Nước Ta thời xa xứ
có lắm chuyện Vui, Buồn
mà tất cả... ngọn nguồn:
Có hay Không Có Đức!

Sắp Tết rồi, sự thật
lại nói chuyện như mơ!
Phúc Đức nằm trong Thơ
không phải ngồi đôi mách...

Thơ không hề kẻ vạch
chỉ là mây bay qua
Non Nước gần hay xa
đã thành chuyện tâm sự...

Nào! Mình đi dạo phố
nhìn những chậu hoa Xuân... ■

TRIỀU HOA ĐẠI

THÁNG GIÊNG

tháng giêng. Ừ thì tháng giêng
vậy xin chào cả nỗi buồn của nhau
lâu rồi. Chắc hẳn đã lâu
gió heo may đã theo nhau gọi tình

vậy thì tháng giêng của anh
nhìn ra hiu quạnh cũng đành thế thôi
em đi chẳng hẹn. một mai
những toa tàu cũ nằm dài nhớ mong

sóng xa. Sông nước chập chùng
tay quen nay đã ngại ngùng nhớ tay
lúc xưa. một bóng hao gầy
một co ro với một ngày tháng giêng

lùi dần những dấu thân quen
có ai gõ cửa chắc em đã về
bàn chân chạm lại thềm xưa
cho vàng chút nắng ủ ê lời tình

một ta, ngồi với bóng mình
cũng mình ta với chuyện tình thuở nao
tháng giêng. Thì đã làm sao?
chào luôn cả những buồn đau của tình. ■

LÃNG THANH

MÁ HỒNG SẮC XUÂN

Mùa về xuân lại xênh xang
Bướm ong rộn rã hoa vàng một phương
Mình say mê giữa con đường
Rằng đây
          một cõi vô thường
                              đẹp sao

Người ta hoan hỷ nói chào
Thắm lên nhan sắc hồng hào điểm trang
Từ vui trẩy hội rỡ ràng
Nỗi niềm bất tận chưa tàn em ơi!

Khí xuân lồng lộng đất trời
Sắc xuân cố quận bao đời vẫn xanh
Ngày xưa biết mấy thị thành...
Bây giờ muôn dặm... cũng đành thế thôi!

Mười phương mây trắng còn trôi
Tiết đông hải ngoại núi đồi lạnh căm
Đã từng
          năm lại rồi năm
Mùa xuân em hỡi vẫn thầm xuyến xao.

Vàng mai
          đỏ pháo
                    hồng đào
Lên chùa lễ Phật mà nao nao lòng
Sá gì câu kệ sắc – không
Tâm tơ tưởng lấy má hồng sắc xuân ■

Ất Lăng thành, 0126

LÊ HÂN

Mẹ Cha Nguyên Đán Và Tôi

Lên mười một tôi bất ngờ mất mẹ
Có cần không nhắc lại nỗi buồn thương
Cha cùng anh trốn chiến khu rừng núi
Mẹ, chị cùng tôi bảy mùa Tết đau buồn

Xuân trời đất dương âm hai lần đến
Trong một năm với cuộc sống trần gian
Nhưng chỉ có Tết gọi tên Nguyên Đán
Mới giúp tôi thương nhớ mẹ rõ ràng

Tôi không gọi "nồng nàn", sai sự thật
Tình mẹ con luôn tiềm ẩn trong lòng
Đời lưu xứ ngay sau khi du học
(dài hơn nhiều những người bị lưu vong)

*

Ở quê người dời nhà theo sự nghiệp
Nhưng đến đâu tôi cũng giữ một nơi
Đặt ảnh mẹ, rồi sau này cha nữa
Hai người thân giúp tôi có cuộc đời

Gọi bàn thờ, trang thờ... không mấy đúng
Chỉ bát nhang trước di ảnh hắt hiu
Khó thể khác, chỗ linh hồn ngồi đó
Gần bên tôi nhắc nhở sớm chiều

Ngoài ngày mất và ba ngày Nguyên Đán
Tôi lên đèn đốt ba bốn lần nhang
Đứng im lặng không rõ lòng khấn vái
Nhưng nhớ thương nhiều khi chợt bàng hoàng

Năm nay Tết rơi vào ngày thứ mấy?
(Gõ đến đây tôi thật sự mù tăm)
Điều chắc chắn ngay khi ngưng tay gõ
Ngắm lại mẹ cha đủ giữ bình tâm

Thơ muốn bỏ không làm chi nữa
Tuổi cao rồi cô đọng nghĩ suy
Có Ngôn Ngữ phải chơi cho đồng điệu
Cùng bạn văn, cũng là cảm ơn nhiều ■

Ngày cuối tháng 1-2026

M.H. HOÀI LINH PHƯƠNG

Mùa Xuân Còn Ở Lại

"Cánh cò cõng nắng, cõng mưa
Mẹ tôi cõng cả bốn mùa gió sương..."

Như những nốt nhạc trầm...
Trong lời thơ ai viết...
Của một đời mẹ gánh gồng nặng trĩu đôi vai...
Trời đẫm sương mù những buổi sớm mai...
Cho con nhớ mẹ nghẹn lòng...
Qua hàng cây trơ lá...
Con phố quen bỗng trở thành xa lạ...
Từ độ người về theo cánh gió, đường mây...
Nỗi đau dày thêm những tháng năm dài...
Khi con biết, không còn ai đứng đợi...
Những buổi trường tan, những mùa thi vời vợi
Đã ngàn xa như thơ ấu đời con...
Biết đâu tìm... dáng lụa, gót chân son
Ngày có mẹ, - quê hương ngày khôn lớn...
Chinh chiến điêu linh, mẹ một mình khuya sớm
Gánh nhục nhằn, làm chinh phụ bên song...
Đan áo cho chồng gió lạnh mùa đông
Gom nồng ấm gửi ra miền biên giới...
Dâu bể, truân chuyên nổi trôi muôn ngàn lối...
Vận nước thăng trầm, trong cay đắng, nghiệt oan...
Phấn trắng, bảng đen, ngậm nước mắt hai hàng
Vẫn sừng sững như thông xanh đầu núi...
Gánh đàn con, thăm nuôi chồng tù tội...
Ngửa mặt nhìn trời, trời xa quá đâu hay?
Và Ba thiên thu trong kiếp lưu đày...
Mẹ ở lại...
Dìu dắt các con đi theo bước chân đoàn người viễn xứ...

*

Mẹ thương yêu,
Năm tháng có phôi pha…
Nhưng lòng mẹ vẫn ngàn đời mênh mông biển cả...
Mẹ ở bên trời, nhưng hình bóng vẫn quanh đây...
Giữa mùa đông tuyết giá lạnh đầy…
Đâu cứ phải hoa hồng còn cài duyên trên áo?
Mẹ sống mãi trong con
Trên hạnh phúc êm đềm, cũng như qua miền giông bão…
Nếu còn một kiếp nào, vẫn xin được làm con mẹ, mẹ ơi!
Con hình dung…
Nơi một góc thiên đường xa,
Mẹ âu yếm mỉm cười…
Vẫn có một mùa xuân thiêng liêng muôn đời còn ở lại… ■

Washington D.C cuối tháng 12/2019.

NGUYỄN VĂN ĐIỀU

THƠ XUÂN 2026

Nắng mới lên cỏ non xanh mơn mởn
Xuân sắp sang cây cối lại cho mầm
Như sống lại chút lòng non một thuở
Một chút gì xao xuyến rất bâng khuâng

Bên bờ giậu đôi chim vờn trong nắng
Nó tung tăng bay lượn dưới nắng hồng
Tôi ngồi lại bên đời nhìn mây trắng
Năm mới về còn đó những hoài mong

Qua siêu thị nhạc Xuân như mời gọi
Lòng xôn xao nhìn hoa cúc hoa đào
Nào mứt bánh và trái cây các loại
Người cười vui ơi ới gọi mời nhau

Bao năm rồi tôi chưa về thăm lại
Nay mừng Xuân nơi phố lạ quê người
Mong quê mẹ vui vầy mừng Xuân mới
Đàn trẻ con áo mới thắm môi cười

Tôi nơi đây dẫu quen ngày tất bật
Vẫn nôn nao một cái Tết gần kề
Vẫn thèm ngắm cụm hoa vàng mới nở
Để ấm lòng ngày năm mới xa quê ■

DAN HOÀNG

HOA VẠN THỌ

Xuân về gió thoảng mùi Vạn Thọ,
Hăng hắc như mùi đất quê xưa.
Chậu hoa bứng vội bên hiên nhỏ,
Khói nhang còn ấm buổi giao mùa.

Thuở bé tay bùn vun gốc đất,
Cha cười sau luống mạ xanh non.
Mẹ nhắc khẽ mai này nhớ Tết,
Hoa nở vàng là phúc cháu con.

Vạn Thọ trồng sau vườn đất ướt,
Mưa qua còn đọng giọt long lanh.
Mùi hoa quyện bùn thơm lúa mát,
Thấm vào hồn con trẻ trong lành.

Mỗi độ tha hương nhìn sắc ấy,
Ngỡ đâu cổng cũ mở quê nhà.
Nghe tiếng gà trưa vang bếp rạ,
Bóng mẹ ngồi hong lại áo cha.

Chậu hoa nhỏ giữa trời xứ lạ,
Mà mang theo cả một trời xuân.
Mang mùi đất cũ, mùi thương nhớ,
Mang tuổi thơ về tận xa gần.

Vạn Thọ chẳng kiêu sa như Cúc,
Chỉ vàng chân chất giống quê nghèo.
Như lời dâng ông bà khấn phúc,
Mộc mạc mà vượt nỗi gieo neo.

Xuân đến Vạn Thọ gieo nỗi nhớ,
Nhớ nước, nhớ nhà, nhớ anh em...
Giữa chốn phồn hoa lòng vẫn rõ,
Mùi hoa Vạn Thọ gọi êm đềm. ■

Phố biển, 01/04/26

LÂM BĂNG PHƯƠNG

CẠN XUÂN

Còn bao ngày nữa hết xuân
Đóa mai vin nhánh tần ngần chẳng rơi
Còn lại tôi với mình tôi
Mà thương mà tiếc mùa trôi qua mùa.

Vỉa hè im ắng người thưa
Cửa thời gian vẫn đón đưa bốn mùa
Lắng lòng ru chút niềm xưa
Trầm luân một kiếp phân bua ai tường.

Có đi gần cuối con đường
Ngó đi ngoảnh lại mà thương phận mình
Ngày xuân vương vấn chút tình
Đánh rơi mất một bóng hình tôi say.

Gởi đêm một tiếng thở dài
Tình rơi trộn với trăng cài chênh vênh
Duyên mình nênh nổi bấp bênh
Cứ như gió thoảng phiêu linh mai rày.

Cạn rằm trăng khuyết màu phai
Đêm xuân trở giấc mộng dài huyền vi
Cạn xuân ngày cũng trôi đi
Tháng Ba cõng nỗi sầu bi sang mùa. ■

DUNG THỊ VÂN

Người Đi Người Bỏ Một Mùa Xuân

1
Người ấy từ đây sẽ chẳng về
Mùa xuân dù đến bến sông quê
Cô lái đò kia không chờ nữa
Trên chiếc thuyền xưa những đắm mê

2
Người ấy từ đây xa mãi xa
Để em nợ mãi bản tình ca
Em hứa hát mà người đi biệt
Nợ tình một thoáng nhớ Kinh Kha

3
Người ấy đi rồi sông ở lại
Để đám bèo trôi những sớm mai
Nhớ hoài cảnh cũ trong xa vắng
Bỏ người biệt cảnh đã chia hai

4
Người ấy đi rồi bỏ mùa xuân
Bỏ em ở lại đếm phân vân
Thôi thì tất cả là sương gió
Người đi bỏ lại chữ tình nhân!!! ■

TÔN NỮ MỸ HẠNH

LÃNG ĐÃNG MƯA XUÂN

Xôn xao nắng
Theo em xuống phố
Tung tăng chiếc hài xanh
Vui cùng hoa cỏ ven đường
Môi em thơm mùi táo đỏ
Ngực phập phồng chạm ngõ
Ướp men nồng góc phố say men.
Em yêu hàng cây xanh lá biếc
Màu ngói xám rêu phong
Mùi rạ rơm cỏ nội hoa đồng
Dẫu thời gian trôi mất
Vẫn xanh thẳm sắc mây trời.
Lãng đãng giọt mưa xuân
Lược cài trên mái tóc
Em thèm có ai đó đến gần
Ghẹo khẽ "Về yêu hoa cúc"*
Hạnh phúc chắc ngời lên mắt
Em thấy mình
Lạ quá phải không anh? ■

** ý thơ Nguyên Sa*

HÀ NGỌC HOÀNG

HƯƠNG XƯA

Em nằm phơi cỏ bờ đê
Anh còn rơm rạ lời thề cỏ may
Men tình ủ rượu bớt cay
Chớm hương hoa sữa để ngày gần nhau

Gặp em từ thủa ban đầu
Anh còn chưa thấu ngày sau thế nào
Giảng đường hơi thở gặp nhau
Hình như mình đã bắt đầu bén duyên

Nụ hôn ngày ấy thật hiền
Hồ Gươm hò hẹn về miền ngây thơ
Nhớ em sáng đợi chiều chờ
Bên đường Xuân Thủy câu thơ lạc vần

Gặp nhau mình lại phân vân
Giảng đường ngày ấy mấy lần em qua
Em giờ ở với người ta
Tình như gáo nước đổ ra đầu đình ■

HUỲNH LIÊU NGẠN

Mùa Xuân Hư Không

mùa xuân em mặc áo hồng
cho anh hò hẹn xuân nồng đầu năm
hình như có tiếng thì thầm
có tiếng pháo nổ rì rầm bên tai

một vòng tay thuở lược cài
chờ nghe xuân hỏi ngày mai có về
ngày mai anh hẹn có về
tìm thương lại ánh trăng thề đầu thôn

tìm thương lại những nỗi buồn
mà đôi ngả đã chia nguồn trôi xa
lỡ mai xuân chẳng ghé nhà
đành mất dấu giữa ta bà có không

thì mùa xuân ấy hư không
để anh tiếc mãi mặn nồng xuân đi
thì mùa xuân ấy thiên di
để anh giữ mãi sầu bi quê nhà. ■

HỒ CHÍ BỬU

MƯA ĐẾN MÙNG 4 TẾT DƯƠNG LỊCH

Mưa hối hả - Mưa lạnh lùng trút xuống
Không thể về trong một trận mưa to
Ta ngồi đó – Im lìm như tượng đá
Bên hiên đường một người đứng co ro...

Ta cũng biết ở phương trời xa lạ
Tuyết ngoài trời nhưng mưa ở trong lòng
Đang mùa Xuân không phải là mùa Hạ
Sao em hoài nhớ mãi một dòng sông?

Trời đã trót sinh ta tên lãng tử
Em cưu mang chi cho khổ cả đời
Bên ly rượu ta làm người lữ thứ
Thơ viết rồi – cười – xé giấy đốt chơi

Ta là thế - Em thương chi cho khổ
Gã giang hồ lấy trăng gió làm thơ
Ta là thế - Với em ta là nợ
Gã giang hồ - say – ngồi hát vu vơ... ■

HOÀNG HOA THƯƠNG

Mùa Xuân Trên Đỉnh Gió Hú

Người từ mấy độ đông phong
Có nghe hơi ấm giấc nồng thuở xưa
Ngựa hồng ngậm hạt xuân mưa
Đứng trên đỉnh gió ban trưa nhớ lời

Này hoa cười níu tay người
Bay lên với nắng mặt trời gọi tên
Chào nhau giữa cuộc truân chuyên
Rừng mai nở thắm bên thềm nhà ai

Mắt thôi ướt trận mưa dài
Áo hoa hãy mặc tóc cài gió xuân
Dưới hiên rót chén rượu mừng
Để cho hoa nguyệt được gần lửa hương

Chiều lên mấy ngọn tơ vương
Có trăng về núi soi đường mây đi
Hai hàng nến thắp từ quy
Chợt nghe ai hát lời gì nước non

Một đời lá thắm khe son
Có con chim hót gọi hồn cổ sơ
Bên trời thắp ngọn sao Rua
Trên cao Xuân đến ngẩn ngơ đợi người...! ■

Phố Bolsa. Westminster - California
Tháng 1-17-2026

THỤC UYÊN
XUÂN CA

Mây trôi qua đồi vắng
Thì thào lời cỏ cây
Chim vút qua khe núi
Thiên thu rợp cánh bay

Mùa đã vừa về tới
Đào hoa nở chập chùng
Em rạng ngời nhan sắc
Xuân về đến mông lung

Nắng vàng lên sân cỏ
Lũ chim hót huyên thuyên
Ngày xuân bừng cơn mộng
Gió đã về thảo nguyên

Chút tình xuân cho gió
Chút tơ trời cho mây
Phơ phất trong nắng cũ
Nguyệt bạch áo em bay

Trầm hương rơi man mác
Đăm đắm mộng từ bi
Trần gian sao còn lụy
Yêu một vết xuân thì ■

ĐINH VĂN TUẤN

THƠ LỤC BÁT

XUÂN MỘNG

Nửa đêm xuân mộng chơi vơi
Mộng xuân xuân mộng mộng vời xuân sang
Hồn say xuân mộng khói sương
Tình ngây xuân mộng xuân vương lối về

Tàn đêm xuân mộng đê mê
Hoa xuân mộng nở giữa khe nhiệm mầu

TỰ TẠI

Góc trời tự tại an nhiên
Ngổn ngang sách vở ngả nghiêng ý lời
Độc hành mộng mị chơi vơi
Giày vò khổ lụy ngậm ngùi trầm tư

Ghép vần thi tứ đợi chờ
Nhẹ cười buông xả bến bờ dấu yêu ■

NGÀN THƯƠNG

Hoài Khúc Tháng Ba

Tháng ba - mùa hoa gạo nở
triền sông quê mẹ rực hồng
tôi về một mình cất bước
nghe lòng thương nhớ bâng khuâng

Ngoại giờ đâu còn phương ấy
hóa thành mây trắng nhẹ bay
vườn xưa cây già hoang phế
tiếng chim xao xác gọi bầy

Ngồi nhìn rong rêu phiêu dạt
sau cơn lũ lụt nổi trôi
ngỡ như phận người ly tán
xuôi theo dâu biển ngậm ngùi

Buổi chiều sao không qua hết
dùng dằng nửa ở, nửa đi
trên miền Tam Giang sóng nước
bài ca tôi hát thầm thì...■

TRẦN ĐÌNH SƠN CƯỚC

"NỖI HUẾ" THÁNG BA

(Gởi anh Trần Doãn Nho)

1. NẮNG ĐỔI MÀU

Mở lòng thật trong
Tâm không ngăn ngại
Mời bạn nghe lại
"Nắng Tháng Ba"
(Nhạc sĩ Trần Hoàn)

Hưng phế dãi dầu
Năm mươi năm sau
Nắng đã đổi màu
Còn Huế của nhau?!

2. THIỆT TỆ

Dù nhớ Huế da diết
Chân vẫn chưa hẹn về
Còn mồ cha, mả mẹ
Còn bạn bè bên tê...

Giữ lấy Huế trong lòng
Sợ "thực tế" đục trong
Sợ tình xưa đổ vỡ
Nên tìm Huế loanh quanh...

3. HẸN VỀ

Thân đây, tâm ngoài dặm xa
Trú trong hiện tại lòng hoài niệm xưa
Nhớ nhung biết mấy cho vừa
Thôi đây, cũng đủ cũng thừa niềm vui
Tặng nhau nỗi nhớ đầu mùa
Duyên lành chưa đủ thì chưa hẹn về. ■

(Sunnyvale đầu xuân 2026)

NGUYỄN NGUYÊN PHƯỢNG

Tự Tình Cuối Năm

Nhánh sầu buông tay cuối
Dòng chiều trôi cưa trôi
Tiếng thời gian chạy đuổi
Bao hoan mê bứt rời.

Giấc mơ nào phiêu dạt
Giữa biển đời mang mang
Nợ ân tình Phiếu mẫu
Bữa cơm rau cơ hàn.

Ta từ xưa rướm lệ
Từng dòng thơ nguyên trinh
Thấu cuộc trần dâu bể
Đáu đau một chữ Tình.

Thiền sư lên núi thẳm
Hú vọng vấn trầm luân
Tinh khôi lời đá cuội
Sóng xô ngàn mãi xanh.

Chiếc vàng thôi níu đợi
Khúc tự tình cuối năm. ■

Mỹ Tho, 29/12/2025

ĐẶNG HIỀN

VẦNG TRĂNG GẦN CUỐI NĂM

Ngày đã gần về cuối năm
Em hỏi anh đã ở đâu trong suốt năm rồi
Vầng trăng anh gởi cùng xao xuyến
Tình yêu có răng cắn đi mất nửa
*
Hãy ngồi đây với anh ngắm mảnh trăng non
Có thể mắt em sẽ lạc đâu đó
Có thể em chỉ nhìn thấy anh
Trong bóng tối lờ mờ chiều tận
*
Và ngón tay em sẽ len vào giữa môi
Cho đến khi thay bằng nụ hôn bất chợt
Để rồi em sẽ nhớ anh rất lâu
Trong tận cùng mạch máu
*
Em sẽ bỏ qua tất cả
Những ngày ký ức không anh
Em sẽ nhớ đến tình yêu của chúng ta
Anh đã ở trong tim em lì lợm cho đến bây giờ
*
Từ cái rùng mình khi đôi tay chạm nhau
Như tình yêu ập đến nhưng không có bất ngờ
Như cơn mưa phủ cả dòng sông
Là nụ hôn giữa khi anh đang nói
*
Ngày đã gần về cuối năm rồi em
(Ừ,) thời điểm làm người ta dễ lạc trôi
Đừng hỏi anh ở đâu khi mình bên nhau
Những vết cắn của tình yêu sẽ không bao giờ lành. (*) ■

(*)"Tình yêu có răng và những vết cắn của nó sẽ không bao giờ lành." (Stephen King)

TRẦN THỊ CỔ TÍCH

GIAO THỪA

xuân nép trong nụ mai
chờ nắng mới
ta nép trong nhau
đợi phút linh cầu
ngày sắp thở
cho hồn siêu nhiên chạm
phút cựa mình
trời đất chuyển xoay

đêm không trăng
từng bàn tay chắp
thắp sáng niệm lành
khơi mở thiện tâm
cuộc thế hỗn mang
tình người kinh động
giọt nước cành dương
Xin tưới mát hoa đời ■

SONG THAO

LỊCH NUDE

Chừ đã đi vào năm mới 2026, bạn đã có lịch treo chưa? Nếu chưa tôi mời bạn mua cuốn lịch khỏa thân của dân vùng Lakeview, tiểu bang Oregon, nơi ông Từ Công Phụng đang trú ngụ. Giá mỗi cuốn chỉ có 25 đô.

Lịch *nude*? Bộ ông muốn xúi dại chúng tôi chăng? Tôi chắc các bạn sẽ nhướng mắt hỏi như vậy. Không biết ngày nay các bạn trẻ treo lịch khỏa thân ra sao chứ thời của tôi, ông bạn độc thân nào to gan lắm cũng chỉ dám treo trong phòng ngủ. Tôi thuộc loại nhát gan, năm nào có ông bạn tốt tính nào tặng lịch mát mẻ thì chỉ dám giấu trong tủ hoặc tặng lại các ông bạn to gan. Lịch khỏa thân tôi nói là loại lịch tô hô, thường là lịch Playboy của ông già mất nết Hugh Hefner, lịch tôi mời các bạn mua năm nay không phải vậy. Đó là thứ lịch *nude* nhưng không tô hô mà lại có... chính nghĩa.

Một trang lịch "Outback Naked".

Cuốn lịch *"Outback Naked"* này gồm hình ảnh 13 cư dân trút áo quần để kiếm tiền cho việc xúc tuyết trong mùa đông tại Lakeview. Họ là những cư dân bình thường trong mọi ngành nghề. Họ không chụp hình *nude* như những cô nàng Playboy chuyên nghiệp. Họ chỉ cởi kiểu… tài tử. Cởi đó nhưng không tanh bành mà được che giấu những chỗ cần che giấu một cách rất nghệ thuật. Họ không phải là những thiếu nữ mơn mởn mà là những người đứng tuổi, cả đàn ông lẫn đàn bà, trong khung cảnh của nơi thường được gọi là Oregon Outback. Hai người đứng ra thực hiện dự án này là Jess Calvin và Margot Dodds nói với báo Lake County Examiner: "Chúng tôi có một số người can đảm trong cộng đồng muốn giúp thành phố dù bị tổn thương. Những người mẫu của chúng tôi trút bỏ quần áo nhưng được che chắn để không bị lộ liễu. Chúng tôi muốn có những hình ảnh đẹp để mọi người có thể thấy vui vui của vùng Oregon Outback".

Chắc nhiều người đồng ý với hai "nhà sản xuất" này nên lịch được bán từ ngày 1/11/2025 với giá 25 đô cộng thêm 7 đô tiền gửi nhưng nhiều người đã trả tới 100 đô hoặc cho thêm một số tiền mà họ tự ghi. Tới nay họ đã thu được 40 ngàn đô, gấp bốn lần số tiền dự tính thu được. Tất cả số tiền kiếm được sẽ dùng để trang trải phí tổn dọn tuyết trong vùng Lakeview. Thành phố đang bị thiếu hụt ngân sách vì thu ít chi nhiều.

Hai người khởi xướng chuyện in lịch *Outback Nake* là Jess Calvin và Margot Dodds tiết lộ ý tưởng làm lịch của họ phát xuất từ lịch *Calendar Girls* ra đời vào năm 1999 do một nhóm các bà sồn sồn người Anh, hội viên của một chi nhánh địa phương của *Women's Institute*, tình nguyện cởi quần áo để gây quỹ cho viện nghiên cứu bệnh ung thư máu Leukaemia Research. Năm nay nhóm làm lịch *Calendar Girls* ăn mừng sinh nhật 25 năm của dòng lịch này.

Chuyện bắt đầu từ tháng 2 năm 1998 khi anh John Baker bị chẩn đoán mắc bệnh ung thư máu *non-Hodgkin lymphoma*. Sau vài tháng điều trị, anh qua đời ở tuổi 54. Vợ anh vô cùng buồn nhớ và muốn làm một cái chi đó trong thời gian khó khăn này. Và họ quyết định làm lịch khỏa thân. Tất cả có 11 hội viên của *Rylstone and District Women's Institute* tham gia. Một nghệ sĩ địa phương được ủy thác việc chụp hình trong khung cảnh xanh tươi của vùng với những đồi núi, làng mạc và đàn cừu được nuôi trong vùng. Cuốn lịch được ra mắt vào ngày 12/4/1999 và bán được 88 ngàn cuốn. Câu chuyện về lịch *Calendar Girls* được đưa tin và bình luận trong các báo khắp nước Anh. Nhóm làm lịch được vinh danh "Women of the Year". Họ được hân hạnh tặng lịch cho Nữ Hoàng Elizabeth và thân mẫu của bà. Năm 2000, lịch có ấn bản tại Mỹ và bán được 240 ngàn cuốn. Họ tiếp tục in lịch vào các năm 2004, 2005, 2007 và 2008. Năm 2010 họ in cuốn lịch kỷ niệm 10 năm. Năm 2003, câu chuyện thú vị về lịch *Calendar Girls* được dựng thành phim với các diễn viên Helen Mirren, Julie Walters và Celia Imrie.

Các bà tham gia chụp hình lịch "Calendar Girls"

Canada chúng tôi cũng khỏa thân như ai. Họ làm lịch *nude* để bán lấy tiền cho quỹ thực phẩm dành cho người nghèo theo như kiểu làm lịch *Calendar Girls* của các bà tại Yorkshire bên Anh làm hồi năm 1999. Tham gia cởi quần áo là các thành viên trong đội múa *Centre Stage* ở Vancouver gồm 10 bà tuổi hưu, tất cả đều trên 65 tuổi. Họ là cư dân tại Cowichan Valley trên đảo Vancouver Island. Tôi đã lui tới Vancouver nhiều lần nên biết sơ sơ cư dân trên đảo này là dân nhà giàu. Một ngày trong năm 2010, các bà đã hội họp bàn bạc và đi tới quyết định khó khăn nhưng phải thực hiện này. Nhiều ý kiến đã được đưa ra. Có bà đề nghị chụp đi *ski*, có bà thì muốn chèo thuyền *kayak*, bà khác lại thích chụp khi đi cáp treo trên hàng cây tại Whistler. Cuối cùng họ đã đồng ý chụp ngay tại nơi các bà cư ngụ: Vancouver Island. Và cuốn lịch *"Babes" In The Wood* năm 2011 đã trình làng với hình ảnh các bà chụp trong rừng hay trong các khu vườn của các biệt thự tư nhân trong vùng Vancouver Island. Các bà đã có tuổi nên hình chụp ngả về khôi hài hơn là thực tiễn. Để thanh minh thanh nga cho việc làm táo bạo khi tuổi không còn trẻ, các bà hợp tác với các nhiếp ảnh viên để tránh những hình chụp trắng trợn. Các bà làm như vậy cũng phải. Hàng đã quá đát mà rõ ràng quá có chi hấp dẫn người mua. Nhiếp ảnh gia cũng là một bà, bà Lurene Haines, cho biết bà cũng lấy những góc cạnh để có những tấm hình vui vui và không phản cảm. Hai buổi chụp hình được tổ chức vào tháng Tư và tháng Chạp năm 2010. Thêm một buổi phụ chụp chung tất cả các bà trong áo tắm. Bà Lurene Haines kể lại: "Các buổi chụp hình bắt đầu với phần kể chuyện tiếu lâm trong khi các bà có ly rượu trên tay". Thành quả là các tấm hình vui nhộn. Lịch được in đợt đầu chỉ có 120 cuốn bán với giá 18 Gia kim. Sau khi trừ phí tổn, mỗi cuốn còn 10 Gia kim sung vào quỹ thực phẩm cho người nghèo. Các bà không nhận tiền thù lao. Số in nhỏ nhít được bán hết vèo. Họ phải in thêm đợt hai mới đủ thỏa mãn nhu cầu của người mua.

Các thành viên của lịch "Babes" In The Wood".

Chuyện lịch khỏa thân me mé trở nên phổ biến khắp nơi. Thấy các bà ăn nên làm ra, các ông cũng ti toe trút quần trút áo làm lịch. Từ năm 2004 tới 2006, các ông ở Junction City, tiểu bang Oregon, bắt chước các nữ nhân cũng trút bỏ quần áo để làm lịch khỏa thân nam gây quỹ cho hệ thống trường công tại địa phương. Các chàng trong đội bóng bầu dục cũng ti toe làm lịch *Naked Rugby League* tại Úc để kiếm tiền cho *National Breast Cancer Foundation.*

Lịch của đội bóng bầu dục nam.

Các ông có thiện chí tới đâu cũng chán phèo. Chắc các bà các cô không đồng ý với tôi chuyện này. Cũng phải thôi, trong môi trường tự do, ai thiếu chi thích đó. Ở Montreal này có ông bạn văn Hồ Đình Nghiêm rất thích chân cẳng các cô gái chơi môn túc cầu. Tôi nghĩ nếu cho ông coi nhiều hơn chân cẳng hẳn ông khoái chí hung. Tôi sẽ nhẩn nha với chuyện này lâu một chút để mọi người hiểu cái rắc rối của chuyện trút bỏ may-ô quần soọc của các cô gái tuổi thanh xuân. Năm 1999, năm cuối của thiên niên kỷ, là một cột mốc cho đội túc cầu nữ Matildas của Úc. Khi đó chỉ còn một năm nữa là tới ngày khai mạc Thế Vận Hội 2000 tại Úc. Túc cầu nữ là môn thể thao còn rất mới mẻ. Giải túc cầu thế giới *Women's World Cup* chỉ mới bắt đầu có từ năm 1991 và tới Thế Vận Hội Mùa Hè Atlanta năm 1996 mới được coi là một môn thi đấu của thế vận. Năm đó đội túc cầu nữ của

Úc chưa đủ tiêu chuẩn được tham dự. Vậy nên Thế Vận Hội 2000 tại Sydney là lần đầu tiên đội Matildas của Úc mới được góp mặt tranh tài với các cầu thủ bóng tròn thế giới. Bỏ qua sao được! Nhưng đội không đủ tiền để tập dượt và trang trải chi phí tham dự. Đối với giới thể thao thế giới, họ là con số không, chẳng ai biết tên tuổi của họ. Ngay tại Úc, truyền thông họa hoằn mới nói tới họ, các đài truyền hình không trực tiếp các trận đấu của họ, các mạnh thường quân hầu như làm lơ. Họ quyết định phải làm một việc gây tiếng vang mạnh mẽ cho mọi người biết, một việc mà chưa đội banh nào trên thế giới làm. Đó là làm một cuốn lịch các nữ cầu thủ khỏa thân.

Tờ tháng 9/2000 của lịch "The Matildas".

Ý tưởng đỏ mặt này xuất phát từ một bữa liên hoan có tí rượu của đội banh vào đầu năm 1999. Sau đó họ tham khảo với sếp của ban chấp hành của Ủy Ban Túc Cầu Nữ Úc Châu *(Australian Women's Soccer Association)* là Warren Fisher. Nhưng cũng có một giả thuyết khác theo đó thì một thương gia ở Melbourne tiếp cận ông Fisher để xin ông cho phép in cuốn lịch khỏa thân Matildas. Ủy Ban tán thành dự án này, vừa có dịp lăng xê cái tên Matildas mới mẻ, vừa thu được tí tiền cho đội tham dự thế vận hội. Nhưng trước một chuyện quá mới và quá sốc, không phải mọi thành viên trong Ủy Ban đều giơ tay đồng ý. Thành viên Heather Reid lắc đầu: "Cá nhân tôi rất khó chịu trước chuyện này. Tôi không phải người gật đầu cho chuyện mang *sex* vào thể thao và đồng ý với chuyện trộn lẫn chính trị và giới tính trong sáng kiến này". Người khác lại cho đội bóng bầu dục nam đã làm lịch *nude* rồi. Họ làm được tại sao phụ nữ không làm được? Sau màn tranh cãi gắt gao, Ủy Ban đồng ý cho in lịch với ba điều kiện: các cầu thủ có quyền từ chối tham gia nếu họ không muốn; việc chụp hình phải có sự giám sát để bảo đảm các cầu thủ không bị khai thác quá mức họ đồng ý; và các cầu thủ và Ủy Ban có quyết định cuối cùng việc chọn hình in và cương quyết loại bỏ những hình quá nhạy cảm. Trên thực tế, trong số các hình chụp có những hình chụp phía trước các cầu thủ nhưng có tấm được che chắn một cách nghệ thuật, có những tấm khá trần trụi khi mà thời đó việc tẩy kiểu Brazil chưa thịnh hành.

Đông đảo phóng viên các báo tới dự buổi phát hành lịch "The Matildas".

Cuốn lịch được ra mắt nơi một quán bar nhỏ tại Darlinghurst, thành phố Sydney. Phóng viên các báo đổ xô tới tường thuật sự kiện quá đông khiến phải chen chúc nhau trước cửa khi vô. Số in là 5 ngàn cuốn đã hết bay. Ủy Ban phải cho in thêm 45 ngàn cuốn và cũng bán hết trong vài tuần lễ. Ông Heather Reid mừng rỡ: "Cuốn lịch đã thay đổi thế giới khi nhìn vào đội Matildas". Các cầu thủ không bị quấn trong những chiếc áo rộng thùng thình ngoài sân cỏ đã thể hiện được nữ tính của họ. Họ cũng là những thiếu nữ với hình dáng quyến rũ đầy duyên dáng. Khán giả nhìn họ với một con mắt khác, dịu dàng hơn. Những cầu thủ có hình trong lịch thấy tự tin hơn trên sân cỏ. Ngay cả trong đời sống thường nhật ngoài xã hội, họ cũng không bị phiền phức chi. Con số khán giả tới coi các trận đấu của họ tăng vọt một cách đáng ngạc nhiên. Trong trận đấu giao hữu với đội tuyển Trung Quốc trước thế vận hội, đã có tới 10 ngàn khán giả tới tham dự! Một số cầu thủ đã được mời tới các buổi sinh hoạt của các tổ chức thương mại hay chính trị khiến họ dễ dàng vận động đóng góp tài chánh ủng hộ cho đội hơn. Số tiền thù lao khi họ được mời xuất hiện trong các quảng cáo thương mại đã lên tới 100 ngàn!

Theo báo cáo tổng kết năm tài chánh 1999-2000 của *Australian Women's Soccer Association*, số tiền thu được từ các tổ chức phi chính quyền đã lên tới 800 ngàn Úc kim, gấp đôi năm trước. Ngoài ra số tiền bảo trợ và bán sản phẩm cũng đã thu được 246.435 Úc kim. Ngân quỹ dồi dào nên các cầu thủ cũng được hưởng ké. Đội nhận được số tiền thưởng 75.178 đô Úc. Những năm trước họ không được chi cả. Các cô gái hí hửng khoe họ đã xài tiền họ được hưởng ra sao. Có cô đã trả hết được tiền nợ mua xe, có cô trả được nợ thẻ visa, có cô nghỉ không thèm làm thêm *job* phụ nữa.

Không biết ông Hồ Đình Nghiêm và các ông bạn mê chân dài đá banh của tôi có biết chuyện lịch *nude* của các nường xứ *kangaroo* này không. Thấy các ông ấy im rơ coi bộ mù tịt. Tôi nghĩ nếu các ông muốn chơi đồ cổ cũng có thể tìm mua trên eBay được. Tôi đã *check* eBay. Họ không có nhưng thòng cho tôi câu nếu muốn thì ghi lại, khi nào có họ sẽ báo. Năm nay đã là năm 2016, coi lịch năm 2000 làm cái quái chi, chỉ cốt coi hình. Nhưng bi chừ các nường đã thêm 27 tuổi, xem hình phải nghĩ ngợi thêm, cực chết!

Song Thao

02/2026

UYÊN NGUYÊN

Văn Chương Cộng Đồng - Nơi Trú Ngụ Của Ký Ức: Liên Đới Và Khát Vọng

Chữ nghĩa đôi khi không ươm vào trang giấy như một hành vi sáng tác, mà trỗi dậy như phản xạ của ký ức trước hoàn cảnh bị xóa nhòa. Khi con người buộc phải rời khỏi không gian quen thuộc của mình, mang theo ngôn ngữ, lịch sử và những thương tích chưa kịp lành, thì văn chương âm thầm chuyển vai từ biểu đạt cá nhân thành nơi neo giữ của một đời sống chung. Chính từ điểm khởi phát mong manh ấy, *văn chương cộng đồng* hiện hữu không ồn ào, không tuyên xưng nhưng bền bỉ như mạch nước ngầm nuôi dưỡng căn tính, nối liền những mảnh vỡ của kinh nghiệm tập thể và trao cho chữ nghĩa một sứ mệnh vượt khỏi giới hạn thuần túy của cái đẹp.

Bấy giờ, *văn chương cộng đồng* không hiện hữu như một thể loại để định danh hay xếp đặt trên kệ sách, nó tồn tại như một trạng thái sống của chữ nghĩa khi chữ không còn đứng yên trong mỹ cảm tự thân. Ở đó, văn chương không khép mình trong tháp ngà của kỹ thuật hay cá tính sáng tạo, cũng không tự thỏa mãn với sự tinh xảo hình thức mà âm thầm hòa vào mạch thở của một tập thể con người, mang theo những cung bậc ký ức chồng chất, những thương tích chưa lành, những ước vọng còn dang dở và cả những điều chưa kịp nhận diện. Nó thường không khởi đi từ tham vọng "làm văn học", mà từ nhu cầu rất con người, đó là được nói ra, được nhớ lại và được giữ lấy một điều gì đó trước khi tất cả tan vào quên lãng. Một lá thư vượt biển bạc màu thời gian, một bài thơ chuyền tay trong trại tị nạn, một truyện ngắn in ronéo trong sinh hoạt đoàn thể, hay một bài tùy bút lặng lẽ đăng trên trang báo cộng đồng – tất cả đều có thể bước vào địa hạt văn chương, khi chữ nghĩa mang trên mình vai trò chứng nhân. Ở đó, cái tôi của người viết không bị xóa nhòa, nhưng được nới rộng, mở lòng để chứa cái chúng ta, cái cộng nghiệp lịch sử đang âm thầm đòi hỏi được lắng nghe.

Khác với văn chương thuần túy cá nhân, *văn chương cộng đồng* chấp nhận sự không tròn trịa như một phần bản chất. Nó có thể vụn vỡ, thô ráp, có khi lặp đi lặp lại đến ám ảnh, nhưng chính vì thế mà giàu sinh lực. Điều nó gìn giữ không đơn thuần chỉ là vẻ đẹp của ngôn từ, mà là sợi dây liên đới mong manh nhưng bền chắc giữa người với người. Một câu văn chưa thật chỉnh, nhưng chạm được vào ký ức chung, an ủi được nỗi cô độc chung, thì tự nó đã hoàn tất sứ mệnh. Trong những hoàn cảnh cộng đồng từng bị bứng rễ bởi chiến tranh, lưu vong hay sự đổ vỡ của hệ giá trị, *văn chương cộng đồng* còn mang dáng dấp của một liệu pháp tinh thần. Viết để nối lại những mảnh đời bị cắt khúc; đọc để nhận ra rằng nỗi đau của mình không đơn độc. Ở đó, văn chương không đứng ngoài đời sống để phán xét, mà bước thẳng vào đời sống để cùng chịu, cùng gánh, cùng tìm đường chuyển hóa.

Từ nền tảng ấy, *văn chương cộng đồng* trở thành chiếc cầu nối tự nhiên giữa đời sống và văn học, biến ký ức chung thành tác phẩm và trao cho văn học một lý do tồn tại vượt khỏi tính thuần túy thẩm mỹ. Những tác phẩm sinh ra từ mạch nguồn cộng đồng có thể không bước vào chính sử văn học, không được giảng dạy hay vinh danh, nhưng lại sống rất lâu trong ký ức của người đọc cùng thế hệ. Chúng làm được điều mà nhiều kiệt tác cô độc không làm nổi, nghĩa là giữ cho một cộng đồng còn nhận ra nhau, còn nhận ra chính mình trong dòng chảy đứt đoạn của thời cuộc. Nhờ đó, văn học không bị thu hẹp thành trò chơi tinh hoa của số ít, mà tiếp tục giữ được căn tính nhân bản ban đầu là làm chứng cho thân phận con người trong tương quan với người khác, trong lịch sử và trong nỗi mong manh của kiếp sống.

Việc nhận định *văn chương cộng đồng*, vì thế, không thể dựa trên những ranh giới hình thức cứng nhắc, mà cần được nhận diện từ tinh thần khởi viết, vị thế của cái tôi, đối tượng tiếp nhận và chức năng xã hội của tác phẩm. Khi động cơ viết không nhằm tự biểu hiện riêng lẻ mà hướng đến việc nói cùng, nói thay, hay giữ lại kinh nghiệm chung; khi cái tôi trữ tình luôn vang vọng tiếng của chúng ta;

khi tác phẩm được cộng đồng mang theo, đọc lại, nhắc lại trong sinh hoạt chung; và khi chữ nghĩa đảm nhận vai trò lưu giữ ký ức, nuôi dưỡng căn tính, chữa lành những tổn thương tập thể, thì *văn chương cộng đồng* đã hiện diện như một tầng nghĩa chủ đạo, dù hình thức có thể rất giản dị. Một tác phẩm, vì thế, hoàn toàn có thể vừa là văn chương cá nhân ở tầng nghệ thuật, vừa là văn chương cộng đồng ở tầng chức năng và trách nhiệm tinh thần.

Đối với cộng đồng Việt hải ngoại, *văn chương cộng đồng* mang một ý nghĩa đặc biệt, gần như phản xạ sinh tồn của ký ức. Ra đời trong hoàn cảnh bị bứng rễ khỏi không gian văn hóa – lịch sử quen thuộc, chữ nghĩa trở thành nơi trú ẩn cuối cùng để tiếng Việt không câm lặng, để ký ức không tan loãng giữa đời sống mới. Chiến tranh, vượt biển, trại tị nạn, những năm đầu mưu sinh nơi đất lạ, cảm thức mất quê và nỗ lực dựng lại một quê hương bằng hồi ức – tất cả trở thành chất liệu chung, được lặp đi lặp lại không phải vì nghèo đề tài, mà vì đó là những vết thương chưa khép. Văn chương cộng đồng ở đây không né tránh sự lặp ấy, mà chấp nhận nó như một hình thức tự kể, để cộng đồng còn nhận diện được chính mình trong những bình diện thời gian chồng chéo.

Điểm đặc thù của *văn chương cộng đồng* Việt hải ngoại nằm ở sự đan xen tự nhiên giữa văn học và sinh hoạt cộng đồng. Nhiều tác phẩm không sinh ra trong không gian học thuật hay xuất bản chính thống, mà hiện diện trong báo chí cộng đồng, đặc san đoàn thể, tuyển tập tưởng niệm, hay những buổi sinh hoạt văn hóa – giáo dục. Ranh giới giữa người viết và người đọc vì thế trở nên mờ nhạt; chữ nghĩa không những để thưởng thức, mà để sử dụng, để truyền trao, để tiếp nối. Ngôn ngữ trong văn chương hải ngoại cũng mang tính chuyển tiếp rõ rệt đó là tiếng Việt vừa được gìn giữ như một căn nhà tinh thần, vừa chịu tác động của môi trường đa ngữ. Những chỗ chưa thuần, chưa trau chuốt, nếu nhìn từ mỹ học thuần túy có thể bị xem là khiếm khuyết, nhưng dưới góc nhìn cộng đồng, đó lại là dấu vết sống động của một quá trình thích nghi, tồn tại và tự làm mới mình.

Quan trọng hơn cả, *văn chương cộng đồng* Việt hải ngoại đảm nhận vai trò truyền trao ký ức liên thế hệ. Khi thế hệ thứ nhất dần khuất bóng, chữ nghĩa trở thành chiếc cầu mong manh nhưng cần thiết nối thế hệ sau với một quá khứ mà họ không trực tiếp sống. Dù lớp trẻ có thể không đọc hết, không đọc sâu, nhưng sự hiện diện của những tác phẩm ấy vẫn giữ cho lịch sử gia đình và cộng đồng không hoàn toàn đứt đoạn. *Văn chương cộng đồng*, vì thế, không cần được đo bằng tiêu chí trung tâm hay ngoại biên của trường lực văn học rộng hơn, cũng không cần chứng minh mình lớn hay nhỏ. Giá trị của nó nằm ở chỗ đã cùng một cộng đồng đi qua biến động, giữ cho ký ức còn chỗ trú, cho tiếng Việt còn vang và cho người Việt nơi đất khách vẫn nhận ra nhau qua chữ nghĩa.

Nói cho cùng, *văn chương cộng đồng* không làm cho cộng đồng trở nên cao siêu hơn, mà làm cho cộng đồng nhân tính hơn. Và chừng nào con người còn cần được kể lại, được lắng nghe, được cùng nhau nhớ và cùng nhau mơ ước, thì chừng đó, *văn chương cộng đồng* vẫn còn lý do để hiện hữu – giản dị, bền bỉ như một mạch ngầm lặng lẽ nuôi dưỡng đời sống tinh thần và không thể thay thế.

Và chính từ ý thức ấy, có thể hiểu rằng đây cũng là một trong những lý do sâu xa để **Ngôn Ngữ** tồn tại. Không chỉ như một tạp chí văn chương theo nghĩa thông thường, mà như một nỗ lực bền gan gìn giữ tiếng lòng chung trước nguy cơ tan loãng của ký ức và cảm thức cộng đồng. Mỗi trang văn được chọn lựa, không nhằm áp đặt một giọng nói duy nhất, mà để chia sẻ và nâng đỡ, làm vang lên những thanh âm khác nhau đang cùng tìm cách nhận diện mình trong một không gian chung rộng mở. Sự kiên trì giữ lấy tiếng Việt, giữ lấy khả năng đối thoại bằng chữ nghĩa, vì thế, không đơn thuần là công việc của biên tập, mà là một hành vi văn hóa mang ý nghĩa chứng nhân. Trong nỗ lực lặng lẽ ấy của nhóm chủ trương và biên tập **Tạp Chí Ngôn Ngữ**, ngôn ngữ bấy giờ vừa được bảo tồn như một phương tiện diễn đạt, vừa được trả lại đúng vị trí của nó, nơi trú ngụ của ký ức, của liên đới và của khát vọng được cùng nhau nói lên điều cần nói, khi còn có thể nói, và khi vẫn còn ai đó lắng nghe.

Uyên Nguyên

Yuma, AZ, ngày 31 tháng 01 năm 2026

LƯU VĂN VỊNH

NHÀ GIÁO XƯA

Thời Pháp thuộc, khoảng 1930, lương giáo sư tốt nghiệp Cao Đẳng Sư Phạm Đông Dương còn cao hơn lương tri huyện. Người Pháp dù là Pháp thực dân vẫn trọng dụng trí thức và đánh giá cao giới có học, vì thế lương giáo sư tới 120 đồng một tháng còn lương tri huyện chỉ có hơn 80 đồng, tất nhiên nhà giáo không có bổng lộc như các quan! Ông bác tôi tốt nghiệp Hậu Bổ ra làm tri huyện, đánh bài thua, có khi tới vay tiền nhà giáo!

Nhưng nhà giáo ngày xưa vẫn còn giữ được truyền thống quân sư phụ của nhà Nho, tận tụy và nghiêm túc trong việc trồng người. Thời ấy ở tuổi 30, có đêm ba tôi thức chấm bài đến sáng, tàn thuốc lá đầy bàn chỉ vừa kịp mặc áo đi thẳng tới lớp học.

Khoa cử nhà Nho tàn lụi dần vào khoảng 1915 trước đó mươi năm Pháp đã bắt đầu mở trường học như trường Bưởi, 1907, mới đầu đào tạo lớp thông ngôn như Phạm Quỳnh, Nguyễn Văn Vĩnh, sau mới thành trường trung học 4 năm mãi sau mới đặt ra Tú Tài Bản xứ, bao gồm cả ba ban Văn Chương, Toán, Khoa Học, nghĩa là nặng gấp ba Tú Tài Tây. Trước khi có Tú Tài Bản xứ, muốn học lên Tú Tài hoặc phải đi Tây, hoặc phải vào trường Tây thi Tú Tài Tây. Cụ Nguyễn Hữu Tài, sau này dạy ở trường Bưởi môn Lý Hóa dường như là người Việt Nam miền Bắc đầu tiên đậu Tú Tài Tây bên Pháp.

Nhưng chỉ cần 30 năm chuyển tiếp, trí óc sẵn có của nhà Nho, dù là lúc này ông đồ ông cống đã nằm co một xó như Tú Xương, như

Tản Đà..., trí tuệ của các ông Trạng, ông Nghè... vẫn luân lưu di truyền trong đám con cháu, để lại bùng nở lên một lớp trí thức Tây học đợt đầu 1925 - 35, lớp này còn dấu tích rất nhiều của ông bà chú bác nhà Nho, đa số còn đọc được chữ Nho hay ít ra vẫn giữ nền nếp, không khí gia tộc, làng xóm cũ... Năm ba tôi và các chú bác trong họ hàng vào Bưởi khoảng một ngàn chín trăm mười mấy, còn có các cụ đồ vào dạy Việt Văn như cụ Phó bảng Nguyễn Can Mộng, mỗi lần tới giờ tiếng Việt cụ đóng hết cửa đảng lại "*không cho Tây nghe, trong này thầy trò mình nói tiếng mẹ đẻ, các cậu muốn nói gì thì nói*! ". Tiết tháo của các cụ đồ chính là ngọn lửa truyền lại cho thế hệ Nguyễn Thái Học, một thế hệ chưa Tây hóa nhiều như thế hệ Tây học về sau, thế hệ gần 1940...

Tốt nghiệp trường Bưởi ra, ban Sư Phạm, ba tôi đi làm Đốc học tỉnh Quảng Yên, dưới quyền Tuần phủ Hoàng Huân Trung (cử nhân Nho học sau làm hội trưởng Khai Trí Tiến Đức) giống như Trưởng Ty Học Chính thời mới. Đầu thế kỷ XX người Pháp muốn đào luyện một lớp giáo sư trung cấp cho chương trình mới nên ngay bên y khoa cũng chỉ đào tạo Y sĩ Đông Dương (médecin indochinois) hầu đáp ứng nhu cầu thực tế. Cụ Nguyễn Xuân Chữ, bạn thân của ba tôi ở Bưởi, học theo chương trình này, cụ ghét Tây tới độ có lần ở bệnh viện quan ba y sĩ Tây bắt tay, có vẻ hỗn xược, cụ cầm tay ông quan ba đặt vào mông đít! Có đêm ba tôi đang nằm ngủ ở tỉnh Quảng Yên, cụ Chữ bất thần đến kéo hết chăn đệm ra rồi nói "*anh còn trẻ cần gì nằm đệm, cho tôi mượn*", về sau mới biết cụ lấy về cho cụ Ngô Đức Kế (?) nằm. Lúc này các cụ hoạt động cách mạng bí mật, cụ Kế chắc đến gặp cụ Chữ để bàn bạc. Chuyện này vào khoảng đầu thập niên 1920. Sau dăm năm, 1925 ba tôi trở về Hà Nội thi vào Cao Đẳng Sư Phạm ban Văn chương, lúc này khóa I đã có cụ Dương Quảng Hàm, cụ Nguyễn Gia Tường tốt nghiệp. Cụ Dương Quảng Hàm lúc nào cũng "quân tử chính đạo", đi giữa đường mặc cho xe cộ tránh! Khóa II có cụ Trần Văn Hương tác giả bài thơ nổi tiếng "*ngồi buồn gãi háng*".

Trường Cao Đẳng Đông Dương mở ra vào khoảng đầu thập niên 1920, trước đó ít lâu đã mở trường thuốc đào tạo Y sĩ Đông dương, Thú Y, Dược... Năm vào Cao Đẳng, 1925, bốn sinh viên chia một phòng nội trú: ba tôi, Lưu Văn Minh, cụ Vũ Ngô Xán cùng lớp Sư Phạm, một sinh viên Cao Miên và Nguyễn Thái Học. Lúc này Nguyễn Thái Học theo ban Canh Nông, tính ít nói, không hề thổ lộ chuyện đảng phái cách mạng, ông có tướng ngủ nằm sấp, dáng dấp hơi quê mùa, mang theo một chiếc hòm đựng quần áo vật dụng, loại hòm của lính, sơn màu đen.

Thời ấy Nam Phong tạp chí, Đông Dương tạp chí... bắt đầu xiển dương văn hóa Đông, Tây, dường như cụ Nguyễn Văn Vĩnh có báo Pháp ngữ viết không xuể phải nhờ sinh viên Sư Phạm trợ bút viết thêm. Cụ Vĩnh có văn tài đã đành lại còn thêm tài nói tiếng Tây, cụ đứng đằng sau bình phong nói tiếng Pháp, người đứng ngoài không thấy mặt tưởng Tây nói chuyện. Cụ Vĩnh chủ trương "có thực mới vực được đạo" nên ngoài việc làm báo viết văn, cụ còn kinh doanh, sang tận Lào tìm mỏ vàng...

Hà Nội thời 1920 - 30 phục hồi thành thủ đô văn hóa sau cả trăm năm trung tâm đất nước chuyển vào Huế với triều Nguyễn. Người Pháp rất tinh tế, đến Việt Nam họ biết ngay Hà Nội mới là cái nôi văn hóa toàn quốc nên đặt ngay Phủ Toàn quyền ở đấy và mở trường Đại Học đầu tiên ở ven sông Hồng, không cách xa Văn Miếu, có lẽ trên nền cũ của phủ Chúa Trịnh không chừng. Giới nhà văn nhà báo còn ít ỏi, số sinh viên cũng chỉ ở con số vài trăm nên thường quen biết lẫn nhau. Các sinh viên Cao Đẳng là lớp trí thức hàng đầu thay thế ông Tiến ông Cử cổ xưa, là lớp *đại khoa* được xã hội kính trọng *phi Cao Đẳng bất thành phu phụ.* Đằng sau thấp thoáng kỳ vọng của thế hệ nhà Nho tiền bối, đặt hết tin yêu vào đám con trẻ dựng lại cơ đồ văn hóa quốc gia trong thời mới. Bạn học của ba tôi đều giỏi chữ Nho như cụ Hoàng Khôi, cụ Nghiêm Toản..., ngay cụ Phan Thế Roanh, Cao Đẳng Sư Phạm ban Khoa học, sau này lập ra Thanh Hoa Thư Xã ở Hà Nội, tới thời 1953-54 còn xuất bản tập Bút Hoa của thân phụ là nhà Nho Phan Mạnh Danh với những nét họa hiếm có của thế hệ cổ học. Cụ Nguyễn Văn Tố đàn anh của các sinh viên Cao Đẳng thời đó vẫn mặc áo the đen đi guốc làm việc ở thư viện Viễn Đông Bác Cổ. Có lần một cô đầm từ Tây sang nghiên cứu về văn hóa cổ Việt Nam tưởng cụ là thư ký nên sai cụ đi lấy sách vở tài liệu, cụ Tố thản nhiên đi lấy hết sách này đến sách kia cho cô ta, suốt mấy tuần lễ như vậy, sau cùng nhà thâm Nho mới lên tiếng bằng Pháp ngữ hỏi xem cô còn thắc mắc về những điểm gì, nghe xong, cụ Tố bảo cô ta lấy giấy ra chép, rồi cụ ngồi đọc một mạch bài tóm lược cả một chồng sách biên khảo, trước sự kinh ngạc thán phục của cô nữ học giả từ Paris sang! Sau này, tuy chẳng bao giờ biết mặt cụ Tố nhưng được học Toán giáo sư Nguyễn Tá là con cụ Tố, tôi vẫn thấy toát ra phong thái nghiêm túc thông minh của nhà Nho.

Các sinh viên sau khi tốt nghiệp Cao Đẳng không còn vinh quy bái tổ như thuở nào, nhưng ngay vào khoảng 1940, có làng ở Hà Nam còn rước kiệu một ông Cử nhân Luật đầu tiên của làng. Tại Hà Nội thì các đại gia, hoặc các giới chức, chia nhau mời tân khoa về nhà đãi tiệc. Ba tôi ra trường khóa III (1928), cùng khóa với Hoàng Ngọc Phách, Đặng Thai Mai, Tôn Quang Phiệt, Nghiêm Toản, Nguyễn Ngọc Cư (đậu thứ nhì, sau thành thông gia), Tăng Xuân An và bà Nguyễn thị Hợp (sau thành bà An), bà Thục Viên, Vũ Tam Tập (Nam Định), Ưng Quả (Huế, thủ khoa), ... được thi sĩ Tản Đà mời ăn mãn khóa.

Tản Đà Nguyễn Khắc Hiếu hơn đám sinh viên thời đó khoảng 20 tuổi. Chiều hôm ấy ba tôi đến ăn với Tản Đà trên một sân thượng ở phố Hàng Bông, ông ngồi ngâm thơ uống rượu suốt một buổi chiều, ngắm hoàng hôn xuống trên hồ Gươm, nhìn trăng lên lóng lánh lung linh giữa hàng cây phượng vĩ đang mùa hoa đỏ, và có thể thêm cả tiếng ve sầu của mùa hè Hà Thành... mãi tới gần 10 giờ đêm, cả hai chủ khách đã đói, Tản Đà mới bắt đầu cho nhà bếp dọn món ăn lên đãi tân khoa: một đĩa đậu phụ rán vừa nóng chấm tương Bần! Gần 70 năm sau bữa tiệc đậu phụ rán ấy, tôi về thăm Hà Nội, đi đi lại lại khu phố Hàng Bông, cố nhìn xem nhà nào có sân thượng không, những mong tìm lại dư ảnh Tản Đà và chút âm vang một thời dĩ vãng.

Trong giới giáo sư Pháp sang dạy, tôi thấy các cụ khi họp nhau thường hay ca tụng hai ông: ông Brachet dạy Toán và ông Meillon dạy văn chương Pháp. Các cụ thú vị kể lại chuyện Giáo sư Nguyễn Viết An (Cao Đẳng Sư Phạm ban Khoa học khóa đàn em) rất giỏi Toán đã dám cãi nhau với Thạc sĩ Toán học Brachet khi vào lớp thanh tra. Thạc sĩ Meillon dạy Văn học sử Pháp thấy sinh viên dùng cuốn *Histoire de la littérature française* (*Văn Học Sử Pháp)* của Des

Granges, ông mỉm cười nói, *"khóa ấy tôi đậu đầu Thạc sĩ, Des Granges đỗ hạng ba, các anh cứ nghe tôi giảng là đủ!"*, ông đọc kỹ chuyện Kiều và tán thưởng *"các anh đã có một nền văn minh rất vi tế"* (vous avez une civilisation très raffinée), ông là loại trí thức của nền văn hóa xây dựng trên tinh thần tự do bình đẳng nên rất ghét bọn Pháp thực dân, ông thường nói với sinh viên: *"tôi sẽ giải phóng cho các anh, ít nhất một người!"*, về sau ông tìm một em bé làm con nuôi rồi đưa về đất Pháp tự do! Có nhiều giáo sư người Pháp chống Thực dân Pháp như Thạc sĩ Meillon: bên Y khoa giáo sư Thạc sĩ Blondel thời 1945 nằm hút với ông bác tôi, Đàm Quang Thiện, khuyên bảo nhóm trí thức trẻ Việt Nam thời đó: *"Lúc này mà các anh không nổi lên tống cổ tụi Tây chúng tôi đi, thì còn chờ đến khi nào?"* Khi kể lại chuyện đó ông bác tôi chép miệng bàn thêm: *"Ấy người mình vẫn cứ ù lì như vậy, phải chờ Tây nó thúc giục mình mới chịu đứng lên đánh nó!"*.

Sau 1945, từ Nam chí Bắc, ngành giáo dục học chính đều do các giáo sư tốt nghiệp Cao Đẳng Đông Dương đảm nhiệm và các cụ thân tình với nhau lắm. Ít năm sau ông Diệm và gia đình đánh giá thấp nhân sĩ miền Nam, lại dựa vào khối giáo dân di cư miền Bắc để làm mưa làm gió ở Sài Gòn, nên dường như các bạn miền Nam của ba tôi ít thấy lui tới như hồi đầu, hoặc giả tới tuổi già, trên 50, 60 tuổi, các cụ đều mỏi mệt cả chăng? Sau này cụ Trần Văn Hương (Cao Đẳng khóa II, 1927) lên phó Tổng Thống có ra sắc lệnh nâng cấp các giáo sư Cao Đẳng Đông Dương cũ lên hàng giáo sư Đại Học... kể ra về kinh nghiệm và đức độ sư phạm thì các cụ đều xứng đáng, về kiến thức thì các cụ bị lối giáo dục khoa cử của Tây, tuy chắc chắn nhưng có giới hạn giáo khoa học đường... Sách vở của cụ Dương Quảng Hàm, Nghiêm Toản, Đặng Thai Mai... chỉ dùng ở cấp trung học.

Sau khi ra trường, ba tôi được bổ nhiệm về dạy Pháp văn lớp thi Thành chung trung học Hải Phòng, lấy mẹ tôi, em gái của bạn học ở Bưởi, sống yên ổn ngày ngày đi dạy, suốt 17 - 18 năm (1927 - 1945) tới lúc Mỹ ném bom Nhật, rồi chính biến liên tiếp mới về nằm ở quê vợ, vùng Bái Tư Long bên sông Bạch Đằng Giang. Họ ngoại tôi, Đàm Quang, vốn gốc ở làng Me Kinh Bắc, cùng tổ với các danh Nho như Đàm Thận Huy (người ném nghiên mực vào mặt Mạc Đăng

Dung), Đàm Quốc Sư (quốc sư đời Lê Trịnh)..., tới thế kỷ XIII chi trưởng rời xuống ven sông Bạch Đằng, phải chăng vì thời ấy vùng này là đất bản địa của nhà Trần?

Thời gian dạy học là quãng đời yên vui nhất của nhà giáo tiền chiến, lương cao, 120 đồng, thuê một biệt thự cũng chỉ mất mấy đồng, một anh xe, anh bếp... cũng chưa tới một đồng, chỉ có vài hào một tháng. Nếu ông nào chịu "*ngoại giao*" thi vào ngạch giáo sư Tây (như giáo sư Tăng Xuân An, Phạm Xuân Độ...) thì lương vọt cao lên gấp đôi, tất nhiên không phải dễ vào, phải biết cách lắm mới lọt qua. Tuy có phê bình nhau về việc ấy, nhưng các cụ cho đến hết đời gặp nhau vẫn tay bắt mặt mừng chứ không đố kỵ với nhau bao giờ. Tình bằng hữu của các cụ thời xưa thật quý báu, cho tới hồi di cư vào Nam, tụ tập quanh khu Bàn Cờ, Vườn Chuối, các cụ vẫn thường họp nhau khi tổ tôm, khi đi uống rượu, có cụ còn đi hát cô đầu nữa... Tới tuổi 80-90, vẫn còn tìm nhau: giáo sư Nguyễn Đình Phú gần 90 tuổi ở Đà Lạt về vẫn cố lết xe đạp lại thăm ba tôi, đồng môn, đồng tuế, thời Sài Gòn đã đổi cờ đổi tên.

Không khí cách mạng sôi nổi từ 1930 khi ông bạn cùng phòng nội trú cũ của ba tôi là Nguyễn Thái Học lên đoạn đầu đài! Cô Bắc cô Giang học cùng lớp tiểu học ở Bắc Giang với mẹ và cô, bác tôi, cũng tự tử theo cho trọn nghĩa. Học sinh Hải Phòng thời đó nhiều người đi hướng đạo và hoạt động bí mật. Một học sinh giỏi Pháp văn, viết chính tả (dictée) tiếng Pháp lần nào cũng 19, 20 điểm là Nguyễn Đình Thi, sau này làm thông ngôn cho ông Hồ và có tiếng ở bên kia vĩ tuyến! Ba tôi kể lại anh Thi đi hướng đạo, rất xuất sắc trong lớp.

Năm 1946, phái đoàn ông Hồ đi dự hội nghị Fontainebleau bằng đường thủy qua bến Hải Phòng, các giáo chức phải đi đón, ba tôi còn nhớ, "*mắt ông lúc nào cũng lấm lét không nhìn thẳng, khi nói chuyện nước bọt phun ra tung tóe*!" Thời gian bất ổn này, suốt từ 1942-46, dân chúng tỉnh thành lũ lượt tản cư về vùng quê để tránh bom đạn, cho tới khi chiến tranh bùng nổ khoảng cuối 1946 ba tôi mới về hẳn quê ngoại, nằm dài đọc sách, học xem số Tử Vi, đi xuống đầm xem vớt cá... còn sáu anh chị em tôi thì đã theo mẹ về làng từ năm 1942 khi tôi mới lọt lòng được một tuần để tránh bom Mỹ thả xuống quân Nhật. Lúc này hai phe Quốc Cộng sát phạt nhau ở Hà Nội nên bác tôi, Đàm Quang Thiện, thuộc loại cách mạng tài tử (dân biểu phe Đồng Minh Hội), cũng về quê ẩn náu. Có lần nằm hút với Xuân Thủy (phe Cộng), bác tôi nói đùa: "*Sao các toa không ám sát moa?*", Xuân Thủy cười trả lời: "*Ám sát ai chứ ám sát toa thì chỉ mang tiếng cho tụi moa chứ có ích lợi gì!*". Khi kể lại giai thoại này ông bác tôi bàn thêm, "*Cộng Sản họ thực tế lắm, người nào nguy hiểm họ mới hạ, tài tử như bác thì họ không thèm ám sát!*". Hồi học ở trường Bưởi bác tôi thuộc loại thần đồng, tới giờ Triết giáo sư Pháp cho ngồi riêng muốn làm gì thì làm, không phải ngồi học như các học sinh khác. Ông có trí nhớ cực kỳ tốt, có thể đọc thuộc lòng cả ngàn bài thơ Đường (mặc dù không chuyên chữ Nho), nhớ như in cả tập sách Y khoa, nói thứ tự từng câu thơ Kiều và đam mê truyện Kiều... mãi tới khi nghe bác tôi diễn thuyết về Kiều, năm 1957, mới vỡ lẽ là câu "hương *gây* mùi nhớ, trà *khan* giọng tình" là tiểu đối nên chữ gây là mùi *gây gây* (tĩnh tự) đối với chữ *khan* giọng (tĩnh tự) chứ *gây* không phải là *gây nên*! Đang học Y khoa năm chót thì ông bỏ đi Hồng Kông làm đạo diễn kiêm diễn viên cuốn phim đầu tiên của Việt Nam: *Cánh Đồng Ma*, cùng với Nguyễn Tuân. Nhưng người bác lớn hơn, Đàm Quang Hậu, lại là người được họ hàng xa gần kính mến hơn cả, cụ từ quan vào thời 1940 sau khi để lại tiếng thơm không tơ hào một đồng của dân đen trong chức vụ quan tòa, và cả đời, cho đến năm 1998 mất ở Minnesota, chỉ cặm cụi nghiên cứu sách vở, từ dịch thơ Đường tới phân tích phẩm chất hí kịch trong truyện Kiều, từ ngôn ngữ Việt tới Anh Pháp ngữ. Tập sách độc nhất *Danh Từ chuyên khoa trong Việt ngữ* do Đại Học Huế xuất bản khoảng thập niên 60 có nhiều ý kiến độc đáo: nên dùng chữ *đường tia* (tia như tia sáng, từ trung tâm phát ra) thay vì *bán kính* vì Tàu có chữ đường kính nhưng một nửa đường kính thì không có nên mới phải dùng chữ *bán kính*. Cụ còn soạn thảo một tập sách dạy học chữ Nho 1500 chữ nghe nói phương pháp còn hay hơn của Wieger! Tiết tháo quân tử nhà Nho (dù xuất thân Tây học) mà cổ nhân thường ca tụng, tôi thấy rõ ở bác tôi, cả ngày và cả đời chỉ nói chuyện văn chương học hành chứ không màng bất cứ chuyện gì khác!

Khi người Pháp trở lại Đông Dương năm 1947, miền duyên hải, Hải Phòng, Hòn Gai..., là điểm chiến lược và tiện cho tàu chiến Pháp đổ bộ và xuất phát loang ra. Ba tôi đang nằm trong làng thì mấy ông bạn trường Bưởi cũ, Trương Đình Chi, Đặng Hữu Chí... lại kéo ra làm Hội Đồng An Dân phụ trách tỉnh Quảng Yên... Nể bạn mà đi vào việc hành chính chẳng những trái tay mà còn mang họa vào thân: năm 1949 khi họ Mao chiếm xong lục địa, Việt Minh có hậu phương lớn, có đất tập trận, nên thử ra quân đánh vào Quảng Yên! Ít tháng trước, ông bác tôi từng làm Bố Chánh ở mạn ngược biết đôi chút tiếng Quảng, nghe đài phát thanh Tàu biết tin Cộng Sản thắng bên Hoa Lục đã tỏ vẻ lo lắng, tôi nhớ các cụ thì thào bàn chuyện quanh chiếc máy radio Philips độc nhất của toàn tỉnh, to bằng cái thùng gỗ.

Đa số các tỉnh miền Bắc dân chúng đứng về phía truyền thống dân tộc, bắt đầu với Đề Thám rồi Nguyễn Thái Học, sau này đám quần chúng bình dân bị cuốn hút vào guồng máy tuyên truyền tinh vi của Việt Minh Cộng Sản nên ngả theo Việt Minh. Mẹ tôi cúng một chiếc nhẫn cho Tuần Lễ Vàng, bà con tập ca múa nhất là múa kiếm gỗ, tối lên đình làng xem diễn kịch: một anh mập mạp béo tốt đóng vai Tây, một anh gầy còm đóng vai người dân đen, khi anh Tây béo tốt bị vật ngã cả đình làng vỗ tay không ngớt, đặc biệt tôi nhớ có cả người nhấc đôi guốc gỗ đập vào nhau mà hoan hô. Có hôm Việt Minh tổ chức buổi lễ trên đình treo cờ đỏ sao vàng, một cán bộ từ tỉnh về cầm khẩu súng bắn chỉ thiên *"đoành"* một phát, cả làng đều nể phục khép nép! Ai muốn xem hình ông Hồ (lúc đó mới có 54 tuổi, nhưng để râu dài giống râu Chu Ân Lai hồi Vạn Lý Trường Chinh) phải xếp hàng ra tỉnh, cả tỉnh chỉ có một bức hình mới quý, nhiều quá hóa nhàm... Đại khái phép tuyên truyền chinh phục quần chúng của Cộng Sản có phương pháp như vậy. Trong làng những nhà gốc trí thức, loại cao, đều theo Quốc Dân Đảng, Đại Việt, nhưng những ông hương sư, anh mõ và những thành phần thấp kém mang mặc cảm làng mạc "khinh"... đều bị Việt Minh thu hút, phong cho những chức vụ nghe rất kêu như "*tổ trưởng*", "*trưởng ban*"... nắm được số đông bình dân, có khi cả bọn đầu đường xó chợ, mới có người kháng chiến, trí thức tài tử không ai nghe ai, người nào cũng muốn làm ông tướng, nên không thành đại cuộc được! Thời 1945 dân trí còn thấp, bá đạo dễ thành công là phải! Việt Minh học được khoa vận động quần chúng của Nga, Tàu, nên cả trẻ con lên 3, 4 tuổi như tôi hồi đó cũng phải vào đoàn Thiếu nhi, theo các anh chị 10, 11 tuổi từ làng ra tỉnh hát bài *"Ai yêu Bác Hồ Chí Minh hơn chúng em nhi đồng"*, lại có người tin là mắt Bác có điện! Những chuyện này, nửa thế kỷ sau nằm ở xa nghĩ lại, mới thấy ở các nước chậm tiến nhược tiểu, người ta dễ ăn bánh vẽ vì không có bánh thật! *Nhân chi sơ* có lẽ tính *bản ác* nên gây sân hận, cực đại hóa oán hờn dễ thành công hơn là kêu gọi lòng thiện! Vả lại thời ấy cả nước hăng hái đánh Tây nên chẳng ai nghĩ tới chuyện phân biệt đảng này đảng kia nữa. Một người anh họ tôi, kể lại "tôi vào Nam kháng chiến, vừa chân ướt chân ráo từ Miền Nam trở ra Hà Nội thì đúng vào ngày biểu tình ở Nhà Hát Lớn, đang đứng lơ ngơ giữa đám đông thì gặp thằng bạn cũ là Chu Bá Phượng, nó cầm một tập truyền đơn bảo mình phát hộ, thế là tôi phát chứ có biết gì đâu! Rồi cũng theo đoàn người đi vào Dinh Khâm Sai." Một người anh họ khác, Đàm Sĩ Hiến, khi còn sống, thuật rằng hồi sau 1975, bị ngồi tù chung với cụ Vũ Hồng Khanh ở ngoài Bắc, cụ Khanh nhận rằng, *"mình thua họ là phải, đảng phái mình chẳng ai chịu học tập, chẳng có kỷ luật gì cả"*. Thủ đoạn chính trị thì thời nào cũng có nhưng lừa đảo cả nước, lái cả lòng yêu nước trong sáng của thanh thiếu niên vào ổ sắt thép quốc tế, thì phải ghê gớm lắm mới làm được! Trần Thủ Độ ngày xưa cũng ác, nhưng chỉ ác với họ Lý chứ không ác với dân, đấy là điểm khác biệt căn bản!

oOo

Đầu năm 1950 đang học lớp Tư trường tỉnh, ê a bài học thuộc lòng:

Chiều nay trống học vừa tan
Cổng trường mở rộng thả đàn bướm bay
(Thơ Trần Trung Phương)

thì gia đình tôi dọn lên Hà Nội. Ba tôi trở về ngành học chính, làm Trưởng Ty Tiểu Học Hà Nội, rồi sau lên Thanh Tra Trung Tiểu Học Bắc Việt, hàng năm làm Chánh Chủ Khảo kỳ thi Trung Học Đệ Nhất

Cấp, cùng với ông thầy cũ, cụ Nguyễn Hữu Tài, Thanh Tra chuyên về Khoa Học. Giám đốc Học Chính Bắc Việt mới đầu là cụ Đỗ Trí Lễ, sau là Phạm Văn Nam (anh Phạm văn Bính, dòng dõi Hoàng Giáp Phạm Văn Nghị?), cuối cùng, gần 1954 là cụ Phạm Xuân Độ. Ở chức vụ này, ba tôi được dịp đi thăm trường lớp khắp các tỉnh miền Bắc; thường thường đi xuống Nam Định, ở nhà bạn học là giáo sư Vũ Tam Tập, hiệu trưởng Nguyễn Khuyến, sang Bùi Chu Phát Diệm gặp các giáo chức vùng giáo khu. Đức Cha Lê Hữu Từ, người Hà Tĩnh, nhỏ bé, dòng tu áo trắng, từng cãi nhau với Đại tướng De Lattre. Sau khi nghe De Lattre nói người Pháp muốn lập chế độ Liên Hiệp Pháp ở Đông Dương vì thế giới bây giờ là liên lập (*interdépendant*) chứ không phải độc lập (*indépendant*), Cha nhỏ nhẹ hỏi *"Đại tướng đã nói xong chưa?"* De Lattre trả lời *"xong rồi"* thì Cha cầm cây gậy đập lên bàn mà mắng De Lattre. Lúc này hiệu trưởng trường Hồ Ngọc Cẩn là Linh mục Trần Đức Huynh, sau di cư vào Nam vẫn tiếp tục xây dựng trường sở. Trong những năm không an ninh, Đại Chủng Viện Bùi Chu dọn lên Hà Nội, cuốn sách *Danh Từ Thần Học và Triết Học* soạn năm 1953, là một công trình dịch thuật quan trọng. Lúc ấy có một sĩ quan Pháp từng quen biết ba tôi ở Quảng Yên, đang đóng ở trường Bưởi cũ, mang cả trăm cuốn sách lấy ở thư viện Bưởi và Albert Sarraut thời 47-48, mang trao lại tận nhà, để chật cả gian gác, đa số là tiểu thuyết văn học Pháp. Người Pháp tính tình vui vẻ và giữ tình bạn, khác hẳn dân Anh, Mỹ... lạnh và không dây dưa tình nghĩa.

Tôi vào lớp Tư giữa niên học 1949-50 ở trường Tiểu học Nguyễn Du, tục danh là trường Hàng Vôi, ngay gần Hồ Gươm. Hiệu trưởng là Thầy Mai Đình Niên cùng lứa tuổi ba tôi, thỉnh thoảng buổi tối thầy ghé lại nhà ở Hàng Tre thăm hỏi và mỗi lần bác tôi ở Quảng Yên lên các cụ lại gặp nhau trong tình đồng chí thời Xứ Nhu nói chuyện to nhỏ cả buổi. Căn nhà thuê trước cửa Tòa Án Hàng Tre chủ nhà là họ Trịnh ở Cự Đà, sát vách là vợ chồng ông Nguyễn Đình Thuần, sau vào Nam làm tới Tổng Trưởng. Lúc này các ông Thuần, cùng nhóm của Trần Trung Dung, Nghiêm Xuân Thiện... đang làm báo và còn ở lứa tuổi đầy nhiệt huyết. Chung quanh khu phố bắt đầu xuất hiện chen kẽ các nhà lao động dân nghèo từ các tỉnh, các làng, ra Hà Nội buôn thúng bán mẹt... họ là mồi ngon của tổ chức Việt

Minh Cộng Sản. Chính trị cách mạng như cán cân xã hội nặng về bên nào thì bên ấy thắng! Ở Âu Mỹ tiền bạc nặng quá nên nghiêng về tư hữu, các nước Trung Đông, Hồi giáo, Ấn Độ Giáo, Phật Nguyên thủy, tôn giáo bao trùm nên Cộng Sản vào không lọt, ở Nhật Bản tinh thần dân tộc quá vững nên Nga Tàu không mang ý thức hệ hời hợt viển vông ra mà lòe được! Ở những nước nhược tiểu Á Phi, trí thức sĩ phu chỉ là thiểu số, lại không tiền, không quân, nên khó mà đứng giữa hai thế lực quốc tế Tư Bản-Cộng Sản, một thế lực khác là tôn giáo ta cũng không có nốt vì thế đại cuộc nhân nghĩa chỉ là giấc mơ!

Hà Nội năm 1950 còn đầy tàn tích của những ngày kháng chiến đánh Tây, vách tường đục lỗ *xuyên ốc chiến*, nhà cửa đổ nát chưa xây cất lại... nhưng chỉ mấy năm sau, 1952-53, lại nhộn nhịp buôn bán tấp nập Hàng Ngang Hàng Đào..., đèn néon thay đèn bóng, Chợ Phiên ngày Tết hoa đào rực rỡ quanh Hồ Gươm, trai gái thanh lịch vui Xuân tưởng như thời thịnh trị đang trở lại trên quê hương... Một người học trò cũ của Ba tôi dựng vở kịch *Mưu Cụ Chủ Nhà* ở Nhà Hát Lớn tới tặng vé cho cả nhà đi xem, trong buổi trình diễn này lần đầu tiên bài *Sơn Nữ Ca* được ra hát lên ở Hà Nội. Phim *Kiếp Hoa* của Kim Chung mở đầu một giai đoạn điện ảnh mới, vở kịch *Lôi Vũ* sôi nổi khắp Hà Thành... Tạp chí *Thế Kỷ* của Triều Đẩu, *Phổ Thông* của giới Luật... trong nhà đầy sách báo biếu mà tác giả đa số thuộc nhà giáo. Hầu hết sách giáo khoa dùng trong lớp học đều do các giáo sư Sư phạm viết, từ Sử Địa của Tăng Xuân An đến Điện học của Phan Thế Roanh, từ Văn Học Sử của Dương Quảng Hàm tới Tâm Lý Học Giản Yếu của Phạm Xuân Độ... Có thể nói các giáo sư Sư Phạm Đông Dương là lớp người xây dựng nên nền giáo dục Việt sau thời Pháp thuộc. Dường như thời ấy giữa vùng Kháng Chiến và vùng nội thành thơ ca vẫn qua lại không ai cấm cản, năm học lớp Nhất học sinh vẫn hát nhạc Phạm Đình Chương, Phạm Duy, Văn Cao... từ vùng kháng chiến lan ra như bài Hò Leo Rừng, Nhạc Tuổi Xanh, Bao Chiến sĩ Anh hùng, Nhớ Người Thương binh... Những ngày Đông gió bấc, mấy bố con dẫn nhau lên Hàng Buồm, ngõ Phúc Châu ăn mì, ra Cầu Gỗ ăn phở Đông Mỹ, lên Chả Cá Lã Vọng quây quần bên bếp than hồng xèo xèo hành mỡ, mà ngày nay có trở về cũng không thể nào tìm lại được không khí cũ.

Dù tao loạn khoa cử vẫn được xã hội coi trọng, mỗi kỳ thi dù Tiểu học hay Trung học đều diễn ra nghiêm chỉnh. Học sinh thi đỗ Trung học Đệ Nhất Cấp được đăng tên trên báo *Tia Sáng*, có kỳ thi Tú Tài Tây ban Toán chỉ có 9 người đậu. Cụ Hoàng Cơ Nghị chuyên làm Chánh Chủ Khảo kỳ thi Tú Tài Việt là vị giáo sư rất nghiêm khắc, cụ thường không chịu hạ điểm thi trung bình vì như cụ nói, *"Mình vớt thí sinh đời bố, đời sau bố lại vớt con... Mấy đời bố con đỗ vớt thì bằng cấp còn giá trị gì nữa!"* Mùa hè nào khoảng tháng 6 khi ve sầu bắt đầu kêu trong hàng cây phượng đỏ cũng thấy các cụ ngồi rọc phách (giấy thi phần trên thí sinh ghi tên tuổi, phần dưới viết bài, khi chấm bài giáo sư giữ phần dưới có ghi số cùng với phần trên, hai phần tách riêng, khi chấm xong mới theo số ráp lại), đánh số, cộng điểm cả tuần lễ, cả tháng sau mới yết bảng kết quả. Kỳ thi Tiểu học năm 1952 đề luận Việt văn cho học sinh 11, 12 tuổi làm cả Hà Nội bàn tán: *"Bình giải câu Ăn Vóc Học Hay",* học sinh hiểu sai đã đành mà người lớn cũng chẳng mấy ai hiểu câu tục ngữ bí hiểm ấy, đa số cho là ăn *gấm vóc* giàu có... mà ít người biết vóc đấy là *sức vóc*! Năm sau tôi thi đề luận dễ hơn: *"Bàn về việc nên dùng hàng nội hóa".* Giáo dục nước ta xưa nay vẫn chịu ảnh hưởng của Tàu và Tây, cả hai nền văn hóa đều cao và trừu tượng, chẳng đếm xỉa gì đến thực tế tâm lý của niên thiếu nhi đồng, nên học sinh được rèn luyện để trở thành những *ông cụ non* mà óc trừu tượng thì chưa phát triển... Những bài toán đố về động tử, phân số, về hai vòi nước chảy, vận tốc hai tay đua xe đạp... làm *vỡ đầu* trẻ con trên dưới 10 tuổi! Đến như chương trình Trung học của Hoàng Xuân Hãn, Phan Huy Quát... đều dập khuôn chương trình Tây, nặng về Toán, ban Tú Tài học Triết Tây, Tâm Lý Học Tây phương mà không thấy học gì về tư tưởng văn hóa Đông phương như Phật, Khổng, Lão. Chương trình Trung học Hoa Kỳ không có môn Triết học là phải, Triết Tây phương dễ làm nặng đầu thanh niên, đưa tới tình trạng tẩu hỏa nhập ma hay đúng hơn là vướng vào nhị biên tranh cãi gây sự vô chừng mà nhà Phật gọi chung là *"điên đảo tưởng"*. Chưa biết rõ *vật* là gì mà đã đỏ mặt tía tai vì *duy vật,* chưa rõ *tâm* là gì mà đã thâm gan tím ruột vì *duy tâm*, thì thiết tưởng ta với Tàu, đều hết sức dại dột đi theo lối tư duy viển vông của Tây và Du Thái để rồi huynh đệ tương tàn hai ba thế hệ chỉ vì một chữ *duy*! Học sinh Trung học mài miệt giải Toán Điện *"Ôm, Run, Phờ Ra Đấy"* (lời nói đùa của thi sĩ Nguyên Sa khi dạy Triết, về ba định luật điện học Ohm, Joule, Faraday), nhưng nhìn cái bàn là không biết điện trở ở đâu, quạt máy quay ra sao, radio phát thế nào... cho đến cái cầu chì cũng không thấy ông thầy nào chỉ dạy, học như thế thì gọi là khoa học mà vẫn là trừu tượng, bỏ mất cả phần kỹ thuật thực hành. Ngay ban Văn Chương cũng phải học Lượng Giác Học mà cả đời, 40 năm sau, vẫn chưa bao giờ dùng tới *sin, cos!* Văn minh loài người hơn kém nhau là do khả năng kỹ thuật, khi từ chương choán hết đầu óc kẻ sĩ thì lãnh vực kỹ thuật, chế tạo vật dụng... bị bỏ lửng khiến cả ngàn năm vẫn cứ con trâu kéo cày, tuy pháo thăng thiên là cha đẻ của hỏa tiễn, nhưng bây giờ thì pháo thăng thiên và trống đồng đã bị vượt qua rồi! Ngay ở Mỹ, thời thi đua võ khí 1950-60, tri hành đều cao mà cũng vẫn phải nhờ tới nhóm kỹ thuật gia Đức Von Braun mới chế được hỏa tiễn bay lên mặt trăng. Tàu và Tây lại mắc bệnh bằng cấp khoa danh, bên ta từ đời Lê (thế kỷ 15) tạo bia đá bảng vàng vinh quy nên kẻ sĩ dùng hết sức lực chất xám vào thi cử, tới lúc đạt được bằng và danh rồi thì hết cả nhuệ khí, sức sáng tạo bị giảm đi rất nhiều. Ảnh hưởng Tây lại quá mạnh nên học giới tôn sùng bằng cấp Thạc sĩ, Tiến sĩ, và các trường Pháp như Sư Phạm, Cầu Cống... Mãi tới thập niên 60-70 mới bắt đầu ảnh hưởng học trình Mỹ, nhờ số sinh viên gửi đi huấn luyện qua chương trình Colombo, Usaid, Unesco trở về nước... Khoảng 1970, Hoa Kỳ xây dựng hẳn một trường Y Nha khoa tân tiến ở Sài Gòn và phải có một cuộc *"đảo chính"* mới hạ được các cụ bình vôi đeo nặng ảnh hưởng Pháp. Từ năm 1959, LM Trần Văn Hiến Minh dạy Triết ở Chu Văn An đã tâm sự với học sinh: *"nhà Đạo chúng tôi biết chứ, cả thế giới, chung quanh Việt Nam như Tân Gia Ba, Hương Cảng, Phi..., nước nào cũng dùng Anh ngữ chứ có ai dùng Pháp ngữ đâu!"*

Nhớ lại năm học chót ở Hà Nội, 1953-54 lớp Đệ Thất Nguyễn Trãi, giờ Hán Văn còn có cụ Tú Kế vào dạy nhưng học trò chẳng ai học, lớp học ồn ào như cái chợ, giờ Anh Văn có thầy Sửu luôn luôn ăn mặc sang trọng như một người thượng lưu Anh Cát Lợi, phát âm theo giọng đĩa Assimil... Thỉnh thoảng nhà trường lại cho đi giao đấu bóng bàn với các trường bạn, có lần cả trường cầm cờ xếp hàng lên mãi Cột Cờ đón Quốc Trưởng Bảo Đại: ông đeo kính đen, người cao lớn, mặc quần áo trắng, dầu sao ông cũng là vị Chúa Nguyễn cuối cùng của lịch sử Việt Nam! Hồi 1948-49 sau khi ký hiệp định với Pháp ở Vịnh Hạ Long, ông đi kinh lý vùng duyên hải, ghé lại tỉnh Hải Phòng và đòi ăn mắm tôm chua! Giá ông được như cỡ Norodom Sihanouk thì lịch sử Việt Nam có thể sẽ khác hẳn!

Thế rồi năm 1954 đất nước chia đôi giống số phận Hàn quốc, Đức quốc... Số người trí thức kéo nhau vào Nam rất đông, trong 800.000 người phải tới vài chục vạn là trí thức, ở thời 1950 đi như vậy là trí thức vắng quang cả Hà Nội và các tỉnh. Số giáo sư bạn học của ba tôi ở lại như cụ Trinh, cụ Khánh (trường Nguyễn Trãi), cụ Bảng, cụ Phượng... đều là những người vì gia cảnh và vì quyến luyến nơi chôn nhau cắt rốn nên tự dối lòng "*kháng chiến thành công thì sao lại đi* ", mặc dầu lúc ấy, khoảng 1951-53, bạn cùng lớp của ba tôi ở vùng kháng chiến trở về Hà Nội như giáo sư Cư, giáo sư Bảng... đã biết rõ những chuyện đấu tố và trả thù giai cấp, kỵ trí thức... của làn sóng đỏ..., thời 1953-54 tôi còn nhớ các cụ hay rủ nhau lên chợ Đồng Xuân ăn bún chả, chẳng được bao lâu bạn bè cố tri lại phải chia tay kẻ Nam người Bắc. Sau này mới vỡ lẽ là nhóm khuấy động lịch sử Việt Nam khá xa lạ với đẳng cấp *sĩ phu* chân chính, lòng nhiều sân hận túa ra hai vựa lúa Hồng Hà và Cửu Long để gieo căm phẫn! Nhìn kỹ chính trị là kinh tế, bụng chỉ huy đầu, ý hệ lý tưởng chỉ là cái cớ để *ăn người* mà thôi. Ngày xưa những Nguyễn Hữu Chỉnh, Lê Hoan, Nguyễn Thân, Hoàng Cao Khải... ngày nay Xô Viết Nga Hoa tuy khác thời gian mà vẫn cùng một sức đẩy "*không công danh thì nát với cỏ cây*", danh thơm hay không cũng đoạt lấy vì cái danh mang tới lợi lộc! Đó là thực tế cách mạng lồng trong bộ áo yêu tinh yêu nước.

Gia đình tôi vào Sài Gòn tháng 8 năm 1954. Lúc qua cầu Long Biên sang phi trường Gia Lâm, tôi thấy mọi người trên xe bus mắt đều ứa lệ, xúc cảm tự nhiên của con người khi xa quê hương cũng như con nghé lìa đàn mà cảnh xẻ nghé tan đàn này còn xảy ra nhiều lần suốt cả thế kỷ XX! Mới đầu gia đình tôi ở nhờ nhà ông bác tài tử Đàm Quang Thiện đã vào Nam từ năm 51-52. Khi ấy, ông bác tôi có liên hệ với Bảy Viễn, căn nhà rộng lại ngăn ra một góc cho gia đình nhà văn Tchya Đái Đức Tuấn cũng vào Nam trước 1954, và có lẽ các cụ liên hệ với Bảy Viễn cũng vì nhóm Lương Sơn Bạc này cung cấp thỏa thuê ả phù dung từ Lào đem về.

Ba tôi đại diện Sở Học Chính Bắc Việt phụ trách trường sở giáo chức di cư, đặt trụ sở tạm ở trường Gia Long mà bà Hiệu Trưởng vốn cũng là bạn đồng môn Sư phạm. Tôi nhớ mãi cái Tết đầu tiên nóng nực ở miền đất mới, quạt máy vù vù, ăn dưa đỏ, các giáo chức di cư đến chúc Tết, ngồi chật căn phòng bé nhỏ, các cụ ngồi nói chuyện với nhau gần cả buổi, thì ra nơi đất khách quê người thế hệ các cụ cũng cần tìm tới nhau cho vơi sầu xa xứ chẳng khác gì thế hệ con cháu ra hải ngoại mấy chục năm sau! Ba tôi gặp lại người học trò tiểu học thân tình cũ là Trần Thúc Linh, nay là quan tòa. Ông Linh đến nhà thăm viếng luôn luôn, lại còn kéo theo ông bạn Nguyễn Hiến Lê tới, giúp thầy học mua được căn nhà nhỏ ở khu Vườn Chuối. Khoảng 1950, khi ba tôi làm Tỉnh trưởng Quảng Yên, thì gia đình ông Linh có lẽ từ vùng kháng chiến dinh về Nha Trang, thầy trò liên lạc thư từ và ba tôi có gửi gắm giúp đỡ..., chuyện này ông Linh cứ nhắc mãi. Suốt từ 1954 tới 1975 và sau này, Tết nào ba tôi cũng có hai người học trò cũ, từ tiểu học Quảng Yên, là Trần Thúc Linh và Lê văn Trọng (em bác sĩ Lê Văn Khải) tới chúc Tết sáng ngày mùng Một, thêm một ông nữa là Giáo sư Nguyễn Ngọc Quỳnh, tuy không phải là học trò cũ, nhưng vì ba tôi là bạn thân của thân phụ đã khuất của ông, cũng như thân phụ ông Linh là một nhà Nho, khi mất lại gửi gắm ông Linh, mới mươi tuổi, cho thầy học trông nom giúp đỡ, ân nghĩa thầy trò sâu đậm từ đó. Mà chính Ba tôi, đậu đầu Tiểu học Phú thọ 1914-15, cũng nhờ Thầy học cho tiền đi lên Hà Nội thi vào trường Bưởi. Sau này đi dạy học, ba tôi theo gương thầy học, trích lương tháng ra giúp học trò nghèo. Văn hóa cổ truyền thời xưa, tình nghĩa thầy trò, tình bạn, tình đồng môn... đẹp đẽ như thế, bây giờ không còn nữa, thật đáng tiếc.

Sau một năm, 1955, ổn định xong trường sở, tái lập Chu Văn An (vẫn cụ Vũ Ngô Xán, cụ Vũ Đức Thận), Trưng Vương (vẫn bà Tăng Xuân An), Nguyễn Trãi (chỉ có Đệ Nhất Cấp 4 năm, thầy Trần

Văn Việt nguyên Hiệu trưởng Ngô Quyền, Hải Phòng), các giáo sư cũ tiếp tục giảng dạy, nhiều sinh viên Đại học Hà Nội vào Nam đa số dạy giờ cho các lớp... Ba tôi cùng cụ Đỗ Trí Lễ, nguyên Giám Đốc Học Chính Bắc Việt thời 49-50, ra Huế đảm nhiệm Học Chính miền Trung. Cụ Lễ, có danh là Lễ Bò vì cụ đậu Cử Nhân Khoa Học bên Pháp từ xa xưa nên quên hết cả chữ nghĩa, cụ gốc Công giáo, nên có thế lực vào thời chính phủ họ Ngô. Ra Huế vài tuần Ba tôi bỏ về, phần vì xa gia đình, phần vì các ông Ngô Đình Cẩn và giáo chức ở Huế cũng không ưa những người mới đến! Từ đấy ba tôi vào làm Giám học trường Kỹ Thuật Cao Thắng, vài năm sau hồi hưu và đi dạy giờ cho các trường Sư Phạm, Chu Văn An...

Thế hệ giáo chức bạn bè của ba tôi dần dần như lá rụng, thầy Cầu, thầy Hoàng Khôi, thầy Trần Văn Việt, cụ Nguyễn Danh Sành lần lượt ra đi... từ những năm 60-70, nhưng bậc thầy già như cụ Nguyễn Hữu Tài thọ cả trăm tuổi mất bên Gia Nã Đại, cụ Nguyễn Gia Tường (Sư Phạm khóa I, Hiệu trưởng Chu Văn An năm 1945) mất ở California, thọ 96 tuổi... Lớp giáo sư trẻ ở Hà Nội cũ như thầy Nguyễn Đức Hiếu năm nay cũng đã 86 tuổi.

Ba tôi hút thuốc lá từ hồi đi học mãi tới 1975 nhân Việt Cộng vào Sài Gòn mới bỏ vì khan hiếm đắt đỏ. Mẹ tôi phần thương con nhớ cháu, phần đau yếu mà bác sĩ thì phải vào tù cả, nên khuất bóng từ năm 1977. Trong những ngày hỗn loạn ở Sài Gòn trước tháng 4-1975, mẹ tôi than thở một câu tuy bình dị nhưng rất đúng: *Sao ông Mỹ lại mang con bỏ chợ*! Lúc này một số học trò cũ và họ hàng ở miền Bắc vào thăm, nhà giáo thời nào và ở đâu cũng vậy, tuy chẳng làm được việc *lương sư hưng quốc* như kỳ vọng của cổ nhân, nhưng cũng giữ được chút nền nếp văn hóa, tương tự như bờ đê ngăn ngừa nước lụt. Đời sống thanh bạch chẳng có gì để cho người nhưng vẫn là cây tre đứng thẳng cùng lũy tre làng nên ít có ân oán phe phái. Một xã hội có thể vỡ đổ hết nhưng hai cái cột, nhà tu và nhà giáo, mà còn vững thì dân tộc vẫn chưa mất nền tảng. Chế độ mới muốn "*thằng Trời ta đặt một bên*", muốn già trẻ lớn bé trên dưới gọi nhau "bình đẳng" là anh là chị, khiến bà bác tôi trong một buổi học tập chính trị ở khu Bàn Cờ tức quá đứng lên giới thiệu: "Thưa các đồng chí, đây là *chị Cụ* (chỉ bà ngoại tôi), đây là *chị Bà* (bà bác tôi), đây là *chị Cháu* (con gái bác tôi) và đây là *chị Chắt* (cháu nội)! Nhưng sở dĩ bác tôi dám bạo miệng hơn người vì bà có liên hệ họ hàng với những lãnh tụ cao cấp bên kia! Có người giải thích vụ tắm máu không xảy ra ở miền Nam sau 1975 chính nhờ ở gốc rễ gia tộc, đa số gia đình nào cũng có người bên này bên kia, vả lại mấy ai là thực sự "*đỏ*"? Nghe nói nhà văn Nguyễn Tuân một lần vào Nam uống rượu mặt mũi đỏ gay đã dí dỏm "*mặt tôi đỏ nhưng bụng tôi không đỏ đâu nhá!*".

Lịch sử nước ta kể cũng lạ lùng, tưởng bức màn sắt đã buông thì khó mà thoát, nào ngờ cả triệu thuyền nhân vượt biên làm chấn động thế giới, trung ương Sô Viết bỗng nhiên có ông Bồ Tát Gorbachev chuyển nghiệp cho mấy trăm triệu người, ông Mao mắc bệnh hoa liễu không chịu thay quần áo lót lăn ra chết... nước Mỹ mắc nợ dân Việt từ mấy đời lại phải mở cửa đón người di tản. Ba tôi năm 1989 gần 90 tuổi thêm một lần ra đi để đoàn tụ với con cháu, tuổi già bệnh tật, tới trại Thái Lan chỉ nằm chứ không ngồi được. Trong trại, một người học trò thuộc thế hệ đầu tiên ở Quảng Yên, gần 80 tuổi, ông giáo Lê Văn Trọng (nguyên Tổng Giám Thị Nguyễn Trãi, Hà Nội) tìm tới thăm, ông ngồi xuống chiếu vấn an thầy, khi đứng lên ông cũng yếu quá không đứng dậy được! Cả hai thầy trò 80, 90 tuổi đều nằm lăn ra chiếu! Cảnh tượng bi hài này nếu kể lại thế hệ mai sau chắc gì đã tin!

Ba tôi sinh năm 1901 tại phố Trường Tiền, Hà Nội, nguyên gốc họ Hoàng ở Phú Thọ, mất năm 1996 trên đất khách quê người. Cuộc đời một nhà giáo bình dị chẳng có gì để viết thành hồi ký như bao nhân vật từng đóng trò trên sân khấu lịch sử. Có chăng là ghi lại vài nét sinh hoạt của một người sống gần trọn thế kỷ 20 trong môi trường sách vở bảng đen phấn trắng. Bình dị tầm thường như vậy mà vẫn không yên thân, mấy lần chạy loạn, mấy phen kinh hoàng, họ hàng bè bạn tứ tán, gần hết đời còn phải bỏ xứ xa quê... Ước mơ nhỏ bé của một người Việt Nam bình thường như ba tôi là sống thanh đạm ngày hai bữa quây quần vợ con cháu chắt, *ước mơ tầm thường ấy ở nước ta sao lại khó đạt đến thế ?*

Lưu Văn Vịnh

LẠP CHÚC NGUYỄN HUY

NGUỒN GỐC ÁO DÀI

(tiếp theo từ Ngôn Ngữ Số 41)

Diễn tiến canh tân áo dài

Từ năm 1939, áo dài trải qua thời kỳ canh tân, cấm đoán rồi hồi sinh theo thế sự thăng trầm của lịch sử.

Thời kỳ canh tân: 1939 - 1975

Thời kỳ cấm đoán ở miền Bắc 1955 - 1986: Áo tứ thân cùng với áo dài nhường chỗ cho y phục cách mạng xã hội chủ nghĩa là áo cánh, áo sơ mi trắng, quần đen và ***quốc phục*** *đại cán cho cán bộ.*

Thời kỳ cấm đoán ở miền Nam 1975 - 1986: Áo dài bị xếp vào ngăn kéo vì áo dài biểu tượng cho giai cấp tư sản.

Thời kỳ hồi sinh từ năm 1986 đến nay, áo dài đã bay ra khỏi ngăn kéo như muôn vàn cánh bướm để đón chào sự phục hồi văn hóa hóa cổ truyền của tổ tiên để lại.

Canh tân lần thứ nhất

Từ ngày nhờ khổ vải nhập cảng rộng rãi với nhiều màu sắc tươi sáng, áo dài Huế cũng như các nơi khác không còn phần nối giữa sống áo, kéo dài xuống cách mắt cá 20 cm, trông mềm mại hẳn.

Khởi đầu là năm 1917, nữ sinh Đồng Khánh mặc đồng phục quần trắng, áo dài tím.

Tiếp theo là *"Thời trang Nam Phương Hoàng hậu"* (áo dài Huế với khăn đóng hoàng hậu) làm trang phục cổ truyền dành cho các cô dâu trong đám cưới.

Canh tân chiếc áo chỉ hai tà,
Tôn vẻ duyên thầm thật thướt tha.

Canh tân lần thứ hai: Áo dài Lemur (1939 – 1943)

Nhờ sản xuất được khổ vải rộng chiều ngang hơn xưa, áo dài cổ truyền không phải nối vạt nên chỉ còn hai vạt trước sau. Sau đó vào năm 1930, họa sĩ Cát Tường (Lemur) cải cách chiếc áo ngũ thân thành áo có hai vạt trước sau mà thôi, vạt dài gần chấm đất, may ôm sát theo đường cong cơ thể, tay nối trên vai bồng, hàng khuy chạy dọc theo vai và sườn phải đầy khêu gợi, mặc đi đôi với quần dài trắng (trước đó chỉ đàn ông mặc quần trắng). Thân hình đàn bà được biểu lộ. Canh tân này được hai tờ báo Phong Hóa, Ngày Nay ủng hộ[1].

Áo dài Lemur

Áo dài Lê Phổ

Áo dài bà Nhu

[1] Tháng 9/1934, họa sĩ Lemur Nguyễn Cát Tường và các đồng môn cùng thời gồm họa sĩ Lê Phổ, Tô Ngọc Vân, Trần Quang Trân cho ra đời đặc san "Đẹp", do NXB Đời Nay (do nhóm Tự Lực Văn Đoàn thành lập) phát hành. Để chiếc áo dài Lemur bước từ trang báo ra cuộc đời, họa sĩ Nguyễn Cát Tường đã hợp tác với hiệu may Cử Chung ở số 100 phố Hàng Bông – Hà Nội và hiệu may Phạm Tá ở số 23 phố Bờ Hồ – Hà Nội.

Áo dài Lê Phổ (1934 – 1950)

Năm 1934, họa sĩ Lê Phổ cải tiến Lemur, loại bỏ những đường nét quá Tây phương để dung hòa với áo ngũ thân cũ, không nối vai, nối tay, không tay phồng cổ hở mà vẫn cổ kín vạt dài không viền tròn nhưng ôm sát thân người để hai tà áo tự do bay lượn. Canh tân lần thứ hai này vẫn giữ hình dạng của áo dài năm thân cổ truyền, chỉ giản lược phần nối giữa sống áo để chỉ còn có ba thân và đã định hình cho áo dài hiện nay.

Canh tân lần thứ ba: Áo dài bà Nhu

Cuối năm 1958, áo dài của phu nhân ông cố vấn Ngô Đình Nhu là tiền thân của các tà áo dài hiện nay[2]. Canh tân áo dài của bà Trần Lệ Xuân là :

- Bỏ cổ đứng thay vào bằng cổ hở, cổ khoét

- Họa tiết trang trí trên áo (cành trúc, hoa mai...) và từ đó đến nay trang trí trên tà áo nở rộ họa tiết đủ màu, đủ cảnh được vẽ trên áo dài cổ truyền.

Vào cuối thập niên 60, áo dài được thiết kế ở Sài Gòn bởi:

- Nhà may Dung ở Dakao đưa ra một kiểu may áo dài mới với cách ráp tay 'raglan' để hóa giải những nếp nhăn thường xuất hiện hai bên nách áo. Với cách ráp tay này, áo ôm sít thân hình người mặc từ dưới nách đến eo và chiếc áo dài tăng thêm tính thẩm mỹ khi phô bày những đường cong của phụ nữ.
- Nhà may Thanh Khánh ở Dakao sáng chế ra các mẫu hàng thêu hoa lá cành để may áo dài,
- Tiệm Sài Gòn Souvenirs khu Thương xá Tax Sài Gòn lăng xê những mẫu hàng vừa vẽ vừa thêu trên lụa rất quý phái, lịch sự.

Trong thời kỳ này, cô dâu mặc quốc phục của « *mệnh phụ*[3] » : áo dài màu khoác bên ngoai áo thụng rộng may theo kiểu áo mệnh phụ hoặc áo hoàng hậu nhà Nguyễn.

---

[2] Trước năm 1975, thời bao cấp ở miền Bắc, kiểu tóc của bà Nhu rất được ưa chuộng (còn áo dài thì bị cấm)

Từ những canh tân kế tiếp nhau mà trong cuộc thi hoa hậu hoàn vũ, áo dài *« vũ khúc hạc »* với cách thiết kế hai lớp áo theo kiểu dáng áo của Nam Phương Hoàng Hậu giúp hoa hậu Thùy Lâm lọt top 10 người đẹp trình diễn trang phục truyền thống đẹp nhất.

Về áo dài đàn ông thì cho đến nay vẫn theo mẫu mực áo dài ngũ thân của các vua nhà Nguyễn. Áo dài nam thì ít phổ biến[4], chỉ xuất hiện trong lễ hội truyền thống, tế lễ, đám cưới...

Vai trò lịch sử của tà áo

Áo dài cũng như cái váy xưa kia bị cuốn theo thăng trầm của lịch sử. Váy bị cấm thời nhà Minh xâm lăng nước ta (1414-1427) và thời vua Minh Mạng. Gần đây, nhiều người chắc còn nhớ thời kỳ thăng trầm của áo dài đánh dấu các biến cố văn hóa quan trọng trong lịch sử Việt Nam:

- **Áo dài vắng bóng** *(tức bị cấm)* trên hè phố, trong sân trường đánh dấu thời độc tôn của văn hóa xã hội chủ nghĩa ở miền Bắc (1947-1986) và tại miền Nam (1975-1986),
- Từ năm 1986, **áo dài hồi sinh** tung bay trên khắp đất nước đánh dấu *: 1) Sự hồi sinh của văn hóa cổ truyền Việt Nam (năm 1986), 2) Biến cố* ***sụp đổ văn hóa xã hội chủ nghĩa*** *bởi quy luật đào thải tự nhiên của văn hóa.*
- *Ngày nay, áo dài là* ***một sáng tạo thuần Việt****, làm biểu tượng cho thống nhất đất nước trên bình diện văn hóa.*

Thời vắng bóng áo dài tại miền Bắc

Ngày 20 tháng 3 năm 1947, Hồ Chí Minh, với bút hiệu Tân Sinh, đã viết một cách vắn tắt rõ ràng và dễ hiểu bài "*Đời sống mới*" trong đó vận động « *người dân bỏ thói quen mặc áo dài để thay bằng áo vắn vì mặc áo dài đi đứng, làm việc bất tiện, lượt thượt, luộm*

---

[3] Thời quân chủ, vợ quan lớn được gọi là mệnh phụ

[4] Năm 1952 thời Quốc gia Việt Nam, thủ tướng Trần Văn Hữu đã ấn định quốc phục cho các viên chức hành chánh trong chính phủ: nếu buổi lễ mang tính cách tôn giáo hay lịch sử thì lễ phục là áo dài

thuộm. Áo dài tốn vải, khoảng hai cái áo dài may được ba cái áo vấn, nếu chỉ mặc áo vấn có thể sẻn được 200 triệu đồng/năm. ***Áo dài không hợp với phụ nữ Việt Nam đời sống mới*** *»*. Cuộc vận động này đương nhiên người dân phải tuân theo và áo dài không còn là trang phục thông dụng của phụ nữ Việt Nam trong một thời gian dài ở miền bắc vĩ tuyến 17[5].

Thời trang « áo vấn » của đời sống mới xã hội chủ nghĩa theo Hồ Chí Minh

Áo dài theo thế sự thăng trầm tại miền Nam (1975-1986)

Sau 1975, văn hóa vô sản tràn vào miền Nam, áo dài của Sài Gòn bị mặc nhiên cấm đoán và đi theo bước chân di tản ra ngoại quốc.

Áo dài đất Việt của tôi
Đã sang tỵ nạn bên trời tự do.

Còn quốc phục của cán bộ là áo kaki đại cán cổ cao, bốn túi mặc ngoài (kiểu áo Tôn Trung Sơn, Hồ Chí Minh và Mao Trạch Đông).

[5] Quần áo diện của thiếu nữ là áo cánh bằng lụa trắng nõn, áo sơ mi tay bồng, quần đen tuyền bằng lụa Hà Đông.

Quốc phục đại cán của Hồ Chí Minh và cán bộ giống như đại cán của Mao Trạch Đông

Thời hồi sinh

Sau cuộc khủng hoảng kinh tế năm 1980, cộng sản phải *« đổi mới »* năm 1986 đánh dấu sự sụp đổ văn hóa xã hội chủ nghĩa qua các biến cố sau: Chấm dứt chế độ bao cấp[6], trở lại văn hóa cổ truyền, kinh tế tư bản, tư hữu... nên từ năm 1986, áo dài Huế bị chôn kín trong đáy tủ đã vượt ra tung bay khắp nước như đàn bướm đón chào hồi sinh văn hóa cổ truyền năm xưa và làm chuẩn mực y phục cho nữ sinh, lễ hội, tại tiệm ăn và khách sạn sang trọng.

Thời kỳ văn hóa	Miền Bắc	Miền Nam
Thời văn hóa cổ truyền	*1802-1955: Áo tứ thân, Áo dài Huế*	*1739-1955: Áo dài Huế 1955-1975: Áo dài canh tân*
Thời văn hóa xã hội Chủ nghĩa	*1955-1986 Quần đen, áo cánh thay cho áo dài*	*1975-1986: Quần đen, áo cánh thay cho áo dài*
Sau khi Văn hóa xã hội chủ nghĩa sụp đổ	*Từ năm 1986 đến nay: Áo dài là quốc phục*	*Từ năm 1986 đến nay: Áo dài là quốc phục*

Sự tái xuất hiện của áo dài là dấu hiệu thất bại của sự cưỡng bức đồng hóa dân Việt với văn hóa XHCN. Sự thất bại này rõ hơn

[6] Với chế độ bao cấp, chính phủ độc quyền thu mua và phân phối tất cả nhu yếu phẩm từ cây kim sợi chỉ đến gạo ăn vải mặc... cho mọi người dân

nữa trên trường quốc tế là trong lễ công bố tuyên bố chung của Hợp tác kinh tế châu Á-Thái bình dương APEC năm 2006 tại Việt Nam, các nhà lãnh đạo quốc tế mặc áo dài truyền thống của thời Việt Nam Cộng Hòa như hình dưới đây. Lý do, quốc phục đại cán của văn hóa vô sản không mang màu sắc dân tộc.

1

2

(1) Hàng trên từ trái qua: Tổng thống Mỹ George W. Bush, Tổng thống Nga Vladimir Putin và Thủ tướng Thái Lan Surayud Chulanont. Hàng dưới từ trái qua: Chủ tịch Trung Quốc Hồ Cẩm Đào, Tổng thống Chile Michelle Bachelet. Ảnh: Reuters.

(2) Lãnh đạo và đại diện 21 nền kinh tế thành viên APEC2006 chụp ảnh kỷ niệm trước Trung tâm hội nghị quốc gia Việt Nam. Ảnh: Reuters

Ngày nay, với sự phát triển của văn hóa thành thị dựa trên công nghệ và sáng tạo không ngừng, vẻ đẹp của y phục Việt nhất là của phụ nữ, phụ thuộc vào kỹ thuật thiết kế, màu sắc, vải vóc... Ngày 10-9-1995, tại cuộc thi hoa hậu quốc tế ở Tokyo, Hoa hậu Việt Nam Trương Quỳnh Mai chiếm giải thưởng quốc phục đẹp nhất (Best national costume). Hoa hậu Việt Nam mặc áo dài gấm xanh, hoa bạc, quần trắng, đội khăn đóng...

Trong dịp hội nghị quốc tế Hợp tác kinh tế châu Á-Thái bình dương APEC năm 2017, cộng sản đã sử dụng y phục cổ truyền như áo yếm, váy (cho nữ tiếp viên bữa tiệc) và áo dài thí dụ ngày 10/11/2017, một nữ tỵ nạn cộng sản (Jennifer Phạm) mặc áo dài vẽ hoa sen được chính phủ cộng sản mời về Đà Nẵng làm MC cho bữa tiệc và biểu diễn văn nghệ. Năm 2018, cô Ngọc Trân khoác kiểu áo dài của bà cố vấn Ngô Đình Nhu trình diễn y phục cổ truyền tại Seoul Fashion Week ở Hàn Quốc.

1 2 3

(1) Cô Ngọc Trân tại Seoul Fashion Week năm 2018
(2) Bà Cố Vấn Ngô Đình Nhu
(3) Nữ tỵ nạn cộng sản (Jennifer Phạm) làm MC cho APEC tại Đà Nẵng 2017

Ngày nay thì áo dài của thời Việt Nam Cộng Hòa xuất phát từ văn hóa cung đình Huế lan tràn ra ngoài ranh giới quốc gia và nay là biểu tượng cho bản sắc văn hóa chung cho Việt Nam.

Hơi thở văn hóa trong tà áo

Áo dài tạo nên một sắc thái văn hóa trong y phục của dân Việt được diễn tả qua thi nhạc, ca dao, tục ngữ, hội họa, nhiếp ảnh.... Phải nói áo dài duyên dáng thướt tha, cái yếm hở lườn khêu gợi, cái váy ấp ủ bí mật, tà áo trắng và tím đã truyền vào thi nhân một năng lực mộng mơ dạt dào vô biên cứ mải miết thay nhau dệt mộng cho quốc phục áo dài.

Nét độc đáo nhất của áo dài là cho ta nhìn thấy GIÓ.

Có phải em mang trên áo bay,
Hai phần gió thổi, một phần mây.
Hay là em gói mây trong áo,
Rồi thổi cho tà áo trắng bay ?
(Nguyên Sa)

Đây, lời ca tụng áo dài trong bài thơ *« Chiếc áo dài Việt Nam »* của Đinh Vũ Ngọc:

Chiếc áo quê hương dáng thướt tha,
Non sông gấm vóc mở đôi tà.
Tà bên Đông Hải lung linh sóng,
Tà phía Trường Sơn rực rỡ hoa.
Vạt rộng Nam Phần trao cánh gió,
Vòng eo Trung Việt thắt lưng ngà.
Nhịp tim Hà Nội nhô lồng ngực,
Hương lúa ba miền thơm thịt da.
(Đinh Vũ Ngọc)

Về màu áo, trữ tình và nên thơ nhất là *"áo trắng đơn sơ"* nhẹ nhàng như gió thoảng, mây bay trên thân thể người con gái. Qua tà áo trắng, thi sĩ nhìn thấy gió, thấy tiên nữ lùa gió biếc, thấy tà áo gói gió, gói mây rồi *"thổi lại phòng anh cả núi non"*.

Theo em tà áo thướt tha
Để hồn thi sĩ mơ tà áo bay
Áo trắng đơn sơ mộng trắng trong,
Hôm xưa em đến mắt như lòng.
(Huy Cận)

Em xinh xinh quá dáng mảnh mai,
Áo dài tha thướt quá tuyệt vời.
Nhìn em nhớ một thời áo trắng,
Nón lá nghiêng che tóc dài bay.
(Nguyễn Thị Quí)

Tà áo trắng xòe như đôi cánh lượn
trải dịu dàng trên cỏ mượt mà xanh.
(Luân Hoán)

Áo dài em trắng nắng chiều
Em là tiên nữ hay Kiều tái sinh.

Gió vờn bay vạt áo dài,
Chân thon nhẹ bước tóc mai bồng bềnh.

Em như tiên nữ khối mười hai,
Giấu cả trời thơ trong áo dài.
Nắng thơ dệt sáng trên tà áo,
Lá nhỏ mừng vui phất cửa ngoài.
Tung bay tà áo buông lơi
Như làn mây tím của trời lang thang
Làm anh xao xuyến ngỡ ngàng
Hồn siêu phách lạc mơ màng cõi yêu.
(Nguyễn Thị Quý)

Biển dâu sực tỉnh giang hà,
Còn sơ nguyên mộng sau tà áo xanh.
(Bùi Giáng)

Cô gái Huế yêu thơ và nhạc lễ,
Tà áo dài trong trắng nhẹ nhàng bay.
(Bích Lan nữ sĩ)

Mềm mại, dịu dàng vương cánh áo,
Mảnh mai, duyên dáng đậu bờ vai.
Chợt nghĩ áo dài nên thơ ấy,
Có còn ôm ấp những thơ ngây?
(Hoàng Sa)

Trong thế giới âm nhạc, tà áo dài cũng là nguồn cảm hứng cho nhiều nhạc sĩ như các tác phẩm *Ngàn thu áo tím* (Hoàng Trọng), *Tà áo cưới* (Hoàng Thi Thơ), *Tà áo tím* (Hoàng Nguyên), *Tà áo em bay* (Nguyễn Dũng), *v.v...*

Tung bay tà áo buông lơi
Như làn mây tím của trời lang thang.
(Lãng Du Khách)

Áo dài tím xứ Huế

Màu tím màu của thủy chung,
Em đang duyên dáng cùng tà áo xinh.

Nhìn em dáng đẹp lung linh,
Áo dài nón lá đẹp xinh tuyệt vời.

(Phan Thị Thoa)

Trong bài ca *« Một thoáng quê hương »* của Từ Huy:

Tà áo em bay... bay, bay, bay, bay... trong gió nhẹ nhàng dù ở đâu, Paris, Luân Đôn... thoáng thấy áo dài bay trên đường phố, sẽ thấy tâm hồn quê hương ở đó...em ơi...

Trong bài ca *« Áo dài ơi »* của Sĩ Luân:

Áo dài vui, áo dài hát bao nắng xuân đang về khắp nơi,
Áo dài nói, áo dài cười mang hạnh phúc đến cho mọi người.

Trong bài *« Ngàn thu áo tím »* của Hoàng Trọng:

Ngàn thu mưa rơi trên áo em màu tím,
Ngàn thu đau thương vương áo em màu tím.

Trong bài *« Cô gái Việt Nam »* của Huỳnh Nhật Tân:

Em như đóa hoa xinh trong tà áo dài Việt Nam,
Em yêu quý quê hương, yêu tà áo dài Việt Nam...

Nhiều bạn ngoại quốc của nhà văn Bửu Ý từng ngưỡng mộ áo dài thốt lên: *« Không đâu có loại trang phục nữ nào kín đến thế, cũng không có loại áo nào hở cho bằng, nhất là khi khoác trên mình những cô gái dịu hiền xứ Huế »*. Bởi đủ dài tha thướt để hút ánh mắt người ta theo vóc dáng thanh tao như bay, như múa trên phố. Bởi đủ kín để người ta ước tìm chỗ hở, chỗ nhô. Bởi đủ nhẹ để người ta nhìn thấy gió, thấy sức nặng quyến rũ của ánh mắt trong sáng, nụ cười e ấp, cử chỉ duyên dáng, dịu dàng của người phụ nữ Việt.

Lạp Chúc Nguyễn Huy

TRẦN C. TRÍ
ĐÊM KHÓC NUỐI

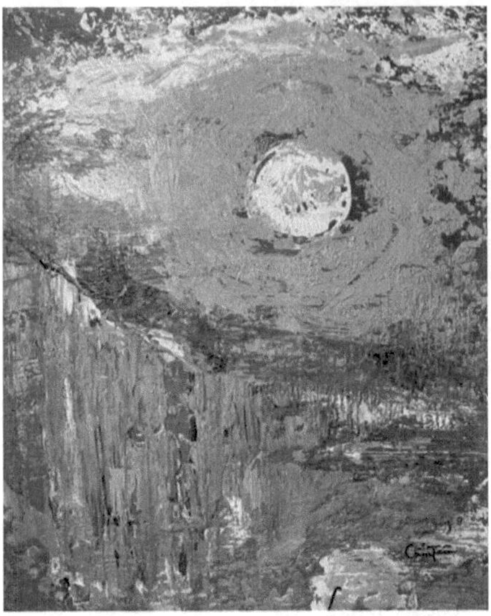

PALE MOON - Tranh **Cẩm Tâm**

Ánh sáng là những ngọn đèn dầu le lói. Âm thanh là tiếng ếch nhái, côn trùng kêu rỉ rả. Hương thơm là mùi lúa mới chín đòng đòng. Không gian là một ngôi nhà lớn, mái tranh, vách đất bùn, nằm giữa một vùng đồng không mông quạnh. Người là những cái bóng lao xao đi ra đi vào tất bật. Có cả một con chó không biết của ai, cũng vẩn vơ đi loanh quanh, ngửi hết người này đến người kia, thỉnh thoảng lại sủa lên một vài tiếng bâng quơ.

Chốc chốc lại có một chiếc xe từ đường cái rẽ vào. Ánh đèn từ mũi xe hắt ra phía trước, tạo thành những vệt dài trên con đường đất gập ghềnh. Những tàn cây um tùm hai bên đường như chụm sát vào nhau trong đêm tối, trông như mấy con quái vật dị hình dị tướng. Bầu trời chỉ lốm đốm một vài vì sao le lói, nhạt nhòa, vây quanh một vầng trăng mờ mịt một cách dị thường. Và gió. Gió. Gió. Đêm nay sao nhiều gió quá! Trời không lạnh lắm, nhưng gió làm cho người ta cảm thấy lạnh hơn là nhiệt độ thật. Bước xuống xe, ai cũng co ro, xuýt xoa, rảo bước về phía căn nhà có ánh sáng chập chờn tỏa ra từ mấy vuông cửa sổ nhỏ.

Khi những chiếc xe tắt máy ở bãi đậu xe dã chiến trước ngôi nhà, cũng là lúc văn minh ngừng lại ở bên ngoài. Tất cả quan khách đều được yêu cầu bỏ điện thoại của mình vào một cái rổ lớn, có người đứng ghi số vào để lúc về dễ kiếm. Bây giờ ai cũng tách biệt với phần còn lại của thế giới. Chỉ có một người được hưởng ngoại lệ cầm phone theo để chụp hình. Đó là phóng viên nhà báo Phong Trúc.

Bước qua ngưỡng cửa, khách chìm ngay vào một vùng nửa tối nửa sáng. Không gian thoang thoảng mùi hương trầm. Tiếng người lao xao nói cười, nhưng không đến nỗi huyên náo.

"Sao không có nhạc?" Giọng một ai đó cất lên.

"Vì không có điện," một giọng khác trả lời. Mọi người đều ồ lên cười, rồi những câu chuyện dở dang lại được tiếp tục.

"Mời quý vị dùng món khai vị," cô gái tóc dài chấm lưng bê cái mâm tròn một cách điệu nghệ, y như trong các sòng bài chuyên nghiệp. Trong ánh sáng lờ mờ, từ cái mâm, người ta nhón lấy những lát bánh mì nhỏ phết tôm bằm ướp bơ tỏi, hay các khoanh chả giò nhân légume, nhấm nháp, cho những lời nói bay ra thêm chút đậm đà.

"Rượu đế ngâm trái cây, xin mời quý vị!" Một thanh niên tóc rẽ ngôi giữa, mặc quần ống loe—thời trang từ cuối thập niên 90 giờ đang quay trở lại trong thập kỷ thứ ba của thế kỷ mới này—đang len lách qua đám khách, luôn miệng chào mời. Nhiều người vui vẻ đỡ lấy những cốc rượu sóng sánh, hớp từng ngụm nhỏ. Có ai đó còn khà lên những tiếng đầy sảng khoái.

"Xin quý vị chú ý!" Giọng người MC vang lên từ một góc phòng. "Cám ơn quý vị đã đến dự buổi ra mắt sách đêm nay, không quản ngại đường xa, tối tăm và gió máy như thế này."

Tiếng nói cười giảm xuống dần. Ai nấy đều hướng về chỗ ông MC đang đứng. Ông, và hầu hết mọi người trong gian phòng đều có những mái tóc bạc, phản chiếu màu vàng nhợt nhạt của ánh đèn dầu. Chỉ có cô gái mời hors-d'œuvre và chàng trai mời apéritif là còn trẻ, trẻ như măng tươi. Họ có vẻ lẻ loi, và nổi bật lên trên những người luống tuổi, khiến người ta liên tưởng đến bức tranh *Quán Rượu Trên*

Đường 13 Phía Đông của Salman Toor, mặc dầu là một liên tưởng có phần lỏng lẻo.

"Nhân vật chính đêm nay," ông MC hắng giọng, "không ai khác hơn là nhà văn lão thành Hiện Mộc, trang trọng ra mắt tác phẩm mới nhất của ông có nhan đề là *'Trăng Nhạt'*, như quý vị thấy đang được bày trên bàn."

Quay qua nhà văn đang đứng gần đó, ông MC khẽ nghiêng đầu chào và cất tiếng mời:

"Xin mời nhà văn Hiện Mộc lên có đôi lời với mọi người."

Nhà văn khẽ khàng bước qua, cúi chào quan khách. Không còn tính từ nào thích hợp để miêu tả ông là hai chữ "đẹp lão". Quả có vậy, ông ăn mặc rất chải chuốt, với mái tóc bạc cắt gọn, trông ông trẻ hơn tuổi thật rất nhiều.

Bằng một giọng từ tốn và tự tin, ông nhìn ông MC rồi lần lượt quét mắt qua đám quan khách, ông cất tiếng:

"Cám ơn ông Thanh Hùng đã giới thiệu tôi là nhà văn lão thành, làm tôi giật mình nhớ ra tôi đã thành... lão từ lâu! Mấy mươi năm về trước, lần đầu tiên ra mắt độc giả, tôi được giới thiệu là một cây bút mới. Bây giờ, tôi là một cây bút đã cạn mực. Độc giả đã tặng tôi biệt danh *"nhà văn trăng"* vì nỗi ám ảnh về trăng của tôi chắc chỉ thua Hàn Mặc Tử! Ngày xưa, tác phẩm của tôi còn phơi phới, tràn trề nhựa sống. Chắc quý vị còn nhớ những *'Trăng Non'*, *'Trăng Dậy Thì'*, *'Trăng Con Gái' hay 'Bản Giao Hưởng Trăng Sao'*... Trăng của tôi bây giờ là *'Trăng Nhạt'*, và nếu tôi còn sức để viết nữa, chắc sẽ có *'Trăng Lẹm'*, *'Trăng Mòn'* hay thậm chí *'Không Trăng'* để ra mắt quý vị. Tôi chỉ xin hết lòng cảm tạ quý vị đã đến đây để chúng ta còn được gặp nhau, còn biết là vẫn có nhau, và mượn sách vở để làm duyên cớ, vậy thôi."

Hiện Mộc cúi chào rồi rút lui về một góc phòng. Thanh Hùng tiến ra giữa, tiếp lời:

"Cám ơn nhà văn 'đã thành lão' Hiện Mộc. Chúng tôi đây cũng có cùng danh hiệu đó, chỉ trừ chỗ 'nhà văn' thì không giống thôi. Đến đây, chúng tôi xin phép được đi vào chương trình giới thiệu sách, đi từ ngoài vào trong cho hợp với lẽ vật lý. Xin mời họa sĩ Thành Diệp lên giới thiệu hình thức của cuốn sách."

Thành Diệp đúng là một nghệ sĩ, mà là nghệ sĩ gốc mít chính hiệu. Ông luôn luôn mặc áo dài truyền thống trong tất cả các sinh hoạt cộng đồng, chẳng áo nào trùng áo nào. Có lẽ áo dài trong tủ của ông nhiều hơn là số tranh ông có trong xưởng vẽ. Chân ông mang hài thêu, tóc ông để dài, buộc thành đuôi ngựa. Trông ông như mới bước ra từ một bức tranh sơn mài vẽ đám cưới nhà quê của họa sĩ Nguyễn Gia Trí.

Thành Diệp che miệng ho khẽ một cái trước khi bắt đầu nói:

"Kính chào quý vị, đặc biệt là nhà văn Hiện Mộc. Chúng tôi xin giới thiệu ngay với quý vị một chi tiết độc đáo là chính tay nhà văn trình bày cả bìa lẫn ruột cho sách của mình. Tập sách *'Trăng Nhạt'* là một tác phẩm không những về văn chương mà còn về nghệ thuật và triết lý. Quý vị xem đây," Thành Diệp bước gần đến chiếc bàn, cầm một cuốn sách lên và đưa về phía mọi người. "Đây là cuốn sách đầu tiên—không những chỉ riêng trong văn giới hải ngoại, mà còn cả khắp nơi trên thế giới—có duy nhất một màu đen từ ngoài bìa vào đến tận từng trang giấy bên trong. Bìa trước là một họa phẩm, nếu có thể nói là như thế, phác họa một vòng tròn, tượng trưng cho một vầng trăng, có nền đen để làm nổi lên tựa đề *'Trăng Nhạt'* vẽ bằng thư pháp màu trắng ngà, nằm bên trong vòng tròn. Chung quanh vòng tròn đen là một hình vành khăn mỏng, cũng màu trắng ngà, cốt cho mặt trăng đen nổi trên nền bìa sách cũng màu đen. Không biết quý vị thấy sao, chứ tôi nhìn vào thì thấy rõ ràng đây là một cơn nguyệt thực đang dâng lên tràn trề..."

Ngưng lại một chút, chắc để cho có hiệu quả đặc biệt trong cử toạ, Thành Diệp nói tiếp:

"Bìa sau thì cũng đen, đen đậm đặc, quý vị ạ. Chắc ở đây tác giả dành cho trí tưởng tượng của người đọc, muốn nhìn ra cái gì thì tùy ý. Còn phần ruột thì cũng phải gọi là độc nhất vô nhị. Hơn một trăm trang sách đều đen tuyền, đen không thể nào đen hơn. Mỗi trang có một vầng trăng đen ở giữa—cũng ngăn cách với nền đen bằng đường vành khăn như ở bìa trước—chiếm đến hai phần ba tờ giấy. Trong mỗi vòng tròn có khoảng vài chục chữ nằm rải rác, không theo một sắp xếp hay thứ tự nào cả. Nhưng... đến đây thì tôi phải tạm dừng nói về bên trong, vì nói tiếp thì sẽ lạm vào phần giới thiệu nội dung của người kế tiếp. Tôi chỉ xin phép được bày tỏ cảm tưởng của một *người cầm cọ* về cách trình bày một cuốn sách hết sức nghệ thuật của một *người cầm viết*. Theo tôi, hình thức cuốn sách, với màu đen gần như áp đảo, là một không gian mở, lồng lộng, thăm thẳm. Không gian mở đó cho phép người đọc không chỉ là người thưởng thức trò chơi chữ nghĩa, mà còn là người tham gia tích cực, hào hứng vào cuộc chơi đó nữa. Tôi đã được hân hạnh đọc hết cuốn sách này trước đây vài hôm, và tôi có thể nói với quý vị rằng, trong suốt thời gian đọc, tôi đã có cảm giác tự do tuyệt đối, đầy cảm hứng thanh thoát lẫn với những cảm xúc mạnh. Xin cám ơn nhà văn Hiện Mộc đã giúp tôi tìm được những cảm giác hiếm hoi đó, và xin cảm ơn quý vị."

Sau một loạt tiếng vỗ tay, Thanh Hùng đứng yên tại chỗ để tạo không khí thân mật, nói lớn:

"Cuối cùng, nhưng không phải là kém phần quan trọng, xin mời nhà thơ Quế Hương lên điểm qua nội dung của *'Trăng Nhạt'*".

Quế Hương, bút hiệu nghe cũng khá hợp với người, vì nhà thơ này mảnh khảnh, thon thả, tóc buông dài, như sương, như khói—chẳng khác gì mấy với những thiếu nữ trong tranh Nghiêu Đề.

Khẽ gật đầu chào mọi người, bà đi ngay vào đề:

"Quý vị biết không, mới bước vào trong cuốn sách là tôi đã thích ngay dòng chữ *'từ khi trăng là nguyệt'* nằm một mình ở trang thứ 5 mà anh Hiện Mộc đã trích dẫn từ một bài hát của nhạc sĩ nào, không cần nói ra ai cũng đã biết. Chữ trong sách tất nhiên là màu trắng, và hàng chữ đầu tiên này không hiểu sao đã làm cho tôi 'cảm' ngay không khí huyền ảo trong cuốn sách trắng đen này. Đây tất nhiên là một câu trích dẫn, nhưng tôi thiết nghĩ, đó là cả một sự sáng tạo. Trích dẫn mà đúng lúc, đúng chỗ, vừa phải và thích hợp với tác phẩm của mình, đó là sáng tạo một lần nữa. Câu này đã nói lên phần lớn cái hồn của tác phẩm *'Trăng Nhạt'*."

Lật qua một trang khác, bà tiếp:

"Rất khó mà đặt tên cho thể loại của cuốn sách này. Văn xuôi ư? Không hẳn. Thơ ư? Cũng chẳng vậy. Đơn giản là vì—như anh Thành Diệp đã đề cập—trong mỗi vầng trăng là những chữ nằm rời rạc, không thành nhóm, hay mệnh đề, hay câu cú. Nhưng chính điều đó mới đem lại tự do và cảm hứng vô tận cho người thưởng lãm. Mỗi người chúng ta sẽ an nhiên, tự tại bước vào từng vầng trăng, rồi sẽ kết nối chữ nghĩa lại với nhau tùy thích, theo nhiều chiều khác nhau, từ trên xuống dưới hay ngược lại, từ trái qua phải hay đảo lại, hoặc kết hợp một cách ngẫu hứng theo bất cứ kiểu nào, kể cả việc phối hợp các thanh, các vần của chữ. Thêm vào đó, người đọc còn có toàn quyền ngắt hơi để tạo nhịp điệu cho câu văn vừa thành hình, ngắn hay dài tùy thích."

Quế Hương còn nói nữa, nói nữa, nói nữa, nhưng hình như sương khuya đã tràn vào ngôi nhà nhiều lắm rồi, mờ mịt cả gian phòng chính. Người người run rẩy, đứng tụm cả vào nhau, thở ra những làn hơi nhìn như khói trắng. Ồ, thì ra đêm đã khuya lắm rồi. Người ta bắt đầu xếp thành một hàng để mua tác phẩm *"Trăng Nhạt"*, và nhà văn Hiện Mộc ngồi ở bàn, lu bu ký tặng sách. Cây bút của ông như đang múa vật vờ trong làn sương khói lãng đãng vây quanh.

Cuối chương trình là lúc phóng viên Phong Trúc bận rộn nhất. Sau khi phỏng vấn chớp nhoáng tác giả Hiện Mộc, ông quay sang bắt chuyện với cô thiếu nữ "hors-d'œuvre":

"Chào cháu! Cháu cho tôi biết quý danh, và cơ duyên nào đã đưa cháu đến buổi sinh hoạt này?"

Cô gái nhoẻn cười, đáp bằng một thứ tiếng Việt rất sõi:

"Dạ, chào chú. Cháu là Từ Hương, con của ông tác giả *"Trăng Nhạt"* đó ạ."

"À" một tiếng, Phong Trúc hỏi tiếp:

"Hay quá! Vậy cháu có thể cho tôi biết cảm tưởng của cháu về những tác phẩm từ trước tới giờ của ba cháu không?"

"Cháu chỉ biết nói tiếng Việt, không biết đọc, chú ơi!" Cô trả lời, không có vẻ gì là áy náy với điều đó cả. "Cháu đến để ủng hộ ba cháu bằng cách giúp những chuyện lặt vặt thôi."

"Cám ơn Từ Hương nhé," ông Phong Trúc nheo mắt cười. "Hy vọng một ngày nào gặp lại cháu, tôi sẽ được biết là cháu đã học đọc được tiếng Việt để có thể thưởng thức văn chương Việt hải ngoại, không những của nhà văn Hiện Mộc mà còn của hàng trăm tác giả khác nữa."

Ông phác một cử chỉ tạm biệt cô con gái của nhà văn, rồi vội vàng bước qua chỗ chàng trai "apéritif" đang đứng lạc lõng giữa đám đông, lên tiếng chào:
"Bonsoir, mon copain! Cho tôi hỏi cháu vài câu được không?"
"Dạ, cháu chào chú," chàng trai mau mắn trả lời, tiếng Việt của anh nghe còn lưu loát hơn cô Từ Hương. "Cháu là Daniel. Cháu là con của ông Hiện Mộc. Chị cháu là người chú vừa mới hỏi chuyện đó. Xin chú cứ tự nhiên đặt câu hỏi."
"Daniel nói tiếng Việt hay quá!" ông Phong Trúc gật gù. "Vậy cháu có biết đọc, biết viết không?"
"Dạ có, chú," Daniel trả lời, giọng có chút tự phụ. "Cháu đã học hết chương trình tiếng Việt ở đại học dành cho *locuteurs d'héritage* rồi ạ."
"A," phóng viên thở phào, lấy làm thú vị với nhân vật này. "Vậy chắc cháu đã đọc nhiều sách tiếng Việt ở hải ngoại, kể cả sách của ba cháu, phải không?"
"Dạ không," Daniel đáp, *de manière factuelle.* "Cháu chỉ đọc những gì phải đọc cho chương trình học ở trường thôi."
"Mais, pourquoi?" Ông Phong Trúc hơi nhíu mày.
Daniel nhún vai:
"Cháu cũng có đọc thử vài cuốn sách tiếng Việt ở đây rồi, nhưng chưa đọc hết cuốn nào bao giờ. Cháu không tìm thấy cháu trong những cuốn sách đó, và cũng không thấy thích hợp với những ý tưởng hay thông điệp gì có dính dáng đến thế hệ của cháu cả."
"Cám ơn cháu đã nói rất thật tình," ông Phong Trúc thở dài. "Mong có ngày cháu sẽ thấy được những điều cháu chưa tìm thấy trong rừng văn chương tiếng Việt hải ngoại."
"J'espère bien," Daniel lại nhún vai. "Cháu cũng mong như vậy."
Lúc này, mọi người đang lục tục chia tay nhau. Có người chợt hỏi:
"Ủa, sao không thấy nhà văn Thi Hiên há?"
"Mới vừa vào bệnh viện," một giọng ai đó trả lời.
"Ông khỏe không?" Một người hỏi một người khác.
"Khỏe gì mà khỏe, hỏi câu khác được không, hề hề."
"Lái xe cẩn thận nhe. Khuya rồi đó."
"Hẹn chị ở buổi ra mắt tập thơ tháng tới của Huyền Châu nhe!"

Trong một thoáng, ngôi nhà trở nên trống trơn, chỉ còn sương dày đặc trong từng ngõ ngách. Từng chiếc xe từ từ quay ra con đường chính. Ánh đèn từ những chiếc xe lấp loáng trên mặt lộ như những bóng ma trơi. Đêm lạnh đến tận cùng.

Nhà báo Phong Trúc sửa lại gọng kính cho ngay ngắn trên mặt, cho xe nổ máy rồi nhấn ga, nối đuôi dòng xe đi ra đường. Sương khuya vào cả trong xe ông, ẩm ướt. Ông lái xe thật lâu, từ chốn hẻo lánh ra đến tận xa lộ sáng choang, trở về với thành thị, với thế giới tân kỳ. Buổi ra mắt sách vừa qua, ông cảm thấy như một giấc chiêm bao hơn là sự thật. Chắc chỉ có những tấm hình ông chụp được ban nãy mới có thể thuyết phục ông nó không phải là mộng mị gì cả.

Về đến nhà, ông thấy bà dường như đã đi ngủ từ lâu. Ông đi thật nhẹ vào phòng, sợ làm kinh động giấc ngủ của bà. Ông cởi quần áo, bước vào douche, đẫm mình dưới làn nước ấm áp và dễ chịu. Từng sợi dây thần kinh của ông giãn ra, thư thái.

Ông trở vào phòng làm việc, vì đầu óc hoàn toàn tỉnh táo, có cố ngủ chắc cũng không được. Ông mở điện thoại ra, gởi các tấm hình vừa chụp ở buổi ra mắt sách vào ordinateur. Đằng nào thì cũng sát đến hạn nộp bài cho báo rồi. Ông pha cho mình một tách trà nóng rồi ngồi xuống bàn, bắt đầu viết bài tường trình về sinh hoạt văn chương vừa qua. Các chữ nhảy múa trên màn ảnh theo nhịp gõ đều đặn của ông trên bàn phím.

"Gần sáng rồi, ông chưa đi ngủ sao mà còn ngồi đó gõ máy vậy?" Bà đã đứng sau lưng ông hồi nào không biết.

"À," ông giật mình vươn vai. "Vừa về tắm một cái, tỉnh rót, ngủ không được! Viết bài cho kịp nộp cho báo cuối tuần này."

"Báo nào?" Giọng bà nghe hơi dấm dẳng.

"Còn báo nào vào đây nữa," giọng ông nghe có phần khó chịu. "Báo Việt Quốc chứ báo nào?"

"Báo Việt Quốc?" Bà gặng lại. "Ông nói chơi hay nói giỡn vậy?"

Ông không buồn trả lời, nhìn trân trân vào màn ảnh trước mặt.

Bà thở dài, vỗ nhẹ trên vai ông. "Thôi, đi ngủ đi ông. Báo Việt Quốc người ta đóng cửa gần cả mười năm nay rồi!"

Trần C. Trí

VŨ KHẮC TẾ

Nhà Văn Đặng Thơ Thơ, Một tiếng nói nữ quyền – diễn ngôn trong văn chương Việt hải ngoại đương đại.

1. Dẫn nhập

Trong dòng chảy văn chương Việt hải ngoại sau 1975, bên cạnh những tiếng nói tập trung vào ký ức chiến tranh, lưu vong và bản sắc dân tộc, đã dần hình thành một mạch viết khác: mạch viết của phụ nữ, của giới, của diễn ngôn thân thể và quyền lực, gắn với bối cảnh toàn cầu hóa và lý thuyết nhân văn đương đại.

Trong mạch này, Đặng Thơ Thơ nổi lên như một trường hợp tiêu biểu: không chỉ là một nhà văn sáng tác, mà còn là nhà biên tập, nhà phê bình, dịch giả và người kiến tạo diễn đàn văn học.

2- Sáng tác văn xuôi: thân phận, dị biệt và phi trung tâm

Ở bình diện sáng tác, các truyện ngắn và tản văn của Đặng Thơ Thơ cho thấy một cảm quan hiện đại, đôi khi mang màu sắc hậu hiện đại: cấu trúc phi tuyến, giọng kể lạnh, tiết chế cảm xúc, chú trọng trạng thái hơn là cốt truyện. Nhân vật trong văn xuôi của chị thường ở trong tình trạng lệch chuẩn, lửng lơ bản thể, không thuộc trọn vẹn vào một căn tính cố định nào. Kinh nghiệm di dân, ký ức cá nhân, thân thể nữ và sự cô đơn trong xã hội tiêu thụ không được trình bày như bi kịch lớn, mà như những trạng thái thường nhật của tồn tại hiện đại.

Cách viết này góp phần làm phong phú thêm hình ảnh con người Việt hải ngoại, vượt ra ngoài mô hình "nạn nhân lịch sử" hay "chủ thể hoài hương".

3. Phê bình – tiểu luận: từ văn chương đến diễn ngôn quyền lực

Đóng góp nổi bật và có ảnh hưởng rộng rãi hơn của Đặng Thơ Thơ nằm ở mảng tiểu luận – phê bình văn hóa và nữ quyền. Bài viết "Hệ lụy của 'Phái Đẹp' hay 'Đừng Nhìn Em Nữa Anh Ơi!'" là một ví dụ tiêu biểu cho cách chị vận dụng lý thuyết phương Tây (Foucault, Bartky, các nghiên cứu giới) để phân tích ngôn ngữ, hình ảnh và quyền lực trong đời sống Việt ngữ.

Điểm đáng chú ý là các tiểu luận của Đặng Thơ Thơ không dừng lại ở phê phán đạo đức hay cảm tính, mà hướng tới giải cấu trúc diễn ngôn: chỉ ra cách ngôn ngữ, khái niệm tưởng như trung tính lại tham gia vào việc kiến tạo bất bình đẳng giới. Qua đó, chị góp phần đưa nghiên cứu giới và phân tích diễn ngôn vào không gian văn học Việt hải ngoại một cách có hệ thống.

4. Vai trò biên tập và kiến tạo cộng đồng viết

Nếu chỉ xét trên phương diện sáng tác, Đặng Thơ Thơ là một nhà văn có phong cách riêng; nhưng xét trong tổng thể, đóng góp lớn nhất của chị nằm ở vai trò biên tập và kiến tạo diễn đàn. Hoạt động bền bỉ của chị trên Tạp chí Da Màu từ năm 2006 đến nay, một tạp chí điện tử có định hướng đa văn hóa, đa ngôn ngữ, và chú trọng tới các giá trị xung đột – khác biệt trong văn hóa-ngôn ngữ-nhận dạng (cultural, language, gender, race, belief) thông qua biểu đạt nghệ thuật và văn học.

Như vậy, Đặng Thơ Thơ không chỉ là nhà văn độc lập, mà còn là người định hình diễn ngôn và cộng đồng viết hải ngoại thông qua một nền tảng mang tính tập thể (ban biên tập tạp chí), góp phần tạo không gian cho tiếng nói hậu thuộc địa, phụ nữ và những bất đồng văn hóa được lắng nghe. Da Màu không chỉ là nơi đăng tải tác phẩm, mà là không gian tranh luận, thử nghiệm và va chạm giữa nhiều khuynh hướng viết khác nhau. Chính vai trò này giúp Đặng Thơ Thơ trở thành một tác nhân văn hóa (cultural agent), góp phần duy trì và làm mới sinh hoạt văn chương Việt ngữ ngoài biên giới quốc gia, đồng thời tạo cầu nối giữa văn học, ngôn ngữ học, nghiên cứu văn hóa và lý thuyết phê bình đương đại.

5. Kết luận

Có thể xem Đặng Thơ Thơ là một trong những gương mặt tiêu biểu của văn chương Việt hải ngoại đương đại theo hướng nữ quyền – diễn ngôn. Đóng góp của chị không nằm ở số lượng tác phẩm hay sự nổi tiếng đại chúng, mà ở chiều sâu tư duy, tính nhất quán trong lập trường học thuật và vai trò tổ chức không gian đối thoại.Trong bối cảnh văn chương Việt đang ngày càng giao thoa với các lý thuyết và vấn đề toàn cầu, trường hợp Đặng Thơ Thơ cho thấy một khả năng viết – nghĩ – đối thoại bằng tiếng Việt mà không tự cô lập khỏi thế giới, đồng thời vẫn giữ được tính phản biện và độc lập tư tưởng.
(Nguồn tham khảo Damau.org)

Vũ Khắc Tế

NGUYỄN HOÀN NGUYÊN

TAY

năm ngón hướng dương
ngón duỗi ngón cong
khảy nhẹ móng tay
sóng đời xao động

tay vớt mảnh vàng
nắng chiều lận đận
đâu tiếng hò lững
sông dài khỏa thân

tay nhặt cánh hoa
mưa sa đầu mùa
xanh màu giọt nhớ
diện mục hôm xưa

trăm ngàn lối gió
tay chạm đường mây
phượng sen ngày ấy
như mộng như nhiên

tay vẫy giữa trời
hằn một nếp nhăn
hay là dấu ấn
hò hẹn tiền thân

tay che ngang mặt
lá trúc rụng rơi
giữa vô cùng tận
tay hong phận người ■

LÊ MINH HIỀN

Mẹ Là Niết Bàn Trong Con

(Kính tiễn Mẹ, 1935 - Jan. 22nd, 2026)

...Kính tiễn Người về cõi
thiên thu hồn an nhiên.

Bên Mẹ hiền như Phật
con còn mãi tuổi thơ
sao bên em mộng mị
ta khổ sở ngu ngơ
thôi thì từ tiền kiếp
nợ nhau một lời nguyền

.

Em hay hờn hay dỗi
ta cuống cuồng dỗ dành:
"Ừ! biết lòng em con suối
tưới đất anh khô cằn"
em lắc đầu nói nhỏ:
"Anh chỉ hoài vô tâm"
ta... lỡ mang thánh giá
cả đời toàn hư hao
chợt nghe tiếng Mẹ già
tâm hiền lời kinh đêm
con cúi đầu: "Mô Phật!
Niết bàn nào trong ta?"

.

Bước qua bờ sinh tử
Mẹ vừa nghìn trùng xa
xứ người nên cố quận
con nay vừa mồ côi
một ngày mưa vừa tạnh*
chữ vô thường buồn hiu
chút tình riêng dang dở
em đâu rồi... mù sa
cuối đông đời cô quạnh
Mẹ, Niết bàn trong ta!
Kính tiễn Người về cõi
thiên thu hồn an nhiên. ■

(3:17 khuya)
Stanton, California 2019 - Jan. 31st, 2026
**Mẹ ra đi sau một ngày cuối đông, mưa dầm dề*

THÁI TÚ HẠP

TỎ TÌNH DƯỚI CỘI BỒ ĐỀ

Kỷ niệm những ngày đi lễ Chùa Tam Bảo Tự Đà Nẵng với Ái Cầm

1.
Đường xưa Phượng đỏ đi về
Bình minh trong mắt tóc thề ngang vai
Chim reo tiếng guốc ban mai
Chiều thơm nức mộng miệt mài hoa bay

Tưởng chừng xuân ngất ngây say
Ngõ về bước giữa hàng cây si tình
Bao năm dâu bể - chiến chinh
Đâu ngờ lửa đốt - điêu linh khắp cùng

Trời quê tâm lạc viễn phương
Ngẩn ngơ một thoáng trầm hương chốn nào
Sóng thời gian vọng âm hao
Bâng khuâng cứ tưởng chiêm bao quê nhà

2.
Tỏ tình dưới cội Bồ Đề
Trùng trùng duyên khởi - Chốn về nẻo đi
Bản lai vi diệu xuân thì
Cội nguồn mây trắng từ khi tao phùng

Cửa thiền tâm lượng bao dung
Đời vui có nhạc hoa vương vấn lòng
Bốn mùa thay áo núi sông
Trong ta chung một vừng đông nhiệm mầu

3.
Soi tâm tìm bóng Bồ Đề
Cõi đi hư huyễn. Cõi về mù tăm
Nhớ em xưa thủa trăng rằm
Tóc mây thả gió phù vân đôi bờ

Tiếng hoàng oanh hót trong thơ
Ta như đá núi cũng khờ khạo yêu
Nay sương điểm mái tóc chiều
Xuân thu hơi thở đìu hiu kiếp người

Bao tàng kinh chỉ nụ cười
Ngàn mai quán niệm tâm người chân quê
Chùa nghiêm nẩy hạt Bồ Đề
Chuông Tam Bảo Tự nẻo về an nhiên ■

PHƯƠNG TẤN

QUẢY GÁNH LÊN NÚI CHƠI

Bỏ em riêng một thúng
Còn thúng xếp sách xưa
Vứt lượt là áo thụng
Quảy gánh lên núi chơi.

Lách ra khỏi xó đời
Quảy gánh lên núi chơi
Thả bằng hết bong bóng
Bay bằng hết trong trời.

Ngại đời xa lắm bụi
Ta phủi sạch tâm mình
Ngại bèo mây bám đuổi
Lòng ủ đầy tiếng kinh.

Em níu lòng cho chắc
Lúc, lách qua xó đời
Ta giữ lòng đà chặt
Quảy gánh lên núi chơi. ■

QUY HỒNG

RƯỢU HỒNG

Khi em theo người xuống phố
Sao mà lòng nghe rộn ghê
Đèn vui sáng như mắt ngó
Chân vui em nhẹ lướt đều.

Khi em theo người xuống biển
Cát vàng vội lấp bàn chân
E ấp không sao thành tiếng
Sóng xa ru lại tình gần.

Khi người theo em vào chợ
Chọn mua tôm cá tươi ngon
Những cô bán hàng niềm nở
Trêu em và cười thật giòn.

Khi em theo người gặp gỡ
Cả nhà người sao mà đông
Nếu phải duyên kia vấn nợ
Mai mốt cùng dâng rượu hồng... ■

(07.01.2026)

LÊ CHIỀU GIANG

THIỀN GIẢ

Gửi anh Đỗ Nghê

Như đệ tử Kim Dung
Múa trên đầu kiếm sắc
Ta đảo điên.
Ta bất chấp. Ta
Bới tung...
Chẳng hiểu ra
đời.
Đã rất bao dung
Rất nương nhẹ
Để ta còn sống sót.

Khi thất bại
Ta biết vờ đợi chết
Giả nằm im. Nghe
trái đất ngả nghiêng
Quá thấm đòn
Ta quăng kiếm
Ta bẻ gươm
Cũng biết thân. Ta ngồi im
Góc tối.

Chợt nghe xa xăm như có ngàn tiếng gọi
Gió âm u, gió lồng lộng rừng khuya
Bay trên cao mà
Nhớ bước chân đi...
Sấp ngửa lưng trời. Ta
Tĩnh tâm
Ta. Thiền định. ■

NGUYỄN AN BÌNH

ĐI THUYỀN TRÊN SÔNG SON

Mạch nguồn từ Phong Nha
Trường Sơn ẩn mình trong mây mù lam chướng
Nét hoang sơ núi rừng xứ Quảng
Sông Son lặng lẽ một dòng trôi
Nước trong xanh – sóng sánh màu ngọc bích
Trầm mặc bốn mùa mưa nắng
Cưu mang riêng mình bao truyền thuyết diệu kỳ
Dòng sông đang tự mình cất lên tiếng hát
Thơm bãi mía nương khoai.
*
Đi thuyền trên sông Son
Một dải lụa mềm lượn quanh chân núi
Bờ bãi triền đê nồng nàn cánh gió
Ghé nhà thờ cổ Gia Hưng
Thăm làng chằm nón
Thèm miếng bánh đa giòn rộm
Mắt cay mùi cá nướng
Khi sương mờ giăng giăng xuống chậm
Gió núi từ đâu thổi về
Lòng người rộng lượng như sông
Dõi bóng hoàng hôn chiều hôm rực rỡ.
*
Thuyền ta xuôi theo dòng
Mái chèo lướt qua mấy rặng đá vôi
Thả hồn theo câu hò khoan đất Quảng
Tay hứng chút mưa sa
Ước gì làm em mượt tóc
Ước gì làm em thắm da
Trong tiếng sóng vỗ mạn thuyền
Ta nghe tim mình dào dạt nước sông Son. ■

TRẦN THANH QUANG

Bài Thơ Cho Sóc Nhỏ

ngủ đi sóc nhỏ dấu yêu
lênh đênh phận bạc là chiều hôm qua
mảnh tình dập nát đời hoa
ấy giông bão của ta bà nhân gian
ai ru em mấy cung đàn
dật dờ mê muội giữa ngàn thương yêu
ai trao em biết bao điều
phía sau mầm ác là liều ngu si

ngủ đi sóc nhỏ ngủ đi
ta dang tay em hãy tì vào tay
để cho mộng rớt vai gầy
xua đi phiền muộn những ngày long đong
bùn nhơ sẽ lắng theo dòng
sẽ theo con nước về sông vậy mà
ta bà là cõi ta bà
tang thương ngẫu lục cũng là tang thương
nợ tình như sợi tơ vương
sẽ làm rối tóc vướng đường em đi

thôi như một mối tình si
ta con chim khách thiên di xứ người
em về gom hết tiếng cười
giấu trong ký ức phần đời ngả nghiêng
ném vào ta mọi ưu phiền
ta nhận hết những đảo điên lỡ lầm...
tạ từ một mối tình câm! ■

LÊ HỮU MINH TOẢN

NỬA VỜI TÌNH THƠ

Dường như
trăng mọc đầu non
Buồn trôi theo gió lang thang ven rừng
Sầu buông thăm thẳm mịt mùng
Tình trao lỗi nhịp mấy lần gợi đau

Gió heo may
rớt từ đâu
Sao nghe buốt lạnh len sâu đáy hồn
Vời trông bóng nắng hoàng hôn
Chìm trong thinh lặng rơi thầm giọt châu

Lời thơ
sao đọc nửa đầu
Nửa sau bỏ dở cưỡng cầu trách nhau
Khiến lòng đoài đoạn cơn sầu
Tình thơ như đã nhuốm màu tang thương

Tình thơ
như khói như sương
Vực đêm sâu lắng tơ vương một đời
Đầy vơi nước mắt người ơi!
Thôi đành khép lại nửa vời tình thơ...! ■

CÁI TRỌNG TY

LỤC BÁT TIỂU HÀN

Em về Bình Định Phú Phong
trời Phương Nam cũ nặng lòng đuối thương
sông Côn ngày ấy nhiễu nhương
chạnh lòng ảo sắc uyên ương sụt sùi

cầm tay Em luống ngậm ngùi
yêu nhau chưa trọn đã vùi tro than
xưa kia binh lửa tan hàng
tình trong cỏ úa ngỡ ngàng gió đưa

sóng xa vọng tiếng bờ trưa
Em đi mai phượng cũng vừa tả tơi
chiều qua sông nắng đoạn rời
nghe buồn tự thuở tháp Hời cháy tiêu

bước chân lên đắm thủy triều
lao xao nước cuộn liêu xiêu tiếng buồn
ngược đường vạn nẻo mây suông
miên du mộng mị suối nguồn tụ tan

anh về lục bát tiểu hàn
nghìn thu hang động trăng ngàn gót mây
rằng Em xanh ngọn lưu đày
rằng tôi từ thuở trông cây nhớ rừng ■

BEN OH

ĐỊNH MỆNH

Ta đổi lửa đêm chong đèn không ngủ
Mắt thoáng nhìn về giữa bóng trăng đêm
Cứ mơ sang cánh cửa tựa bên thềm
Ta ước chi làm loài chim di trú

Rồi về đâu cứ hỏi thử ông trời
Hay lạc lối về một nơi dông tố
Rừng nơi ấy qua bao thời cổ độ
Dặm ngàn xưa như kịch bản trong đời

Nhớ khuya lạnh giữa rừng sâu nẻo đường
Không túp lều trên lá khô xào xạc
Vùi lấp nhau giữa cơn mưa lác đác
Bụng cồn cào như một kẻ vô phương

Ta hốt hoảng khi nhìn trong bóng tối
Bên bờ suối se lạnh cả linh hồn
Như ai đó kêu lên la chạy vội
Sự linh cảm lay lất giữa gió sương

Ta thương ta bởi đời cần sự sống
Còn chút sáng mai của những mỗi ngày
Linh hồn cũ như một điều trân trọng
Uống đi còn có chút ngày mai. ■

CAO NGUYÊN
CHIM SÂU

lại bay vào kiếng cửa
lại ngửa ngã, vỡ trán chim sâu
trời lớn của ta đâu? ■

VINH HỒ

ĐÔI MẮT DIỆU KỲ

Này đôi mắt cửa sổ tâm hồn!
Biết nói biết chia sẻ vui buồn
Biết tỏ bày tình duyên thân phận
Biết an ủi nỗi niềm cô đơn

Này đôi mắt biết nói của em!
Nhìn vào thấy cả bầu trời êm
Thấy cả hồ thu sương khói tụ
Và thấy ai sầu mộng đêm đêm

Này đôi mắt biết nói điều chi?
Đôi mắt của kiêu sa diệu kỳ
Đôi mắt từng thôi miên quyến rũ
Long lanh sầu mộng lệ hoen mi

Này đôi mắt của ngàn ánh sao!
Của làn thu thủy của ba đào
Cuốn hút hồn ta từ kiếp kiếp
Chết lịm trên đôi môi ngọt ngào

Này đôi mắt biết nói rạng ngời!
Đa sầu đa cảm hớp hồn tôi
Cho thuyền tình dạt trôi nghiêng ngửa
Chìm đắm trong sầu khổ đơn côi

Này đôi mắt huyền diệu đáng yêu!
Đã cho ta hạnh phúc từng chiều
Cho ta vô số lời âu yếm
Một cái nhìn bằng vạn chữ yêu

Này đôi mắt thần tiên huyễn hoặc!
Hương trời sắc nước đẹp vô ngần
Một lần gặp gỡ ngàn năm nhớ
Diệu kỳ đôi mắt của giai nhân ■

BÌNH PHẠM

HÒA BÌNH ƠI XIN ĐẾN!

Mỗi buổi sáng, Ba cùng con xuống bến
Chiếc ghe nan, lượn sóng ở Thu Bồn
Bãi Đại Bình luôn thấp thoáng trong con
Chính nơi đó, Ba lội, bơi thỏa thích
Con gái này, ham nhặt ốc rong chơi.

Lúc ra về hái trái chở đầy khoang
Nội ra đón, hai bàn tay dang rộng
Gùi cháu trên lưng, thong thả vô nhà
Tay Ba cầm dầm, vai mang bọc trái
Mặt hân hoan, đi khoan khoái sau nà (*)

Tuổi thơ tôi êm đềm, vui biết mấy!
Chiến tranh về, tan nát tuổi thơ ngây
Và từ đó, tôi nhủ thầm trong dạ
Chính vì "người", gây bao cảnh thương đau.

Tôi ao ước Hòa Bình mau trở lại
Đồng bào tôi khốn khổ đã nhiều rồi
Xin xóa bỏ hận thù trong đáy mắt
Thắt chặt tình người, nắm lấy tay nhau
Cùng vươn lên sau bao ngày khốn khó.

Hòa Bình đâu? Mau đến với dân tôi! ■

(*) *nà: nà bắp sau nhà.*

TN

VÕ PHÚ

LỜI NGUYỀN NƠI ĐÈO RÙ RÌ

Tôi trở lại Nha Trang vào một buổi chiều tháng Mười, bầu trời loang một lớp xám nhợt như tro tàn mỏng. Thành phố vẫn ồn ào và rực rỡ ánh đèn như trong ký ức hơn ba mươi năm trước, chỉ có tôi là già theo năm tháng.

Từ trong taxi, tôi nhìn về phía Bắc, nơi dãy núi uốn lượn như một con rắn khổng lồ đang say ngủ. Đó là đèo Rù Rì. Con đường xưa từng nối Vĩnh Hải với Lương Sơn. Giờ đây, hiếm ai còn qua lại. Cỏ dại đã phủ kín đường đi. Ba mươi năm trước, khi mới mười lăm tuổi, tôi vẫn thường đu bám theo những chiếc xe tải chở rác từ thành phố chạy ngang đèo mỗi buổi tan học...

-oOo-

Chiếc taxi dừng lại trên đỉnh đèo giữa trưa. Người lái xe là một người đàn ông trung niên, dáng gầy, giọng khàn khàn. Ông nói tên Trung từng làm phóng viên cho báo Nhân Dân, bút danh là Yana. Khi đến đón tôi ở khách sạn, ông hỏi:

- Anh ở bên Mỹ mới về, đúng không?

- Dạ, đúng...

- Giọng anh nghe quen lắm, chắc người Nha Trang?

- Trước đây gia đình tôi từng sống gần đèo Rù Rì, rồi mới ra Lương Sơn. Lần này tôi về thăm quê, thăm mồ mả và người quen cũ.

- Gần đèo Rù Rì hả? Vậy anh chắc biết ông Long?

- Ông Long?

- Dạ, đúng rồi... Hồi trước, khi tôi còn làm phóng viên, tôi thường hay lên khu vực đèo Rù Rì và nghe người ta nhắc đến một ông tên Long. Tôi nghĩ chắc anh biết.

- Long nào kìa?

Tôi hỏi, cố gắng lục lại trí nhớ...

Thời gian như cuộn phim quay ngược, đưa tôi trở về quãng ba mươi năm trước. Rồi bất chợt, tôi nhớ ra.

- Có phải ông Long mà anh nói đến là bác Long Chì không?

Tôi hỏi lại:

- Ông ấy da ngăm đen?

- Dạ, đúng rồi. Khi xưa ông buôn bán xăng dầu cho toàn thị xã Vĩnh Lương...

-oOo-

Khoảng ba mươi phút sau khi rời thành phố biển, chúng tôi mới đến một quán cà phê nhỏ nằm ngay trên đỉnh đèo. Người tài xế tên Trung tắt máy, cùng tôi bước vào.

Giữa trưa, quán vắng lặng, chỉ có tiếng gió luồn qua những tán phi lao. Ngày trước, nơi này từng là chốn hẹn hò của đám thanh niên... Ban đêm xe máy dựng san sát, ánh đèn pha hắt sáng một góc đèo. Còn ban ngày, dân làng lại tụ tập ở đây, vừa nhâm nhi cà phê vừa kể cho nhau nghe những câu chuyện xưa.

Đến nơi, chúng tôi thấy một người đàn ông ngoài tám mươi ngồi sau quầy cà phê. Dáng ông gầy, da sạm nắng, đôi mắt vẫn sáng và tinh anh lạ thường.

Thấy chúng tôi bước vào, ông hỏi:

- Các cậu đi tìm ai?

Tôi nhận ra ngay đó là bác Long. Nhưng có lẽ bác không nhớ tôi, vì ngày tôi rời nơi này, tôi mới chỉ là một thằng bé gầy nhẳng. Giờ đã gần năm mươi. Tôi mỉm cười, nhắc:

- Dạ chào bác, con là Lộc. Con ông Phúc dưới kia. Nhà con hồi xưa bán lại cho bác mảnh đất đó...

Ông nheo mắt, suy nghĩ một lát, rồi bật cười, vỗ nhẹ lên trán:

- À... tui nhớ rồi! Thằng Lộc, con ông bà giáo Hằng chứ gì?

- Dạ, đúng rồi.

- Cha mẹ mi... Mấy chục năm rồi, không biết gia đình đi đâu, nay mới về lại đây hả?

- Dạ, nhà con dọn ra Lương Sơn một thời gian, rồi đi vượt biên qua Mỹ. Mới đó mà hơn ba mươi năm rồi...

- Ừa... thời gian nhanh ghê.

Tôi hỏi:

- Còn bác gái và mấy anh chị đâu rồi bác?

- Bà ấy mất mấy năm trước. Còn tụi nhỏ thì chịu không nổi nơi khỉ ho cò gáy này, dọn hết vô Nha Trang với Sài Gòn rồi. Giờ chỉ còn mình tao trông quán, coi như quen rồi.

Chúng tôi ngồi xuống chiếc bàn cũ, gọi hai ly cà phê. Trong lúc trò chuyện, bác Long quay sang hỏi người lái taxi đi cùng tôi:

- Còn cậu đây là ai?

Anh tài xế lễ phép đáp:

- Dạ, cháu là tài xế. Hồi xưa cháu cũng hay lên đây làm phóng viên, viết tin tai nạn. Sau này đèo Rù Rì đóng cửa, ít xe qua lại, nên tai nạn cũng giảm hẳn. Rồi cháu đổi nghề qua chạy taxi.

Bác Long khẽ gật đầu, giọng trầm khàn:

- Ừ, từ khi đèo bị chặn, người đi cũng ít. Đỡ được phần nào, chứ hồi đó... năm nào cũng có người chết.

Anh tài xế hỏi, giọng nửa tò mò, nửa đùa:

- Bác ở đây một mình, ban đêm không sợ sao?

- Tui quen rồi, cậu ơi. Ở lâu thành thân với gió, với sương... và với cả những người đã khuất.

Anh cười, rồi chợt nhớ ra điều gì:

- À, hồi cháu còn làm báo, bạn bè hay nói đèo Rù Rì có lời nguyền của người Chăm. Chuyện đó có thật không bác?

Bác Long im lặng một lúc, mắt nhìn ra ngoài cửa sổ. Gió chiều lùa qua hàng phi lao khô khốc, tạo nên những âm thanh dài và rền rĩ.

- Ờ... chuyện đó, tui cũng nghe từ lâu. Tui sống ở đây gần năm mươi năm, thấy nhiều xác hơn người sống. Năm nào cũng vài vụ, có năm tới hai chục mạng. Người ta bảo đèo này bị "giữ lại". Xe cẩn thận mấy rồi cũng có người gặp chuyện.

Tôi hỏi, giọng nhỏ:

- "Giữ lại" là sao, bác?

Bác Long nói chậm rãi, từng chữ:

- Là người chết không đi được. Người Chăm xưa chôn lời nguyền ở đây, cùng tro cốt của mười ba người canh giữ. Mấy ông Pháp thời thuộc địa từng đào trúng chỗ đó... rồi chết hết.

Ông quay sang anh tài xế, ánh mắt sâu thẳm:

- Cậu về đây để viết truyện... hay?

Anh tài xế vội xua tay, giải thích:

- Dạ không, cháu chỉ tò mò hỏi thôi. Hồi xưa làm phóng sự ở đây, bạn bè hay bàn tán nên muốn nghe bác kể chuyện.

Bác Long cười khẽ, môi nhếch nhẹ. Ông đặt tách cà phê bốc khói nghi ngút trước mặt tôi:

- Nếu các cậu muốn biết, mai tui chỉ cho chỗ người ta đồn là nơi người Chăm chôn lời nguyền. Hôm nay tui không bỏ quán được.

Rồi ông quay sang tôi, giọng chùng xuống, pha chút thân tình:

- Nói chuyện giáo lá mà chưa kịp hỏi thăm... Ba mẹ bây dạo này ra sao, Lộc? Ông bà vẫn khỏe chứ?

- Dạ, ba mẹ con vẫn khỏe. Chỉ có mẹ con hơi yếu, còn ba thì đôi khi quên trước quên sau.

- Ừa... thời gian mà...

Tôi chợt nhớ, hỏi:

- Bác ơi, hồi nhỏ con đi học hay ghé cái miếu bên sườn đèo xin lộc trái cây. Sao giờ con không thấy nữa?

- Còn chứ. Chắc giờ ít người qua lại, cây cỏ mọc phủ kín rồi. Gần Tết mới có người đến dọn dẹp, cúng kiếng. Nếu bây muốn đi, để mai tao dẫn luôn thể. Hôm nay con nhỏ giúp việc xin nghỉ, tao không đi cùng được. Nhớ mai mua ít nhang đèn, bánh trái, rồi mình đi.

Anh tài xế nhìn sang tôi, cười, hỏi:

- Vậy anh tính sao? Ngày mai anh có muốn đi không? Mai tôi chở anh luôn. Hôm nay hay là anh tranh thủ về Lương Sơn, Ninh Hòa thăm bà con... Ngày mai mình đi cúng và trở lại nơi này để tìm hiểu tiện cả đôi đường.

Tôi gật đầu:

- Dạ, hay đó. Mình quyết định vậy đi.

Tôi ngẩng lên định hỏi thêm, nhưng bác Long đã quay đi, lặng lẽ lau quầy cà phê.

Bên ngoài, gió thổi qua rặng phi lao, phát ra âm thanh dài, trầm và đục. Trong tiếng gió, tôi bỗng nghe một âm vang mơ hồ như tiếng chim, khàn đục, kéo dài trong sương mù hai tiếng... "Rù rì... rù rì..."

Âm thanh ấy len vào tận tim, như hơi thở của những linh hồn chưa ngủ yên giữa lòng đèo chết.

-oOo-

Sáng hôm sau, trời đổ mưa nhẹ. Ông Long đã đợi sẵn trước cổng, tay cầm bó nhang và cái đèn pin cũ.

- Tui dẫn hai cậu lên nửa đèo thôi, chỗ miếu. Rồi sau đó mới đi xuống chưn đèo...

Chúng tôi leo theo con đường mòn, lẫn trong lớp cỏ ướt. Những khúc cua dốc quanh co, đá trơn, sương mù dày đặc đến mức không nhìn thấy mặt nhau dù chỉ cách vài mét. Tiếng nước chảy róc rách đâu đó.

Giữa chừng, ông Long dừng lại, thở dốc, chỉ tay về phía bên trái:

- Đó, chỗ cái lan can gãy kia, là nơi năm tám mươi ba có vụ lật xe. Hai chục người chết. Từ đó, người ta xây miếu.

Một ngôi miếu nhỏ hiện ra trong sương, mái ngói rêu phong, mấy bát nhang cũ đã tàn, mưa làm ướt nhẹp. Ông Long thắp nhang, khấn nhỏ mấy câu. Trong lúc bác Long thắp nhang khấn vái, tôi đưa máy ảnh lên chụp phong cảnh hùng vĩ ngọn đèo. Tôi đứng lặng, nghe gió hú từ dưới vực thổi lên, tôi hỏi:

- Tiếng gì vậy bác?

- Chim rù rì đó. Nó sống quanh đây. Nhưng người Chăm gọi nó là "Hồn Giữ Đèo". Họ tin tiếng chim là linh hồn người đã chết, không rời được nơi này.

Nghe xong tôi chợt rùng mình. Rồi bác Long lại tiếp:

- Ngày xưa, khi người Pháp mở đường qua đèo, họ đào lên mười bốn chiếc lọ sành. Một lớn, mười ba nhỏ. Lọ lớn có hai tấm da dê, một tấm ghi chữ lạ, tấm kia vẽ cảnh hành hình người đàn ông cụt đầu, phụ nữ bị trói. Người Pháp tò mò mở ra, rồi lần lượt gặp chuyện: hai người chết đột ngột, một viên sĩ quan bị điên, vợ ông ta mắc bệnh lạ. Cuối cùng, họ phải chôn lại.

Anh Trung chợt hỏi:

- Nhưng mà... chỗ đó ở đâu, bác?

Ông Long quay sang, ánh mắt bỗng xa xăm:

- Ở dưới chưn đèo này. Tui là người chứng kiến lần cuối cùng nó bị đào lên.

Tôi nhìn ông, sững sờ. Ông rít hơi thuốc, giọng trầm lại:

- Năm tám lăm, sau vụ tai nạn liên tiếp, có nhóm công nhân định mở rộng đường. Họ cuốc phải thứ giống như mảnh da. Tôi khuyên họ chôn lại. Nhưng có một người, tên Bình, không nghe. Tối đó, hắn say rượu, đem về nhà. Hôm sau... vợ hắn chết. Mắt mở trừng trừng, trên ngực in vết như bàn tay cháy đỏ.

Ông Long ngừng nói. Mưa nặng hạt hơn. Tiếng chim rù rì lại vang lên, gần và rõ hơn. Từng tiếng rù rì thê lương, kéo dài như lời than khóc.

Tôi nuốt khan, cố giữ giọng:

- Rồi... người tên Bình đó sao rồi bác?

- Mất tích! Ba ngày sau, người ta tìm thấy quần áo hắn dưới suối. Xác thì không.

Gió nổi lên, cuốn tro nhang tung bay. Trong giây lát, tôi thấy một bóng người thấp thoáng sau màn sương xa xa. Tôi quay lại, định hỏi bác Long thì thấy ông đã cắm cúi gom đồ. Giọng ông khàn đặc:

- Đi thôi. Đừng đứng đó. Người ta nói, nếu nghe tiếng chim rù rì kêu ba lần liên tiếp mà vẫn còn nán lại, sẽ có người "đi theo".

Chúng tôi bước vội theo. Nhưng trong đầu, câu chuyện về lời nguyền cứ xoay mãi. Khi xuống tới chân đèo, ông Long dừng lại, nói như dặn dò:

- Nếu hai cậu còn muốn tìm hiểu, hãy đến làng Ba Ngòi, hỏi cụ Sa Ly. Cụ là người Chăm cuối cùng còn nhớ.

Tôi gật đầu. Trong lòng dấy lên thứ cảm giác kỳ lạ. Vừa sợ, vừa háo hức. Tôi không tin vào ma quỷ, nhưng có gì đó ở Rù Rì khiến tôi không thể rời đi.

Chiều hôm ấy, khi trở lại khách sạn, tôi mở laptop, định chuyển toàn bộ những tấm ảnh chụp trong ngày từ máy ảnh sang máy computer. Bỗng một bức ảnh đập vào mắt tôi.

Đó là tấm hình tôi chụp lúc bác Long đang khấn vái trước miếu. Trong khung hình, khúc đèo mờ sương trải dài, và ngay giữa ảnh... là một cô gái mặc váy Chăm, mái tóc dài, đôi mắt buồn sâu thẳm.

Tôi sững người. Lúc bấm máy, tôi chỉ muốn ghi lại cảnh bác Long giữa làn khói hương nghi ngút, giữa sương mù và cây xanh quanh khúc cua, chứ nào có thấy ai khác. Khi ngồi xem lại ảnh, ngoài kia, gió biển thổi rì rào, tiếng sóng vọng lại xa xăm, dai dẳng như thể đang gọi tên ai đó trong giấc mơ.

Đêm ấy, tôi không tài nào ngủ được. Mưa đã tạnh, nhưng tiếng rù rì của gió vẫn vang vẳng ngoài cửa sổ, nghe như lời ru buồn giữa khuya. Tôi bật dậy, mở laptop, phóng to bức ảnh thêm lần nữa.

Cô gái đứng ở mép vực, ngay chỗ lan can gãy. Ánh sáng trong ảnh thật lạ. Xanh nhạt và lạnh như ánh trăng, dù tôi nhớ rõ lúc ấy là khoảng vào giữa trưa với sương mù la đà trong cơn mưa bụi lấm tấm. Cô gái có mái tóc đen buông xõa, tà váy lụa Chăm trắng lẫn vào sương. Nhưng điều khiến tôi rùng mình chính là đôi mắt: sâu thẳm, buồn bã, và... đang nhìn thẳng vào tôi.

Tôi phóng to thêm góc ảnh. Sau lưng cô, trên nền đá, hiện lên một hình vẽ kỳ dị. Ba vòng tròn giao nhau, ở giữa khắc một bàn tay ngửa.

Tôi giật mình, tim đập thình thịch. Ký hiệu ấy... tôi đã từng thấy rồi, ở tháp Bà Ponagar. Hồi tôi chừng 13-14 tuổi, tôi cùng mấy anh em chú bác họ ở khu Xóm Bóng thường lén vào trong tháp chơi trốn tìm, đôi khi còn vụng trộm lấy bánh trái người ta cúng. Trên một phiến đá rêu phong phía sau tháp, tôi nhớ có khắc chính biểu tượng này. Đó là Pa-yang, "Người Giữ Cổng."

Tôi chụp lại phần ký hiệu trong ảnh, rồi tra thử trên Google. Một đoạn văn hiện ra, khiến tôi lạnh sống lưng:

"Đây là ký hiệu của Người Giữ Cổng trong tín ngưỡng Chăm cổ. Người Chăm tin rằng mỗi linh hồn chết oan đều phải đi qua bảy cổng trước khi được siêu thoát. Nếu linh hồn nào bị trấn ở cổng thứ tư, Cổng Rù Rì, thì sẽ mãi mãi mắc kẹt giữa nhân gian và thần giới."

Cả đêm hôm đó tôi không ngủ cứ mong chờ trời sáng để gọi anh Trung, tài xế taxi, chở đến làng Ba Ngòi.

Sáng hôm sau, anh Trung chở tôi đến làng Ba Ngòi, cách Nha Trang chừng hơn hai chục cây số. Đó là nơi ông Long bảo tôi tìm cụ

Sa Ly, người Chăm cuối cùng biết về lời nguyền và những cái lọ chôn ở chân đèo Rù Rì.

-oOo-

Làng Ba Ngòi nằm lọt giữa những triền cát và rặng dừa cằn cỗi. Nhà cụ Sa Ly ở cuối làng. Đó là một căn nhà nhỏ với tường đất, mái rơm. Trước sân có cây nêu treo chuỗi vỏ ốc. Tôi gọi khẽ. Một bà cụ bước ra, dáng nhỏ, tóc bạc trắng, đôi mắt mờ đục nhưng sâu thẳm.

- Cậu là người của ông Long Chì chỉ tới?

Giọng bà run run nhưng rõ ràng.

Tôi gật đầu, chào cụ và kể qua chuyện mình thấy ở đèo. Nghe đến đoạn cô gái trong ảnh, cụ Sa Ly bỗng nắm chặt tay tôi, thì thào:

- Cô ấy... trở lại rồi?

Tôi ngạc nhiên:

- Cụ biết cô ấy?

Bà cụ lặng đi một lúc, mắt hướng về phía núi xa. Gió từ biển thổi qua, làm chuỗi vỏ ốc leng keng như tiếng khóc.

- Tui nghe già làng kể lại từ đời này sang đời khác rằng người con gái đó tên Na M'ra. Con gái của tộc trưởng Chăm cổ sống ở vùng Rù Rì xưa. Nhiều trăm năm trước, khi người Pháp chưa đến, bộ tộc của chúng tui ở đó. Rồi chiến tranh đến, lính triều đình tràn tới. Họ giết người, đốt làng, bắt phụ nữ đi. Cha cô, tộc trưởng, bị chặt đầu.

Bà ngừng lại, thở dài, giọng nghẹn:

- Trước khi bị chặt đầu, ông sai pháp sư lập nghi thức phong ấn, chôn hai tấm da dê ghi lời cầu an và lời nguyền, cùng tro cốt mười ba chiến binh. Na M'ra được chọn làm người giữ cửa "Hồn Giữ Đèo".

Tôi nghe mà gai ốc nổi khắp người:

- Tức là... cô ấy bị chôn sống sao?

Cụ khẽ gật.

- Phong ấn chỉ hoàn thành khi người giữ cửa tự nguyện hiến mạng. Họ tin, nếu linh hồn cô ở lại, tộc sẽ yên bình, kẻ xâm lấn không qua được. Nhưng rồi... người Pháp đến. Họ đào lên, phá phong ấn. Lời nguyền mất cân bằng, khiến vùng đèo thành nơi chết chóc.

Tôi im lặng rất lâu.

- Vậy còn cô ấy bây giờ? Linh hồn Na M'ra... vẫn ở đó sao?

Cụ Sa Ly nhắm mắt, giọng như gió:

- Cô ấy không đi được nữa. Hồn bị mắc giữa hai thế giới. Họ nói, nếu có ai vô tình gọi tên cô, hay mở lại phong ấn, cô sẽ hiện về... tìm người thay thế.

Tôi bàng hoàng. Hình ảnh cô gái trong ảnh hiện rõ trong đầu.

- Cụ... có biết cách giải không?

Cụ nhìn tôi, ánh mắt mờ đục:

- Không phải ai cũng có thể chạm vào lời nguyền đó. Muốn giải, phải đưa tấm da dê về đúng nơi chôn xưa, làm lễ tiễn hồn dưới ánh trăng tròn. Nhưng tấm da... đã mất rồi.

Tôi khựng lại:

- Mất?

Cụ Sa Ly gật đầu:

- Mấy chục năm trước, có người mang đi. Một người tên Bình.

Câu nói khiến tôi lạnh sống lưng. Bình chính là người mà ông Long từng kể, kẻ đã biến mất sau khi mang tấm da dê về nhà.

Sau một hồi trò chuyện, tôi tặng cụ Sa Ly một trăm đô trước khi rời làng Ba Ngòi. Khi cụ trao tôi một túi vải kèm vài vỏ ốc sà cừ làm quà lưu niệm, cụ nói:

- Tui biết cậu ở xa tới. Không có gì quý, tặng cậu ít vật của biển.

Trời đã xế chiều. Con đường cát trắng vắng lặng, chỉ còn tiếng sóng vọng lại từ xa, buồn như hơi thở của biển. Trong đầu tôi hỗn loạn: Cô gái tên Na M'ra... lời nguyền... tấm da dê... những cái chết nối tiếp nhau... tất cả quẩn quanh như cơn gió lạnh chưa tìm được lối thoát.

Về đến khách sạn, tôi thảy chiếc túi vải lên giường và định bụng tắm rửa sạch sẽ trước khi đi dạo phố biển và ăn tối, nhưng trong túi vải ngoài những vỏ ốc rơi ra còn có một cuốn sổ tay nhỏ. Tò mò, tôi cầm lên, mở ra. Trang đầu chỉ ghi vài dòng chữ:

"Nếu biết về Na M'ra, con tộc trưởng, đêm trăng tròn, đúng 12 giờ, đến chân đèo sẽ rõ."

Cả đêm tôi không ngủ. Trong giấc mơ chập chờn, tôi thấy mình đứng giữa đèo Rù Rì, sương trắng phủ kín, nghe một giọng nữ vọng từ xa:

"12 giờ, đến chân đèo sẽ rõ."

Những ngày sau, tôi đi du lịch Nha Trang và thăm những người thân để chờ đến ngày rằm. Tôi không rõ từ khi nào mình lại bị cuốn vào câu chuyện này.

Đúng đêm rằm, anh Trung, tài xế taxi, đưa tôi đến chân đèo Rù Rì. Chúng tôi lên đèo khi đồng hồ gần 12 giờ đêm. Đường vắng, không khí đặc quánh hơi ẩm. Tôi mang theo máy ảnh, đèn pin và bó nhang.

Chân đèo tối om. Đến khúc cua thứ ba, tôi thoáng thấy một bóng người đứng sẵn giữa đường. Theo phản xạ, anh Trung đạp phanh gấp. Chiếc xe xoay vòng, trượt đi rồi lao mạnh vào lan can chắn.

Trong cơn choáng váng, tôi cố gắng mở mắt...

Trong mơ màng, tôi thấy trước mặt mình là một cô gái mặc áo khoác đen, đội mũ trùm đầu. Ánh trăng hắt lên nửa khuôn mặt cô. Cô gái nhìn rất trẻ độ chừng mười chín hai mươi tuổi, nhưng đôi mắt sâu thâm quầng. Tôi nghe tiếng cô gái khẽ hỏi, giọng như vọng từ xa:

- Hai người muốn tìm Na M'ra?

Tôi đáp, giọng run run:

- Dạ... đúng vậy. Sao cô biết?

Cô khẽ cười, gật đầu:

- Tôi biết anh sẽ đến. Người như anh... sẽ không bỏ giữa chừng. Hãy đi theo tôi.

Tôi thấy mình lặng lẽ bước theo cô. Con đường lên đèo phủ đầy đá vụn và rêu trơn, mỗi bước chân như dội lại tiếng thở dài của núi. Khi đến gần miếu, cô dừng lại và nói nhỏ:

- Đừng nói gì cả.

Tôi nín thở. Từ sâu trong rừng, tiếng rù rì vang lên dày đặc, nhịp nhàng, như hàng trăm linh hồn đang thì thầm cùng một điệu.

Cô gái rút từ trong áo ra một vật được gói bằng vải đen. Khi mở ra, tôi thấy một mảnh da cũ nát, viền cháy xém, trên mặt khắc đầy những dòng chữ ngoằn ngoèo và một hình bàn tay đỏ.

Tôi nghẹn giọng:

- Trời ơi... tấm da này...

Cô gật đầu:

- Phải. Tôi tìm thấy nó trong ngôi nhà cũ của người họ Bình. Giờ thì anh hiểu vì sao tôi ở đây rồi chứ?

Tôi hỏi khẽ:

- Cô muốn... chôn lại nó về chỗ cũ phải không?

Cô không trả lời.

Gió bỗng nổi lên. Cô quay lại, nụ cười mỏng tang và buồn đến nhói tim.

- Tôi là Na M'ra.

Một luồng gió mạnh quất qua. Tôi che mặt theo phản xạ. Khi mở mắt, cô đã đứng giữa làn sương trắng. Tóc tung bay, tà váy lụa trắng lộ ra dưới áo khoác đen. Tiếng rù rì quanh đèo dâng cao, hòa thành tiếng hát ai oán.

Cô đưa tấm da dê cho tôi, giọng thì thầm:

- Hãy đưa ta về lại nơi cũ. Đưa tất cả về đất. Chỉ khi đó... đèo này mới được yên.

Tôi vội bước tới, định giữ lấy cô, nhưng chỉ chạm vào khoảng không lạnh buốt. Mảnh da rơi xuống, xoay tròn trong gió rồi bốc cháy bằng ngọn lửa xanh nhạt.

Trong ánh sáng mờ ảo, hàng chục bóng người hiện ra quanh đèo; nam có, nữ có, tất cả trong trang phục Chăm cổ. Họ đứng lặng, mắt trống rỗng, tay chắp trước ngực, nhìn tôi.

Tôi khuỵu xuống. Cô Na M'ra bước lại, đặt tay lên vai tôi, khẽ nói:

- Đừng sợ. Họ chỉ muốn đi.

Một cơn gió cuối cùng thổi qua. Tất cả tan vào sương...

-oOo-

Tôi cố gắng mở mắt, rồi nhìn quanh. Chung quanh chỉ là những bức tường trắng lạnh lẽo, ánh đèn mờ hắt xuống sàn gạch nhạt màu. Tiếng nước nhỏ từng giọt từ đâu đó vang lên đều đặn, như nhịp thời gian chậm rãi trôi. Cô y tá đứng bên, giọng khẽ run khi kể: người tài xế tên Trung... đã chết tại chỗ. Chỉ có tôi là may mắn sống sót. Tôi lặng đi, trong đầu vang lên tiếng phanh gấp, tiếng kim loại va chạm, rồi tất cả chìm vào im lặng.

Sau khi xuất viện, tôi ở lại Nha Trang vài hôm. Tôi mua mâm quả, rước sư từ chùa Áo Vàng ra đèo tụng kinh cầu siêu cho những linh hồn đã mất. Ngay chỗ người ta cứu tôi, đất vẫn còn đen xém. Tôi hốt lại, nhờ bác Long đưa đến nơi từng tìm thấy tấm da dê và chôn nó xuống.

Sáng hôm ấy, mặt trời mọc từ biển. Tiếng rù rì biến mất. Đèo Rù Rì lặng như chưa từng chứa lời nguyền nào.

-oOo-

Tôi ở lại Nha Trang thêm ba ngày sau khi chôn tấm da dê hay nói đúng hơn là chôn mớ đất cháy đen được tôi hốt bỏ vào lọ sành và chôn lại nơi cửa đèo.

Trước khi rời Nha Trang, tôi ghé lại quán cà phê của bác Long. Ông vẫn ngồi đó, dáng điềm nhiên như chưa từng rời chỗ. Khi tôi kể lại tất cả, ông chỉ im lặng rất lâu, rồi thở dài:

- Cậu… thật sự gặp cô ấy?

Tôi gật.

Ông châm điếu thuốc, mắt nhìn xa xăm:

- Vậy là cô ta đã được yên. Mà cũng có thể… chưa.

Tôi khựng lại:

- Ý bác là sao?

Ông Long nói chậm rãi, giọng khàn khàn:

- "Giữ cửa" không chỉ là trông coi phong ấn. Mỗi khi lời nguyền được giải, linh hồn giữ cửa phải trao lại vị trí cho một người sống. Người đã chạm vào giới hạn đó. Cậu là người cuối cùng thấy cô ta, đúng không?

Tôi chết lặng. Trong khoảnh khắc, dường như tôi nghe tiếng rù rì mơ hồ vọng lên từ xa, dù trời đang sáng.

Tối ấy, tôi ngồi trước gương. Dưới ánh đèn mờ, trên vai phải hiện một vết mờ nhạt. Hình bàn tay đỏ, nhỏ, lạnh buốt. Tôi sờ vào, nó như đang thở.

Đêm ấy, tôi mơ thấy mình quay lại đèo Rù Rì. Sương trắng giăng đặc, mặt đất nứt toác, từ những khe nứt ấy bốc lên những luồng sáng xanh, rồi hóa thành những bóng người mờ ảo không rõ mặt. Giữa làn sương, cô gái bước ra, nhưng không còn như trước. Cổ cô đeo vòng bạc Chăm, trên trán khắc dấu trăng lưỡi liềm.

Cô nhìn tôi, giọng vang lên trầm và xa như từ một thế giới khác:

- Anh đã mở cửa cho tôi. Giờ chỉ còn một việc cuối cùng.

- Việc gì?

- Giữ nó.

Tôi lùi lại:

- Không! Tôi không thể! Tôi chỉ muốn giúp cô đi, không muốn thay chỗ...

Cô khẽ mỉm cười, ánh mắt dịu lại:

- Một cánh cửa chỉ mở được bằng linh hồn của người biết thương xót. Tôi không thể rời đi nếu không có người thay.

Gió lạnh tràn đến. Cơ thể tôi nhẹ dần, tan trong sương. Chỉ còn thấy cô quay đi, tóc bay trong ánh trăng bạc.

Tôi choàng tỉnh, tim đập thình thịch. Vết bàn tay đỏ trên vai đậm lên, như đang sống.

Sáng sớm, tôi quyết định quay lại đèo Rù Rì lần cuối. Con đường giờ đã khô, cỏ xanh mọc kín. Khi đến miếu, tôi gặp một người đàn ông trẻ, dáng gầy, đội nón cối, đang quét dọn. Anh nói là nhân viên bảo tồn.

Tôi hỏi:

- Mấy hôm nay anh có thấy gì lạ không?

Anh cười:

- Có chứ. Đêm nào cũng thấy một cô gái áo trắng đứng trên đỉnh dốc. Khi đến gần thì không thấy đâu. Chỗ cô ấy đứng mọc một loài hoa trắng lạ, thơm mà buồn lắm.

Tôi sững người.

- Hoa trắng...?

Anh gật:

- Người ta gọi là hoa Na M'ra. Nghe đâu chỉ nở khi linh hồn được giải thoát.

Tôi quay đi, không nói thêm.

Gió thổi qua, mang theo hương hoa thoang thoảng. Mùi hương buồn như lời tạ lỗi. Trên triền dốc, giữa bãi đá nơi từng có lan can gãy, một khóm hoa trắng nở rộ. Tôi quỳ xuống, khẽ nói:

- Xin chào cô Na M'ra...

Phía sau vai tôi, dường như có một luồng gió nhẹ chạm vào, dịu dàng như bàn tay ai. Tôi quay lại, chỉ thấy mây đang tan dần giữa khoảng trời xanh nhạt. Ánh nắng rơi lấp lánh trên cánh hoa, phản chiếu thành những hạt sáng nhỏ, như nụ cười ai đó còn vương lại.

Tôi cúi đầu, lòng khẽ dậy lên một niềm biết ơn khó tả. Mọi thứ đã qua, nhưng sự sống vẫn tiếp tục.... Và trong từng hơi thở, tôi biết mình đang sống thay cho cả những điều dang dở của người đi trước. Gió lại thổi, mùi hoa lan tỏa, nhẹ như một lời chào tiễn biệt, cũng là một khởi đầu mới.

Một tuần sau, tôi rời Nha Trang. Thành phố vẫn trong xanh và yên bình như chưa từng chứng kiến điều gì khác thường. Nhưng với tôi, mọi thứ đã đổi khác. Đèo Rù Rì trong ký ức không còn là con đường quanh co hun hút sương, mà là cánh cổng mỏng manh giữa hai thế giới.

Đêm trước khi đi, tôi mở laptop, định lưu lại những bức ảnh cuối cùng tôi chụp những đóa hoa trắng cùng với những tấm ảnh trước kia. Nhưng khi thẻ nhớ được gắn vào, màn hình chỉ hiện duy nhất "IMG_0925." Tôi mở ra. Không còn hình cô gái trong sương, chỉ là một khung sáng mờ nhòe, trắng đến lạnh người, như ai đó đã dùng ánh trăng xóa đi mọi dấu vết.

Tôi ngồi lặng thật lâu. Tôi nhắm mắt. Trong tiếng gió rì rào ngoài khung cửa, tôi lại nghe thấy âm thanh quen thuộc trầm, xa, nhưng dịu dàng như lời ru:

"Rù rì.... Rù rì.... "

Tôi nghe vang vọng như ai nói với tôi rằng:

- Cánh cửa đèo Rù Rì đã khép lại. Giờ hãy sống một cuộc đời vui vẻ mãi về sau thay cho những người trong bộ tộc....

Tôi mỉm cười, thì thầm đáp lại, giọng run mà nhẹ nhõm như vừa được giải thoát... Tôi nhìn ra lan can cửa sổ. Bên ngoài gió và sóng biển vẫn rì rào... Những đám mây dần tan, một vệt nắng mỏng len qua khung cửa, chạm khẽ vào bàn tay tôi. Gió mang theo hương cỏ mới, như một lời chào của ngày vừa bắt đầu.

Võ Phú

NGUYỄN LÊ HỒNG HƯNG

MÙA LẶNG IM CỦA SỰ SỐNG

Những ngày mùa thu, sương mù thường xuất hiện vào những đêm trời quang đãng, không có gió, khi mặt đất nguội đi nhanh chóng, khí ấm và không khí ẩm nguội, khiến hơi nước ngưng tụ thành những giọt nhỏ lơ lửng trong không khí. Mỗi khi nhìn thấy sương mù, tôi thường quay về sống bên trong mình, cho nên những ý nghĩ thường hay "lan man". Những lúc như vậy, tôi mở laptop ra để gõ bàn phím ghi lại những dòng lan man đó.

Sương mù thường xuất hiện lúc giữa đêm và kéo dài cho tới ngày hôm sau, vì thường đạp xe hoặc đi bộ vào những giờ này nên tôi biết. Sương mù hiện ra trên cây cỏ và lan khắp môi trường xung quanh, đó là ấn tượng in sâu trong tâm trí tôi. Nhớ những năm còn làm thủy thủ, tôi ngán nhất là sương mù trên vùng Tô Cách Lan, nó dày đặc như bức tường trắng, có điều gì đó rất kỳ lạ, rất huyền bí và nó có sức mạnh khiến cho bến cảng phải tê liệt hết, có khi cả ngày. Sương mù Tô Cách Lan đã khiến người dân ở vùng hồ Loch Ness tạo nên huyền thoại con quái vật bí ẩn thỉnh thoảng trồi đầu lên.

Sáng nay, sương mù phủ lên khu phố nhỏ Dronten, nơi tôi ở. Nó lan qua những mái nhà, len xuống mặt nước con kênh, rồi dừng lại quanh những con tàu du lịch đang nằm im bên bến. Sương loãng thôi, nhưng làm tôi có cảm giác như nó đủ sức ghì mọi thứ đứng yên.

Cả khu vực rơi vào một nhịp thở rất chậm, như thể có bàn tay vô hình của thiên nhiên đang đặt lên lưng lành lạnh, như nhắc nhở tôi dừng lại một chút để lắng lòng...

Điều làm cho mùa thu ở Hà Lan trở nên đặc biệt là những buổi sáng sương mù se lạnh. Sương mù thật kỳ lạ. Trắng đục như sữa, nhẹ tênh, tưởng hiền lành mà chứa đầy hiểm nguy. Người đi rừng, người lái xe, kẻ lái tàu nếu không có la bàn thì ai cũng lo sợ có thể lạc đường trong màn sương trắng đục đó. Chỉ cần vài phút mất phương hướng, tai họa có thể ập đến mà không kịp né tránh.

Có lẽ vì vậy mà đứng giữa mù sương, người ta dễ liên tưởng đến một cảm xúc quen thuộc mà chẳng ai muốn đối mặt đó là sự sợ hãi.

Nỗi sợ cũng giống như sương, không thể nắm bắt, không nhìn rõ được, nhưng lại bao trùm hết cả đời sống. Càng cố xua nỗi sợ đi, ta càng thấy nó len sâu hơn vào bên trong tâm thức. Nhưng qua những giây phút mờ mờ ảo ảo, như sáng nay, tôi phát hiện ra thiên nhiên, dạy một bài học giản dị mà ta thường quên mất: đừng chống lại, hãy nhìn thẳng và chấp nhận nó.

Nhưng "chấp nhận" không có nghĩa là chối bỏ hay buông xuôi. Nó là nghệ thuật quay về, thật vậy, nhất là những ngày âm u lạnh lẽo như vầy, ta dễ ngồi yên trở về quan sát chính mình: nhìn lại thân tâm, nhìn lại những rung động đang lên xuống trong lồng ngực, và không để hoàn cảnh bên ngoài dắt dẫn. Con người nhiều khi bám víu vào tín ngưỡng như một chiếc phao, dựng lên những bức tường vô hình để che chở cho mình. Tụng vài câu kinh, ngồi nhắm mắt hoặc lim dim thật lâu, nghĩ rằng như vậy là đủ để cho thành đấng cao trượng. Nhưng nếu chưa hề hiểu tâm mình đang làm gì, ta cũng chẳng khác gì người dùng thuốc tê để quên nỗi đau, rồi một ngày nào đó bỗng giật mình nhận ra mình đã đánh mất cảm giác của sự sống.

Tôi cũng là người như vậy đó. Từng quen với một loại niềm tin cố định đến mức không dám thử điều mới, không dám bước ra khỏi vùng an toàn của chính mình. Chỉ vì sợ. Sợ thay đổi thói quen. Sợ mình không đúng. Sợ người ta đánh giá thấp. Sợ những cái mới mẻ khiến mình lúng túng.

Càng bám víu, tôi càng cảm thấy một loại kiêu ngạo vô thức len vào trong đức tin của mình. Ngày đó, tôi tin rằng chỉ cần đọc thuộc vài bài kinh, nghe vài câu chú mơ hồ khó hiểu của một vị thầy, tin rằng mình đang đúng, và từ đó không muốn nghe thêm lời khuyên nào nữa. Tệ hại nhất là mạnh miệng phê phán cổ đức, chỉ trích những bậc hiền triết. Nghĩ lại, tôi thấy đó không phải niềm tin, mà là một lớp vỏ cứng dùng để che đậy sự hoang mang bên trong.

Còn một điều khác khiến tôi tỉnh ra không phải nhờ lý thuyết của tôn giáo, mà là tôi gặp những con người thật sự vững vàng. Đứng trước những nơi đầy bạo lực, bất công, họ vẫn giữ được sự hiền hòa, trong sạch, và tỉnh táo. Họ có thể chấp nhận mất mát, thậm chí mất cả sinh mạng, mà không mang trong lòng oán hận. Ở trong tâm họ, tình yêu với quê hương, bảo vệ môi trường và sự sống, mạnh hơn nỗi sợ. Nhìn họ, tôi mới hiểu: người can đảm không phải người không sợ, mà là người kiểm soát được sự sợ hãi của mình.

Cuối năm ở Âu châu ngày ngắn, đêm dài, tuy lạnh lẽo nhưng luôn mang một vẻ trang nghiêm, trầm mặc mà kiêu sa. Nhà nhà treo đèn kết hoa, đường phố sáng rực để tưởng nhớ hay chờ đợi một vĩ nhân sinh ra hơn hai ngàn năm trước. Những ánh đèn khiến sương mù bớt đặc, đêm đông bớt lạnh và lòng người ấm lại đôi chút. Nhiều người tìm đến những nơi thờ phượng cầu nguyện, tìm chút phước lành cho năm sắp tới. Nhưng thiên nhiên vốn đã có chu trình của nó – có cầu hay không, mọi chuyển hóa vẫn đều đặn xảy ra.

Lá già úa đi, rụng xuống, mục nát, rồi hóa thành lớp phân bón nuôi hạt mầm trong lòng đất suốt mùa đông. Khi xuân về, chồi non bật dậy, đâm nhánh, kết hoa. Cuộc sống của con người cũng y chang như vậy. Tuổi trẻ là mùa xuân ồn ào, nồng nhiệt. Trưởng thành là mùa hè, rực rỡ và thử thách. Trung niên là mùa thu, chín muồi và thấm thía. Cuối cùng là mùa đông, mùa của tĩnh lặng; là lúc ta học cách quay về bên trong, hiểu rõ hơn bản chất của sự tồn tại.

Cho nên chúng ta không cần cầu xin điều gì, mọi thứ vẫn theo chu kỳ của nó mà đến. Ngay cả cái chết, suy cho cùng, cũng chỉ là một cánh cửa mở sang một khởi đầu mới, cũng giống như hạt mầm đang ngủ im dưới đất kia, chờ ánh nắng hiền hòa đầu tiên của mùa xuân.

Mùa đông khiến bóng tối kéo dài. Ngày ít lại, đêm nhiều hơn. Nhưng không vì vậy mà sự sống tắt đi. Cây cối rụng lá để thu mình lại sống bên trong. Muông thú cũng tìm nơi ẩn nương. Đất trời yên lặng, nhưng bên dưới mặt đất, những mầm xanh vẫn âm thầm chuẩn bị cho lần trỗi dậy tiếp theo. Trong cái lặng im ấy, ta nhìn thấy sự sống chưa bao giờ mất, nó chỉ đang âm thầm thở chậm hơn và sâu hơn.

Nếu chịu dừng lại một chút, ta sẽ nghe được tiếng gió thì thầm qua cành cây tươi trơ trụi, thấy hơi ấm của đời trong làn khói mỏng manh, và nhận ra một cái bánh thơm mùi quế, một tách trà ấm cũng có thể trở thành chiếc cầu dẫn ta trở về với chính mình.

Mùa đông, hóa ra, không đến để làm ta lạnh. Nó đến để dạy ta cách giữ ấm: bằng một nụ cười, một lời hỏi han, hay một sự bình an thật đơn sơ trong tâm. Đến một lúc nào đó, ta hiểu ra rằng: mọi bóng tối đều mang trong mình hạt mầm của ánh sáng.

Còn con người thì sao? Lắm khi lại sống ngược với tạo hóa, với thiên nhiên. Người ta vẫn toan tính, ganh đua, gây chia rẽ, hận thù. Lợi dụng những ngày lễ của thánh nhân quan trọng bày biện tiệc tùng, bàn chuyện hơn thua và tìm cách hãm hại nhau, khiến mùa đông càng thêm buốt lạnh. Ta tự đẩy mình vào những vòng xoáy không cần thiết, để rồi trách rằng cuộc đời sao cứ mãi tối tăm.

Giá như ta chịu để mọi chuyện thuận theo tự nhiên và để thời gian làm công việc của nó, cũng như ta nhìn nỗi sợ bằng một ánh mắt khác, nhẹ nhàng hơn, bao dung hơn. Được như vậy, dù ánh sáng có ngắn hơn đêm, ta vẫn giữ được ngọn lửa trong tim.

Nhìn xem vào những ngày bớt đi ánh sáng, vẫn còn có những người treo đèn trước cửa. Vẫn có những gia đình quây quần chia sẻ bữa ăn ấm áp. Vẫn có những lời chúc bình an được trao nhau giữa sương mù giá lạnh. Và nhờ những điều nhỏ nhặt ấy, bóng tối của cuộc đời không còn chỗ chen vào lòng ta được nữa.

Nguyễn Lê Hồng Hưng

Dronten, 14-11-2025

LETAMANH

ẨN DẬT KHÓ HAY DỄ?

Nhà thơ, Thi sĩ Vinh Hồ, sau khi được định cư Mỹ Quốc, gia đình ổn định thăng tiến… đã liên tục cảm hứng sáng tác, cho xuất bản hàng loạt VĂN THI PHẨM nổi tiếng từ sáu chục năm qua.

Vinh Hồ đã đi vào văn học hải ngoại một cách dịu dàng êm ái và hiền hòa như vóc dáng và con người của nhà Văn nhà Thơ xứ Ninh Hòa tươi đẹp! Vinh Hồ đã được những văn nghệ sĩ gạo cội nổi tiếng trên văn đàn khen ngợi và viết những lời bình luận đầy khích lệ.

Có một điều ngac nhiên là: Sau sáu mươi năm, dấn thân trên đường văn học trong hầu hết các hội văn bút, văn đoàn, đặc san đầy ắp thơ văn tuyệt vời khởi sắc… nhà văn nhà thơ Vinh Hồ lại cho ra một thi tập mang tên ẨN DẬT!

Tập thơ Ẩn Dật quay lại một thời tuổi trẻ bị gãy kiếm Kinh Kha! Nhà thơ Vinh Hồ cầm nửa thanh kiếm gãy lên non mài kiếm dưới trăng…! Tập thơ rất dày, rất nặng ký với 284 bài thơ; chia ra 5 phần; - Phần 1 nói về Quê nhà – Phần 2 nói về Thiên nhiên ẩn dật – Phần 3 nói về Tâm linh – Phần 4 nói về Tình yêu thương – Phần 5 nói về Danh thắng & Chiếc áo dài. Phần 6 nói về Bằng hữu & Tao nhân.

Ngoài chừng ấy là trọng điểm, *Ẩn Dật* được mở đầu với các bài giới thiệu đầy hương hoa của hầu hết những văn thi sĩ nổi tiếng xứ Ninh Hòa Vạn Giả: Bác sĩ Lê Ánh, Nhân sĩ Văn Hùng Đốc, Giáo sư kiêm Nhà văn Lê Văn Ngô, Giáo sư Nhà văn Dương Anh Sơn!

Phần cuối dành để ghi nhớ các cơ quan truyền thông, văn thi sĩ – đang nổi tiếng – nhận định ca ngợi Nhà thơ Vinh Hồ: - Đài VOA 1999 – Báo Văn Học CA 1999 – Báo Sài Gòn Nhỏ CA 1999 – Ban Biên Tập Văn Nghệ Ngàn Phương HK 1999 – Chi Hội Văn Học Việt Mỹ Florida - Tạp Chí Rạng Đông GA 1999 – Mục Sư James H. Livingston HK 1999 – Thi sĩ, Nhà phê bình Văn học Nguyễn Vy Khanh Canada 2005 – Thi sĩ Du Tử Lê 1999 – Văn thi sĩ Trần Hoài Thư New Jersey 1999 – Nhà báo Triều Hoa Đại FL 1999 – Nữ văn sĩ Ái Khanh Orlando 1999 – Nhạc sĩ LMST, FL 2004 – Thi sĩ Hoa Văn, Boston 2004 – Nhà văn Phạm Tín An Ninh Na Uy 2004 – Văn sĩ Phạm Hoài Hương Orlando 1999 – Thi sĩ Lê Nguyễn Orlando 2005 – Thi văn họa sĩ Trần Phượng Hoàng, Ninh Hòa – Báo Rạng Đông GA 2002 – Văn thi sĩ Trần Việt Hải, Los Angeles CA 2005 – Thi sĩ Thừa Phong, Tampa 1999 – Thi sĩ Dương Huệ Anh, CA 2001 – Nhà văn GS Lê Văn Ngô, CA 2004 – Thi sĩ Phan Long, Orlando 2005 – Văn thi sĩ Trần Minh Hiền, Orlando 1999 – Thi sĩ tay trống Thương Anh, FL 2005 – Văn thi sĩ Lê Thị Hoài Niệm, Houston TX 2005 – Thi sĩ Trương Lưu, TX 1999 – Thi sĩ Lê Cẩm Thanh, FL 2004 – Dịch giả Phạm Hồ Tôn, Orlando 2005 – Văn thi sĩ Phan Đông Thức, CA 2004 – Văn sĩ Trần Lưu Quân, Orlando 2005 – Cựu TNCT Huỳnh Viết Luận, Chicago 2005 – Cựu TNCT Nguyễn Nhân, HK 2002 – Cựu TNCT Lê Văn Thiện, Orlando 2004 – Thi sĩ nhà giáo Trần Ngọc Chánh, Canada 2005 – Nữ độc giả Xuân Lê, Orlando 1999 – Cố văn thi sĩ Nguyễn Bông, Orlando 2000 – Thi sĩ Nguyễn Việt Nhân, GA 2001 – Thi sĩ Điềm Ca, Ninh Hòa 2005 – Thi sĩ nữ sinh viên Hoàng Giang, USA 2004 – Nhà văn Dược sĩ Nguyễn thị Phượng Hiền, Saigon 2025 – Thi văn sĩ Duy Xuyên, Tacoma 2020 – Thi sĩ Hoa Văn, Virginia 2024 – Gs Lê Văn Ngô, Los Altos 2025 – Thi văn nhạc sĩ NXVan, Úc Châu 2025 – Văn thi sĩ Quan Dương 2024 – Thi văn sĩ Phạm Tín An Ninh 2025 – Nhà văn nhà phê bình văn học Đỗ Trường, Đức Quốc 2025 – Nhà văn họa sĩ Uyên Nguyên, Chốn Bụi 2025 – Nhà báo thi văn sĩ Song Nhị, San Jose 2025 – Nhà văn BS Lê Ánh, Arizona 2025 – Giảng viên Anh Ngữ Văn Hùng Đốc CA 2025 – Thi sĩ Nhà báo Triều Hoa Đại, FL 2025 – GS Dịch giả Dương Anh Sơn, Saigon 2025 – Nhà văn Phạm Hoài Hương, Orlando 2024 – Nhà soạn nhac, nhiếp ảnh Đặng Lưu Phương, Orlando 2024 –

Nhà thơ bình thơ Trần Minh Hiền, Orlando 2024 – Cố thi sĩ Triệu Phong, báo Khánh Hòa 1994 – Cố thi sĩ Tôn Phong, báo Nha Trang 1994 – Thi sĩ thư họa Nguyễn Đình Huế, 1994 – Thi sĩ Nguyễn Bích, Điềm Tịnh 1992 – Thi văn họa sĩ Trần Phượng Hoàng, Ninh Hòa 1992 – Thi sĩ Nhà báo Phương Điền Nguyên, GA 1999.

Tập thơ *ẨN DẬT*, hơn 400 trang với nhiều nhà văn nhà báo nổi tiếng bình luận ca ngợi, cùng 284 bài thơ, đã là một kiệt tác. Với thời gian 60 năm, nhà thơ VINH HỒ đam mê bơi lội trên dòng sông văn học, con thuyền thi ca nhạc mang tên Vinh Hồ xuất sắc đi vào lịch sử!

Kẻ viết bài này hân hạnh được tác giả ủy nhiệm nhà xuất bản Nhân Ảnh, Nhà thơ Giám đốc Lê Hân đã gởi đến. Xin cảm ơn bạn Lê Hân và NXB Nhân Ảnh. Rất cảm động và cảm ơn nhà thơ VINH HỒ đã nhớ đến kẻ hèn này. Làm rể Ninh Hòa đôi khi cũng được ké hơi thơm! Vì có quá nhiều nhà văn, nhà báo, nhà thơ, nhạc sĩ, họa sĩ nổi tiếng trong văn đàn bình thơ và ca ngợi VINH HỒ, nên kẻ hèn này chỉ có thể điểm qua tác phẩm lướt qua mà không dám bình thơ Vinh Hồ thêm nữa; sợ rằng quý thi văn hào năm châu bốn biển cười rằng "Múa rìu qua mắt thợ" thì ê mặt!

Thiết nghĩ, hơn mười mấy tác phẩm thơ nhạc mang tên Vinh Hồ vững vàng và được văn đàn hải ngoại nâng niu... Thi tập *ẨN DẬT* bất chợt được tung ra để quay về quá khứ một thời mài kiếm gãy cụt dưới trăng trên núi rừng quá khứ! Kẻ hèn này không biết có phải thật Vinh Hồ ẩn dật kiểu nào? Với ý tưởng của kẻ hèn này VINH HỒ hiện tại có muốn *ẨN DẬT* cũng không phải dễ dàng... Mong rằng, sau tác phẩm *ẨN DẬT* 2026, tác giả sẽ tiếp nối thêm nhiều thi phẩm giá trị, góp phần vào nền văn học Việt hải ngoại ngày càng khởi sắc!

Dòng sông văn học thong dong
VINH HỒ chèo chống vơi lòng nhớ quê!
Một khối thơ – cõi đi về
Đường xưa kỷ niệm lê thê giọt buồn!

California, 28-1-2026

Letamanh

TN

NGUYỄN ĐÌNH PHƯỢNG UYỂN

Với Người Vừa Khuất Núi

Hồi đi tù về, bác thường đạp xe tới Làng Báo Chí thăm bố. Chắc hai ông toàn nói chuyện vũ trụ, thế giới, cõi âm dương, cõi ta bà... cao siêu lắm nên con nhóc là tôi ngày ấy chả hiểu, chả nhớ được gì.

Bố kể có bữa bác đến, áo sơ mi trắng muốt, ủi phẳng, trong túi áo lộ rõ tờ giấy bạc 50 đồng – mệnh giá lớn nhất thời ấy - Bố nhướng mày, "Anh cất kỹ. Thằng nào thò tay cuỗm mất sao?" Bác nhoẻn miệng, mắt lấp lóa, "Mình nuôi con bao năm, cho nó tiền bao lần không sao. Tiền này con Thanh (con gái lớn của ông) nó cho, sướng thế ông ạ!". Ý là bác muốn cả thế giới biết quà của con gái tặng.

Bố hay bảo tôi kể việc này cho con bác Sỹ nghe, "Tụi nó không biết đâu.".

Kỷ niệm với riêng bác không có nhưng với gia đình bác, tôi có cả đống.

Lần đầu tôi đến căn nhà ở đường Thành Thái, bác trai ở tù, bác gái nhận nuôi trẻ hàng xóm để kiếm sống, bác giữ chúng cả ngày lẫn đêm để cha mẹ nó đi làm. Tối thứ Bảy, khách văn nghệ kéo tới chơi đông thật đông, người đánh Guitar, người Piano, kẻ hát bè chính, kẻ bè phụ dưới ánh đèn vàng. Thứ mà tôi thích nhất là được ăn bánh trái các chị làm. Tôi trầm trồ trong bụng, nhà bác sang quá, khách của bố mình chỉ được mời cơm, đụng bữa, có gì ăn nấy, tương chao vớ vẩn, bàn ghế đã biến thành gạo từ đời tám hoánh nên muốn tụ họp ca hát, cả hội toàn ngồi bệt dưới đất với mỗi cây guitar Gibson mà bố rất quý, ai đụng vô cũng khen tiếng ấm.

Ngày định mệnh hàng loạt văn nghệ sĩ bị bắt: Doãn Quốc Sỹ, Duy Trác, Hoàng Hải Thủy, Lý Thụy Ý ... nhà tôi cũng bị lục tung. Công an, trinh sát, quân đội, an ninh, ... súng ống lăm le, trải biên bản lên bàn, đọc lệnh truy xét ... Họ lôi sách vở trên kệ xuống, đổ giấy má, hình ảnh trong hộc bàn, trong tủ ra, nệm chiếu, gầm giường, phòng bố phòng con lật lên hết, nhà thành bãi chiến trường, chúng tôi cầm chắc nó bắt bố rồi nhưng không.

Chiều hôm đó tôi vội vàng đạp xe lên Đại Học Tổng Hợp, nơi tôi và Hương – con gái út của bác Sỹ - cùng học Anh Văn, để thông báo cho nhau biết, ai lường được gì thì lường, tâm biết tỏng có đuôi bám sau lưng, bàng hoàng khi Hương bảo, "Nó bắt bố tao rồi, cả ông Trác, Lý Thụy Ý ...". Chúng tôi, con của văn nghệ sĩ chế độ cũ, đã chứng kiến cảnh nhà cửa tan hoang, cảnh bố mình bị truy sát như vậy đó.

Tôi bỏ bữa học, đạp vội về nhà thông báo hung tin, đoán chừng cái đuôi sau lưng sung sướng lắm khi thấy chúng tôi hớt ha hớt hải, mặt cắt không còn giọt máu. Cả gia đình chuẩn bị tinh thần, sớm muộn gì Việt Cộng cũng tới hốt bố đi. Nó không tới nhưng nó bắt ông lên trình diện, lên hoài. Mỗi lần đi, bố chuẩn bị sẵn khăn mặt, bàn chải đánh răng, bộ quần áo ... cầm bằng không về.

Sống cách nào được với tình trạng đó? Có người rủ, bố tôi liều vượt biên, thế là bị bắt, coi như cùng vụ với các văn nghệ sĩ khác.

Bạn bè, họ hàng xa gần đến thăm hỏi, mẹ cứ cười buồn và rằng, "Có cục bự nhất, nay bị bắt rồi, mới hết lo." Thật đó! Bố ở tù tôi mới hết sợ tiếng xe máy chạy ngang nhà, nhỡ nó dừng lại và hết sợ tiếng chó sủa ban đêm. Đứa con nào có thể chịu nổi cảnh bố mình bị còng tay dẫn vô chỗ chết?

Khi các ông bố nằm bóc lịch, biết mẹ không khéo xoay sở, các anh chị con bác Sỹ rủ chị em tôi lên bán canteen trong trường Lê Hồng Phong. Họ coi chúng tôi như em trong nhà, bảo muốn ăn gì, cứ lấy. Canteen bánh trái đầy, mình thì đói, vậy mà anh chị không sợ chúng tôi xơi lẹm vào vốn. Ngộ!

Chúng tôi, một bầy con các nhà văn: Doãn Quốc Sỹ, Dương Hùng Cường, Thanh Thương Hoàng, Nguyễn Đình Toàn ... ráp lại, cà khịa, lốp bốp ... banh nóc nhà luôn.

Em tôi 16-17 tuổi, pha ly trà uống, khen ngon. Anh Vinh cười ruồi, "Thằng này hay. Hồi anh bằng mày, chả biết trà nào ngon, trà nào dở, chỉ biết em nào thơm, em nào thối." Cà chớn!

Ở Mỹ, vợ chồng chị Liên hay đưa bác Sỹ tới thăm bố, từ lúc bác còn tinh tường đến lúc bác lãng đãng nhiều nhưng bố vẫn thấy ấm cúng, gặp bạn cùng thời.

Bố tôi đau yếu, chậm chạp ra sao, chị nhắn tôi kỹ càng. Đêm nhạc của bố, 04/2022, không có chị khuyến khích, khuyên nhủ, tôi đã hụt mất một kỷ niệm nhớ đời, hụt chụp tấm hình với đầy đủ cha mẹ anh em sau 30 năm binh biến, bởi tù đày, bởi vượt biên, người ở VN, người bên Mỹ, Úc ... Ai mà nghĩ bỏ ngang công việc, bay qua đó một ngày? Anh em đầy bên ấy. Ông cụ cũng đâu dặn tôi phải có mặt.

"Bố em chậm chạp, dễ té lắm rồi. Con gái dìu bố lên sân khấu, lo giày dép, áo quần cho ông là đẹp nhất. Mấy thằng con trai sao lo được như em." Chị Liên bảo.

Thế là đi!

Một tháng sau gặp mẹ lần nữa, loáng thoáng vài giờ đồng hồ, coi như không tính. Qua dự chương trình nhạc, tôi được bữa đi, bữa ở, bữa về, đủ dài để nắm tay, chải đầu, mặc áo cho mẹ lần cuối, ăn cơm cùng mẹ, nhìn mẹ nằm vùi trong đống chăn gối cả ngày mà ngậm ngùi. Lần cuối được mẹ hôn khi thấy tôi khóc, mẹ đã từ biệt con gái trước khi chìm vào thiên thu. May mà tôi nghe lời chị ...

Những ngày cuối của bố, vợ chồng chị Liên sang thăm, bố hụ hợ được vài tiếng, chị đưa tôi ít tiền, bảo cái này không phải phụ giúp, chỉ để ông Toàn thích ăn gì thì mua, coi như con cháu trong nhà.

Cầm chứ sao không.

Đợi bố tỉnh táo, tôi nói ngay:

- Chị Liên, anh Hiếu tặng bố nè. Bố muốn ăn gì?

- Bánh mì bơ đi – Ông nhanh nhảu.

Tội nghiệp! Bệnh Parkinson thít chặt cổ họng, nước bố còn không nuốt được, sao ăn bánh mì?

Cậu em lên tiếng:

- Lúc khỏe bố thích bánh mì bơ lắm.

Ông Toàn không được ăn món mình thích như chị dặn mà phải mua mấy món theo ý bác sĩ, thịt thà, rau quả mang về hầm nhừ, xay nhuyễn. Ăn được một hai bữa, ngán, ông bảo, "Để nguyên miếng thịt, đừng băm."

Chả hột nước nào chứ đừng nói miếng thịt rơi vào bao tử ông kể từ hôm ấy, cổ họng nghẽn, lưỡi phồng rộp như vẩy cá ... Vài ngày sau, đến phiên ông ... chìm vào thiên thu.

Anh Hiếu, rể bác Sỹ, có nhiều dây mơ rễ má với gia đình tôi hơn. Khi anh còn là sinh viên kiến trúc, anh tới Làng Báo Chí và hát cho bố nghe bài "Mồng Tơi".

"Ra sân hái mớ mồng tơi"

"Về nấu canh mời anh xơi"

....

"Bao lâu nên duyên chồng vợ"

"Lúc đó mới hiểu được tôi"

Bài này bố thích, đặt thêm lời 2, chắc anh không nhớ. Khi anh Hiếu tham gia chương trình Du Ca ở Little Saigon, bố hỏi tôi liền:

- Nó có hát bài "Mồng Tơi" không? Bài đó hay."

Ngày anh đến nhà, tôi mới 11-12 tuổi, nghe anh đàn hát "Mồng Tơi", tôi mê tít thò lò. Từ anh, tôi còn thuộc thêm mấy bài nhạc tuổi mới lớn của Nguyễn Quyết Thắng, Phan Ni Tấn. Thích nhạc nhưng chưa bao giờ diện kiến hai tác giả, tôi tưởng tượng họ tài hoa, bảnh tỏn, xa vời như chú Cuội trên cung trăng.

Qua Úc, mở Facebook, tôi kết bạn được với Phan Ni Tấn và được biết anh đã nhiều lần ghé Làng Báo Chí, thăm điêu khắc gia Trương Đình Quế nhưng chả biết bố chỉ ở cách đó vài trăm thước, khỏi tốn công tôi mơ gặp người cung trăng ...

Anh Hiếu còn là người làm slide show đêm nhạc "Một Ngày Sau Chiến Tranh", dàn trang cuốn "Thơ và Ca Từ", tác phẩm cuối cùng của bố, gợi ý để tôi xuất bản cuốn sách thứ hai.

Chúng tôi quen anh trước, anh đưa chị Liên đến nhà sau, thành cầu nối giữa hai gia đình.

oOo

Khi tôi có dịp ngồi ăn cơm chung bàn thì bác đã trôi vào cõi mơ hồ, mất khả năng đối đáp, kể chuyện.

Đến bữa, con dẫn ra ghế, xới cơm vào bát, con cho gì, ăn nấy, bác không ý kiến ý cò. Bàn ăn chỉ có tôi và các anh chị trao đổi qua lại, thỉnh thoảng chị dỗ, "Bố ăn đi. Ăn hết nha. Húp canh há." Bác chỉ lặng lẽ nhai, nuốt.

Y chang mẹ tôi khi mắc bệnh quên, bác đã xa rời thế tục từ lúc mất khả năng nghe, mất khả năng nói. Những thứ gần gụi nhất – cái ví, khăn mặt, cây bút, đôi dép, con cái ... thành xa xăm, khó nắm bắt. Mặc quần áo, đánh răng, bước ra khỏi giường, đi toilet ... phải nhắc nhở, phải phụ giúp ...

Tuy nhiên, bác ăn được, đi đứng vững vàng. 95-96 tuổi mà thả bộ ngoài bãi biển, bác bước phăm phăm, chả bù bố mình, nhỏ hơn bác mấy thập niên mà lom khom, ngồi ghế cũng ngã, không gượng được nên ít dám ra đường.

Cơm nước xong, bác được đưa ra ghế sofa, lặng lẽ ngồi như tượng cho đến khi ngủ gục. Lúc tỉnh táo, trong cõi yên ắng, bác tẩn mẩn cầm kéo cắt báo cũ, sợi to sợi nhỏ, sợi vắn sợi dài, chả chủ ý gì, chỉ đỡ buồn tay, chơi đấy!

oOo

Số mình xui, lúc Rồng đến nhà, đầu óc minh mẫn, sắc bén, tim đầy ắp chuyện đời, chuyện người thì mình còn quá bé, không dám mon men đến gần, quá bé để hiểu bố và bác nói gì. Suy cho cùng, có lớn mấy thì bác vẫn là bạn bố, cửa nào cho mình dám ngồi ngang hàng, đàm đạo. Hụt một sàng khôn, hic!

Dù chưa bao giờ hầu chuyện bác nhưng tôi cảm nhận được bác hiền, rất hiền. Hiền từ giọng nói trong trẻo đến tiếng cười đôn hậu khi trà đàm với bố.

Đôi tri kỷ nay đã gặp nhau nơi chín suối. Chắc lại giống hồi bác tới Làng Báo Chí, hai ông trên hai cái ghế gỗ cọc cạch, sát cửa sổ, nắng hắt vào lưng, mồ hôi rịn trán, hai ông rỉ rả chuyện viết lách, tòa báo, bạn bè, tù đày, thơ phú ... khổ mấy hai ông cũng nói như bỡn, coi như pha.

Còn hai bà mẹ, ừ, hai bà lại chị chị, em em trong bếp, chỉ nhau pha chế món nào rẻ mà ngon, thậm thụt lắc đầu khi kể về tính khí thất thường của hai ông chồng nhưng mắt thì long lanh hãnh diện, chắc luôn!

Bác ơi! Con chưa biết được một bí mật nào của bác, tiếc ơi là tiếc! Nhưng con quý các anh chị. Từ ngày đầu con đến nhà bác ở Thành Thái cho đến căn ở Little Saigon, lúc nào các anh chị và nhất là Hương đều coi con như người trong gia đình, chan hòa, thân thiện. Chắc tính cách này từ bác mà ra.

Ngày xưa, nếu cháu gan một chút -mà chắc gì bố cho phép-cháu sẽ hỏi chuyện bác ở tù, chuyện bác quen bố và các nhà văn khác thế nào, họ có điểm đặc biệt gì, bác biết mấy hàng quà vặt ở Saigon không, sao bố cháu rành thế? Bao nhiêu lần bác yếu lòng vì phái nữ -bố "yếu" không đếm nổi luôn- sao nhiều người -kể cả mẹ cháu- khen bác là người chồng, người cha mẫu mực?

Ủa, nghệ sĩ phải trăng hoa chứ.

Bác và bố đã sống trọn vẹn cuộc đời của một người cầm bút, biết đủ những gì cần biết, phải không?

Gặp lại, bác nhắn giùm, con nhớ bố mẹ lắm. Thương bác.

Nguyễn Đình Phượng Uyển
17/10/25

TN

NGUYÊN CẨN

HẠT BỤI TRONG ĐÁY MẮT

Buổi chiều ông Hòa ra phía trước hiên nhà ngồi trầm ngâm trên chiếc ghế dựa. Ông ngả người nheo nheo cặp mắt. Những ngày này, dọc theo mấy cánh đồng xả lũ, thấy trắng xóa một màu mênh mông của nước. Nước tràn qua bờ ruộng, lấp lánh ánh mặt trời trong buổi ban mai, rồi chấp chới sắc vàng dìu dịu lúc chiều tà. Là người dành cả đời sống cùng mùa lũ, ông cảm nhận rõ nét nhất sự đổi thay của mẹ thiên nhiên.

Con sông Vàm Cỏ muôn đời vẫn thế, ít khi dâng lên dữ dội mà chỉ mấp mé bờ trong những ngày nước lớn. Con sông vòng tay ôm quanh xã Long Hựu từ bao lâu nay, thời chưa chia ra Đông – Tây như bây giờ. Long Hựu thuộc vùng hạ huyện Cần Đước là một xã vùng sâu, ngăn cách với thị trấn Cần Đước bởi kênh nước mặn, là xã cuối cùng của tỉnh Long An, nằm đối mặt với Biển Đông có đồn Rạch Cát. Địa hình khá bằng phẳng hơi nghiêng về phía biển Đông chia ra làm hai vùng thượng - hạ ranh giới là nơi kinh Xóm Bồ nối với Rạch Đào. Nơi ông ngồi hôm nay thuộc Long Hựu tây, phía bắc giáp xã Long Hựu Đông và Phước Đông. Các phía còn lại giáp tỉnh Tiền Giang.

Vùng đất này lúc xưa ban ngày quốc gia ban đêm cộng sản nên người dân riết rồi quen với việc sống với cả hai phía. Nhiều gia đình có người phục vụ cả hai bên như gia đình ông Hòa. Ông nhớ thằng Bình, em ông, gương mặt điển trai, ánh mắt luôn đượm buồn không hiểu vì sao, hay nó đã tiên liệu số phận yểu mệnh của nó. Nó học giỏi hơn ông nên đậu tú tài xong bị ông già bắt đi lính quốc gia vì ổng sợ bị lão xã trưởng Khiêm dòm ngó. Gia đình có một thằng đi sĩ quan là an toàn hơn, trong khi mấy ông chú toàn người phía bên kia. Chú Năm Điệp, người đã bày vẽ cho ông Hòa con đường đến với cách mạng, là một người người sống với lý tưởng cao đẹp, lúc nào ông cũng ngợi ca xã hội miền Bắc và những người sống ngoài đó, chừng như ông nằm trong gan ruột họ vậy! Hòa ngả dần theo lý tưởng ấy lúc nào không biết, anh giả vờ té trật chân, nằm nhà một thời gian và tránh đi lính vì là người con duy nhất còn lại trong gia đình khi thằng em đã là sĩ quan quân đội Cộng hòa. Nhưng ban đêm anh đi xuồng vô trong những căn nhà mái lá núp trong những bụi cây bên kia sông, họp hành, nghe phổ biến nghị quyết. Ở đó anh đã gặp lại Loan, con bác Ba Tiết, bạn ông già. Loan mặt mày xinh xắn trắng trẻo, nụ cười như người ta hay nói như hoa hàm tiếu, liếc nhìn rồi khúc khích cười nên ông đặt cho nàng biệt danh "Loan lý lắc", nhưng ban đêm Loan làm giao liên tích cực chuyển gạo thuốc vào vùng giải phóng cho bộ đội.

Ông nghĩ ông may mắn được sinh ra và lớn lên cùng mùa lũ. Hồi ấy, dân quê ít ai kêu "lũ", họ chỉ quen với "mùa nước nổi", hay chân chất nữa là "mùa nước lên". Đời sống vật chất những năm đó còn thiếu thốn, nhưng mùa nước nổi thì vô cùng hào phóng. Thời điểm đó, người ta chỉ cần có gạo ăn là yên tâm sống qua mùa lũ, bởi cái thuật ngữ "chim trời, cá nước" còn đúng lắm. Trong ký ức của ông, bước sang đầu tháng 5 (âm lịch) thì con nước ngoài sông đã xuất hiện màu đỏ của phù sa. Khi đó, cá linh non xuất hiện ở chợ quê, trong tiếng lèo xèo cười nói của các bà, các mẹ. Ông không biết cá linh non thời điểm đó thành đặc sản hay chưa, nhưng với đám con nít quê thì nó là món ăn quen thuộc. Cứ thấy chảo cá linh kho ớt bốc khói thơm lừng trong mâm cơm chiều, là sà xuống mâm, chở cơm nóng. Những ngày ấy sao vui và hồn nhiên quá. Nếu không có chiến tranh! Than ôi chiến tranh đi qua để lại bao tang thương và trong lòng ông đầy những vết xước dù ông được phong anh hùng, dù ông đeo huy chương bao lần, ông vẫn không nuốt nổi nỗi buồn khi nghĩ đến cái chết của thằng Bình.

Từ ngày về hưu, mỗi chiều, ông ngồi nhìn ra bờ sông Vàm Cỏ, dõi mắt nhìn theo triền sông màu vàng rực bông điên điển. Theo những người dân miền Tây, điên điển ngày xưa là cây hoang dã, thuộc họ đậu thân gỗ nhỏ, dễ thích nghi với môi trường và có sức sống mãnh liệt ở vùng ngập nước theo mùa. Bông có màu vàng tươi, là thức ăn giàu dinh dưỡng cho hương vị thơm, giòn, bùi, béo. Từng chùm bông điên điển nở vàng rực khắp các bờ đê, ven sông. Mỗi mùa điên điển, nhìn người ta chống xuồng trong từng bờ rạch, bờ đê hái những chùm bông vàng rực để làm rau ăn trong mỗi bữa cơm. Chính cuộc sống khó khăn từ xa xưa đã tạo nên sự sáng tạo trong từng bữa cơm của người dân miền sông nước Nam Bộ mỗi mùa nước lũ tràn về trên khắp các cánh đồng. Cây điên điển mọc ở các đầm ao, hay trồng theo các bờ ranh hoặc đất trống. Cây phát triển rất nhanh, điều đặc biệt không cần chăm sóc, hay đầu tư phân thuốc mà vẫn cho bông rất sai, nhờ vậy đã giúp rất nhiều người dân nghèo ở vùng lũ tăng thêm thu nhập.

Ông thèm một bữa cơm gia đình với dưa chua, gỏi, điên điển xào với gỏi tép đồng..., hoặc ăn sống chấm cá kho, nhúng lẩu chua, ăn kèm với bún cá..., nhất là khi bông điên điển nở vàng rực cũng là lúc những con cá linh theo dòng nước lũ đổ về, tràn khắp các sông và ao rạch. Từ những thứ sẵn có này, người dân đã khéo léo kết hợp các món ăn mang ăn đậm hương đồng gió nội. Nhưng bà vợ ở lại thành phố không về quê. Sau khi con gái chết, ông về Long Hựu mua một mảnh đất gần sông và cất lên một căn nhà cấp 3 có hiên để buổi chiều ngắm dòng sông.

Ông bắt đầu nhớ đến những ngày ông còn trẻ, háo hức theo cách mạng, lòng tràn đầy lý tưởng như chú Năm Điệp nói về một xã hội tương lai giàu lòng nhân ái, người sống cho người, chỉ có yêu thương không còn thù hận!

Ngày ấy ông đã yêu Loan, dù Bình cũng thích Loan nhưng nó nhút nhát không dám nói. Những đêm nằm trong lán chờ Loan tiếp tế gạo, thuốc, lòng ông luôn cảm thấy một niềm vui khó tả khi gặp nàng. Những câu chuyện ban đầu vu vơ về sông nước, sau là những đêm tâm sự dài hơn. Loan kể về tuổi thơ khó khăn của cô khi phải xa chị, sống với dì ghẻ, khổ cực trăm bề. Loan nói em muốn lấy chồng xong bỏ xứ đi vì em chán cái xứ này quá, sống sao chui rúc, ngột ngạt ghê nơi. Hòa an ủi cô, nói ráng đi, hòa bình chiến thắng đế quốc xong mình sẽ có một đời ấm no hạnh phúc. Một đêm, trời bỗng đổ mưa lớn, cả lán trại đi phục kích hết chỉ còn mình ông trực, ông giữ Loan ở lại vì sợ về ghe bị lật vì sông đang mù mịt trong mưa. Nhìn bộ ngực phập phồng sợ hãi, ông bỗng mạnh dạn quàng tay qua vai Loan siết mạnh và hôn lên môi nàng. Loan rùng mình và đờ ra, nàng mặc cho ông ôm siết và họ đã sống môt đêm say đắm cùng nhau, quên cả đất trời. Loan đã dâng hiến đời con gái cho anh mà quên rằng hậu quả có thể xảy ra, nghiêm trọng biết dường nào... Họ quấn lấy nhau đến gần sáng, anh mới giục nàng về vì sợ anh em quay trở lại...

Loan hằng đêm vẫn đem cơm gạo và thuốc men cho anh em du kích. Một cuộc tình rất đẹp. Ông nhớ ánh mắt sắc sảo nụ cười tươi tắn hàm răng trắng và đều khắp. Nhớ vành môi mà ông đã hôn nhiều lần lên đó và nhớ mãi cái đêm mưa gió ấy. Cho đến một ngày Loan ụa mửa nhiều, thèm chua, mua me và cóc để đầy nhà. Không biết sao lúc đó tay Khiêm, Xã trưởng, cảm giác ông Hòa hay đi đêm, chắc vào vùng giải phóng nên hay ghé thăm nhà xét lúc nửa khuya. Bà mẹ Loan thấy con gái ụa mửa nhiều, đã tra hỏi tận tình và Loan phải khai ra. Mẹ Loan sau vài đêm suy nghĩ, lo lắng cho Loan, cho cả ông Hòa nên đã ra một quyết định vô cùng táo bạo. Bà đã gọi Bình đến và hỏi ý Bình có muốn lấy Loan không? Bình ngạc nhiên nhưng khi mẹ Loan nói bác muốn nó yên bề gia thất trong lúc chiến tranh giặc giã này. Bình gật đầu vì anh cũng thầm thương Loan từ lâu. Lấy Bình là Loan yên thân vì Bình đang là sĩ quan tham mưu cho Đồn trưởng Vinh, phụ trách địa phương quân ở Long Hựu. Một đám cưới diễn ra đơn giản nhưng đúng thủ tục của nghi lễ miền quê cũng có hai họ ăn uống rình rang hết một ngày. Loan hạ sinh một cậu trai kháu khỉnh, đặt tên là Hợp. Bình vui quá. Anh cũng mang về cho ông Hòa nhiều thông tin quý giá về hoạt động của phe VNCH, thậm chí anh cho ông Hòa biết cả quân số và cách bố trí hệ thống phòng vệ... Nhưng ông Hòa không ngờ cái ngày du kích tấn công Đồn thất bại vì tay Trưởng đồn Vinh quá khôn ngoan mưu trí thì thằng Ba Công, đội trưởng lại nhắm sang Bình, cho rằng Bình lừa họ. Cho đến một đêm du kích mai phục vây nhà bắt Bình khi anh lẻn về thăm vợ vì họ

nghe nói đêm nay Loan không ra tiếp tế được vì Bình hẹn về. Hai gã du kích đã bắt sống Bình và lôi chàng qua bên kia sông. Hai ngày sau, họ tuyên bố xử tử chàng và thông báo anh em đi xem xử án ban đêm. Quân quốc gia hoàn toàn bất ngờ không ứng cứu kịp. Ông Hòa cay đắng khi nghe Ba Công nói: "Ông có đi coi trảm thằng em ông không? Bọn Tề ngụy này giết sạch đi đất nước này mới độc lập được." Ông lắc đầu: "Tao bị sốt, mày đi đi." Ông nằm ở lại chòi lá, hai dòng lệ tuôn trào. Ông nhớ gương mặt Bình hồi còn nhỏ, hai anh em chơi đánh đáo và chơi u, ông khỏe hơn nên vật nó té hoài. Nó cứ la lên: "Anh hai chơi ăn gian!" Bao nhiêu là kỷ niệm! Ông quặn lòng khi nghe thằng Trường du kích xã nói: "Ghê quá ông ơi, chặt tới ba lần cái đầu nó mới đứt, đầu nó cứng hay dao cùn hổng biết?"
Ông không dám về nhà nhìn mặt mẹ cha. Có một đêm ông lẻn về lấy đồ, gặp mẹ, mặt bà lạnh băng: "Tụi bây giải phóng kiểu gì mà ác thấy mẹ!".

Ông cúi đầu, quỳ xuống: "Con xin má bớt buồn. Con không làm gì được hết má à! Tổ chức buộc tội thằng Bình. Con thề trước vong linh nó, con không giết em con." Sau đó ông ít về thăm nhà, mà gia nhập quân đội chính quy, vào các sư đoàn lớn hơn, mở rộng trận địa chiến đấu cho đến ngày giải phóng, ông đã mang quân hàm đại úy. Còn Loan sau khi Bình bị giết đã bỏ lên Sài Gòn và không có tin tức gì. Cô không còn làm giao liên vì căm hận, vì cảm thấy lý tưởng bị phản bội dù không yêu Bình nhưng cô không tha thứ cho những người giết chàng.

Ông tiếp tục cuộc hành trình theo con đường cách mạng lên đến trung tá, giữ nhiều địa vị quan trọng trong quân đội nhưng ông cũng cảm nhận nỗi bất hạnh của riêng mình khi cuộc hôn nhân chính thức của ông với một nữ cán bộ ngoài Bắc vào sau ngày giải phóng lại không được suôn sẻ vì cô ấy làm trong một công ty thương mại, lợi dụng chồng là một sĩ quan chỉ huy nên cô đã dùng xe ông và uy tín ông buôn lậu và thực hiện nhiều thương vụ chuyện khuất tất sau lưng ông. Ông khuyên bảo cô nhiều lần nhưng nàng chỉ bĩu môi: "Đừng dạy con này làm quan phải liêm nhé, chẳng khác nào nói gái điếm còn trinh." Nhưng ông nhịn nhục vì hai đứa con đang lớn, chi tiêu nhiều mà lương ông cũng chưa thấm vào đâu so với mức xài của cô ấy và hai đứa con nhất là thằng Long, con trai lớn. Nó được mẹ chiều, chu cấp nhiều nên đâm ra nghiện ngập, hút xách, lêu lổng chẳng chịu học hành, khiến cho ông nhiều đau khổ. Trời còn vùi dập con tim đang không vui của ông khi đứa con gái Loan Nhi ngoan ngoãn chăm chỉ thì lại bất ngờ ra đi trong một ngày thành phố chuẩn bị phong tỏa vì cô-vít. Cô xách xe đi mua rau nhưng đi vội không mang mắt kính dù bị loạn thị nặng, thế là tông vào con lươn ngã rồi chết ngay. Khi ông đi tìm cô, đến chỗ người ta bu lại, ông đã linh cảm điềm chẳng lành và quả nhiên ông thấy gương mặt khả ái của Loan Nhi bê bết máu... Ông gục xuống như bị ai bắn sau lưng. Quá thất vọng ông không biết tìm đâu ra sự khuây khỏa cho nỗi đau buồn trong lòng mình. Cùng với nỗi cô đơn như vết thương mưng mủ khi nhìn thằng Ba Công, du kích xã bây giờ là Tổng giám đốc một công ty quốc doanh quặt quẹo mà nhà nó thì như biệt phủ. Xung quanh ông không thấy lý tưởng ngày xưa khi bạn bè chỉ chạy theo quyền lực, theo những phi vụ làm ăn và giẫm đạp lên tất cả. Họ vì bản thân họ nhiều hơn là vì một lý tưởng cao đẹp mà họ đã từng rao giảng. Chú Năm Điệp sau này đâm ra lẩm cẩm suốt ngày cứ càm ràm cái đám con nít cách mạng này làm hỏng bét cả cơ đồ, làm lãng phí tài nguyên đất nước, xói mòn lòng tin nhân dân...

Cho đến hôm giỗ cha, ông mạnh dạn về vì tin rằng mọi người sẽ nhìn nhau bằng cặp mắt khoan dung hơn. Khi ông bước vào, họ cũng chào hỏi, sẵn họ cho ông biết thím Loan bên Mỹ cũng về. À hóa ra Loan đi nước ngoài, không biết theo diện gì? Ủa, anh hổng biết hả? Thằng Trường du kích bây giờ là Chủ tịch Câu lạc bộ hưu trí nói: "Thím đi theo thằng Hợp. Nó học giỏi lắm, được học bổng qua bển rồi lấy vợ, vô quốc tịch, rước mẹ sang. Mấy năm rồi bả nuôi nó cũng cực khổ trần thân. Hồi nhỏ nó bệnh dữ lắm!".

Và ông bàng hoàng khi gặp Hợp trong ngày giỗ. Thằng bé hơn 30 cao ráo đẹp trai thành đạt ở xứ người. Gương mắt của nó giống ông nhiều hơn Bình. Sóng mũi cao, ánh mắt sáng nhưng thân thiện hơn ông vì ngày xưa ông cũng là một người đàn ông quyến rũ đối với các cô thôn nữ. Ông muốn nắm tay nó, muốn hôn lên vầng trán thông minh của nó muốn nói cho nó biết rằng chính ông mới là người sinh ra nó. Ông mới là người cha ruột của nó. Ông muốn được một lần nó nhìn nhận điều đó. Nhưng ông ngại. Ông sợ khi ông nói với Loan ý định đó thì cô ta nhìn ông với ánh mắt căm thù nói rằng chính các anh đã giết anh Bình, rằng các anh là những kẻ miệng rêu rao cách mạng nhưng hành động hết sức tàn ác và không có sự nhân nhượng ở đây đâu anh đừng hy vọng gì hết tôi không bao giờ để nó nhìn mặt anh. Nên ông chỉ nhìn lén thằng Hợp, lòng vui nhưng cũng phảng phất chút buồn và tiếc nuối. Ông bước đến gần nó, nhẹ nhàng dù cũng hơi run rẩy: "Ở bển dìa hả con?" Hợp lí nhí: "Dạ, Bác Hai phải hôn?" Loan từ xa nhìn thấy, nàng bước lại và nói: "Hợp dô thắp nhang cho ông nội đi con." Và nói giọng chỏng trơ: "Anh khỏe hôn?" Hòa bối rối: "Cảm ơn thím, cũng hổng khỏe mấy. Bệnh lai rai hoài." Ông không dám kể ông bị đủ thứ bệnh trong người từ tiểu đường đến thấp khớp lại thêm suy thận nên thời gian còn lại trong cuộc đời này không còn nhiều. Ông muốn thằng Hợp quay trở về nhìn nhận ông một lần để ông thanh thản ra đi không biết lúc nào. Nhưng ông như cứng họng ấp úng hồi lâu rồi trở về bàn, ngồi thừ ra, ăn uống qua loa rồi cáo từ. Ông đi ngang qua Loan nói: "Hôm nào rảnh em cho cháu ghé nhà anh chơi?" Loan nói: "Hổng hứa anh à! Mai nó đi thăm mộ ba nó, xong em đưa nó ra Huế chơi cho biết rồi chuẩn bị về Mỹ. Nó được nghỉ có mấy tuần à!" Ông khẽ hỏi: "Nhìn sông Potomac, thím có nhớ sông Vàm Cỏ không?" Loan cúi đầu, khẽ nói: "Làm sao quên được, em lớn lên ở đó mà!" Rồi lùi vào trong. Thì ra ngần ấy năm Loan vẫn không lấy chồng, ở vậy nuôi con, phí cả một thanh xuân. Ông thấy tiếc cho nàng.

Ông bước ra phía trước nhà. Cũng con sông Vàm Cỏ, con sông đưa cuộc đời đi đến những chân trời vô định, lòng ông thả trôi như bóng mây lặng chìm trong nước. Nhớ bài hát trong kháng chiến "Anh mãi gọi với lòng tha thiết/Vàm Cỏ Đông, ơi Vàm Cỏ Đông". Dòng sông ấy đã loang máu bao thế hệ vì những cuộc chiến nhiều khi ông không biết có ý nghĩa gì không? Chiến tranh đã làm vết xước trong ông không lành được khi nhớ đến Bình. Mình như có tội với Loan, với cả thằng Hợp.

Ông bỗng nảy ra một ý định điên rồ là nhờ cô Thắm, chị của Loan đứng ra dàn xếp nói hộ làm cách nào đó để thằng Hợp nó nhìn mặt ông một lần trước khi nhắm mắt không biết có được không. Nghe đám nhỏ rộn ràng mở karaoke hát, có đứa hát vọng ra.

Dòng sông nào đưa người tình đi biền biệt
Mùa thu nào đưa người về thăm bến xưa
Hoàng hạc bay, bay mãi bỏ trời mơ
Về đồi sim, ta nhớ người vô bờ.

Đồi sim hay triền sông bông điên điển? Ông nghe như nó đang nói hộ lòng mình.

Ngày mai ôi những ngày mai lặng lẽ, với những buổi chiều ngồi trước dòng sông, cái dòng sông cuồn cuộn cuốn trôi cả những niềm vui. Ông thấy đắng miệng. Nhớ Loan Nhi, hình như ông đã khóc...

Nguyên Cẩn

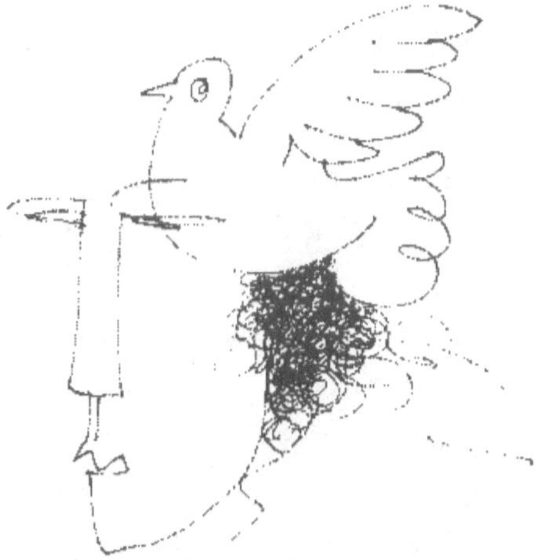

NGUYỄN THỊ NGỌC LAN

MÀU THỜI GIAN

1. ÔNG CHỦ NHÀ

Cha rồi đến tôi, sinh ra trên chiếc giường mà tôi đang ngủ với vợ, đúng ra là tấm phản gỗ lim dày, chạm trổ tinh xảo. Vợ đang cấn thai, và con tôi cũng sẽ được sinh ra trên phản gỗ lim này, trong một căn nhà bề thế. Có vẻ như mọi sự đều hoàn hảo trên cuộc đời tôi.

Căn nhà, ông nội xây theo kiểu Tây, sang trọng, cổ kính, để lại cho con trai đầu là cha, cha chết sớm, để lại cho con trai đầu là tôi. Các chị gái, lấy chồng làm ăn vất vả, nhưng không ai ganh tị, làm như cái thành kiến"nhất nam viết hữu, thập nữ viết vô"đã đi vào máu của người dân tỉnh lẻ này, và dĩ nhiên cả trong nhà tôi, từ đời này qua đời khác.

Từ bé, thì các chị đã phải đi rón rén khi tôi ngủ, hay ngồi học bài, miếng ăn ngon nhất phải để dành cho "cậu", chỉ tại là con trai duy nhất. Mẹ cũng rất lựa lời khi nói với tôi một vài câu, chứ không sai bảo la mắng ào ào, như với các chị. Khi vào đại học, cả nhà lại rón rén đi lại hơn, khi "cậu" ngồi vào bàn, trước cuốn sách mở ra.

Căn phòng riêng của tôi rộng, đầy đủ tiện nghi, bàn ghế tủ cổ bằng gỗ lim bóng lên vì bàn tay ông nội, cha, rồi tôi sử dụng hàng ngày.

Cha là người Tây học, có khiếu thẩm mỹ, âm nhạc và biết chơi đồ cổ, ông trang trí nhà bằng những món đồ xưa cổ, giá trị, đẹp và rất nhiều đàn quý, ông thuê nhiều thầy dạy tôi đàn và ngoại ngữ. Ông đặt mua nhiều tạp chí, sách, trong và ngoài nước. Cha nói, cha muốn tôi, trên thông thiên văn, dưới tường địa lý, giữa đắc nhân tâm.

Mỗi ngày, ngồi trên chiếc bàn cổ trong căn phòng riêng, kê sát bức tường kiếng dán giấy bóng, có thể nhìn thấy bên ngoài, nhưng bên ngoài không nhìn thấy bên trong, ngồi đọc sách hay gảy đàn vu vơ, ngắm nắng, gió, mưa, bão, người, chim... những con chim sà xuống hàng hiên lượm những vụn bánh, hay tình tự ve vãn nhau những lúc không có ai, chúng tưởng đang ở cõi một mình.

Căn nhà có mái hiên rộng, ở ngay thị tứ, gần bến xe nên lúc nào cũng có người lỡ đường, mua không được vé xe hay lý do gì đó ngủ nhờ. Không xua đuổi họ, chả biết tại sao, tôi không ác không hiền, và cách họ vài gang tay, bên trong bức tường kiếng, ngồi đó nhìn họ, từ ngày còn tấm bé.

Phần đông khách tá túc chỉ một đêm, sáng tinh mơ họ biến mất, đến xế chiều lại có ai khác khệ nệ hành lý, khuôn mặt không bình an đến ngủ nhờ.

Vâng, mái hiên nhà toàn chứa những khuôn mặt không thư thái, bình an. Xếp hàng cả buổi, không mua được vé xe, về lại nhà thì xa xôi, họ tạt vào ngủ nhờ, để chờ sáng mai lại xếp hàng mua vé xe. Vé xe ít hơn hành khách, nên mua được vé xe, cũng như là trúng số, hà cớ gì mà tôi lại chặt lòng với người không trúng số.

Nhà không cổng, mái hiên sát mặt đường, họ và tôi đều mặc nhiên xem như mái hiên là quán trọ miễn phí, không ai thắc mắc xin ở hay vẫy chào.

Công việc nội sai tôi phải làm mỗi ngày từ khi mới vài tuổi, là mở điện thật sáng nơi mái hiên ban đêm, để họ được an ninh hơn. Và tôi đã làm theo lời nội dặn, hơn bốn mươi năm rồi. Nội nói, tôi là đứa cháu đứa con ngoan của gia đình, biểu sao làm vậy, không cãi lời, kể cả chuyện nhỏ như mở điện mỗi ngày, đến chuyện lớn như biểu tôi cưới vợ, người vợ mà gia đình chọn.

Có vài câu chuyện nghe kể lại về ông nội.

Khi xây căn nhà, ông trồng nhiều cây cảnh trang trí cho khu vườn, có những cây trồng trong chậu, nội và cha khéo chăm sóc, nên tốt tươi, sau khi cha chết, cây đã già, mà chậu thì nhỏ, nhưng không dám thay chậu, lỡ chết cây do ông nội trồng, tôi sẽ đau khổ, chứ không phải chỉ là buồn, nên cây vẫn sống chật chội trong cái chậu nhỏ, nhìn lại đâm ra hay hay.

Tôi ít bạn, vì không thích giao du, nhưng có vài người bạn của cha, và vài người bạn hiếm hoi mà tôi tương đắc, để có thể nói vài câu chuyện mà không thấy tiếc giờ, thì khoe ngay, những chậu cây đã qua ba đời chủ trong vườn nhà.

Chậu cảnh không cần tưới mỗi ngày, nhưng tôi tưới mỗi ngày, như người ta cầm bó nhang nghi ngút khói, trước linh ảnh người quá cố, khi nhớ đến. Tôi nhớ thương ông nội và cha mỗi ngày, khi ngồi trong cơ ngơi ông nội và cha để lại. Tôi nợ ông và cha nhiều quá, họ dư ăn dư mặc, nhưng làm ăn cật lực, chỉ muốn để lại cho thế hệ sau, là tôi. Các chị gái, họ tính là thuộc về gia đình chồng, tất cả đều để lại cho tôi, có chút gì bất công với các chị. Nhưng họ và các chị lại cho là bình thường, tỉnh lẻ này, chỉ xem trọng con trai.

Cũng có những cây không trồng chậu, mà trồng xuống đất. Góc vườn, nội trồng vài cây vả, cành lá trái chìa ra đường, những người lối xóm đi làm rẫy về, mỗi người vặt vài trái. Nội kêu thợ đến, bà nội tưởng ông cho rào cây vả lại, nhưng không, ông cho phá hết hàng rào, dặn con cháu, nếu những cây vả chết đi, phải trồng lại cây vả khác, vì xóm nhỏ, toàn người đi làm rẫy thuê, nghèo khổ chật vật, bữa ăn, thường là một chén mắm ruốc ăn với cơm, có thêm vài trái vả chấm mắm ruốc, thành một bữa ăn tươm tất hơn.

Trái vả hơi chát, chấm với mắm ruốc pha chanh tỏi ớt đường, thêm vài lá rau húng quế, ăn với cơm nóng, rất tuyệt. Mà lạ lắm, hai thứ đó, rất rẻ tiền, mà hợp nhau. Tôi cũng mê. Mùi tanh của ruốc, chát của trái vả, chua của chanh, nồng của tỏi, cay của ớt, ngọt của đường, thơm của rau húng quế, nóng dẻo của cơm, hòa quyện, tuyệt. Xa nhà, cứ nhớ..., mà phải là trái vả chấm mắm ruốc, không thể là chấm nước nắm, xì dầu, hay mắm nêm, nó lại đâm ra vô vị. Mà rau thơm ăn kèm phải là rau húng quế, kẹt mà ăn kèm với rau thơm loại khác, nó cũng kỳ kỳ, như phở mà ăn kèm với kinh giới, tía tô...

Nội cũng trồng vài cây đu đủ, lá mọc không kịp, vì họ hái, ăn sống hay luộc chấm mắm nêm thật cay, lá đu đủ đắng ngắt, nhưng họ ăn quen, lại nói ngon. Hình như cay hợp với đắng. Mùa mưa, nội cắm nhiều nhánh rau ngót, hết mùa mưa thì cây rau ngót đã tươi tốt, hàng xóm cứ hái lá thì lại ra lá mới, đã bén rễ, không cần tưới vẫn sống, dù trời rất nắng, rau ngót nấu canh cũng ngon, có tiền thì nấu với tôm, không có tiền họ nấu với ruốc.

Với họ, ông nội và cha, như một người đáng kính thân thương, nên vườn nhà, họ vào ra tự nhiên, trẻ con cũng thích đến hái hoa bắt bướm, đứa nào phá phách thì bị hàng xóm rượt chạy, họ bảo vệ nhà ông nội như bảo vệ một công viên nhỏ của mọi người.

Đến đời tôi, những cây đu đủ đã chết, những cây vả đã già cỗi, trái không còn là đà ở dưới nữa, nên không còn ai vặt trái để chấm mắm ruốc, mặc dù, tôi có để cây tre dài, dưới gốc cây, để ai muốn ăn vả, thì khèo. Cũng có thể, thế hệ sau này, khá giả hơn, cũng có thể, thế hệ con cháu họ, đã không còn biết ăn trái vả chấm mắm ruốc nữa. Mà cũng có thể, mỗi thời một khác, xưa vặt nắm lá, dăm trái vả của lối xóm là chuyện bình thường, nay ngoài những đứa trẻ trâu, thì không ai làm vậy.

Cũng như xưa, buồn miệng, là cứ tạt vào nhà hàng xóm nói dăm câu chuyện, nay muốn đến nhà ai, phải gọi điện thoại báo trước.

Cũng nghe kể lại, căn nhà, có trước bến xe.

Nên mái hiên, thời ông nội, là nơi nghỉ chân cho dân miền quê gánh hàng ra chợ bán. Họ đi từ sớm tinh mơ, đến mái hiên ngồi nghỉ, chờ chợ đông. Ai có tiền, thì đi xe thổ mộ, ít tiền thì gánh hàng trên vai. Khách chờ xe thổ mộ, thời ông nội, thường ngồi bệt chờ xe trước mái hiên, bạn hàng quen biết cả, nên nói, mái hiên, cũng là nơi tám chuyện của những bạn hàng.

Khi nắng quá, xà ích đưa cả ngựa vào hiên trú nắng.

Những con ngựa thồ thời thơ ấu thường làm tôi khóc, khi ông cháu ngồi xe ngựa đi nhà thờ mỗi sáng Chúa Nhật. Xe ngựa chở trên chục hành khách, và đầy hàng hóa trên mui xe, lên dốc, ngựa ì ạch kéo chậm chạp, xà ích quất xối xả hối thúc, tôi thương ngựa, khóc.

Khi trời đổ mưa bất chợt, thì khách bộ hành, xe đạp, cũng tấp vào.

Và dù xưa hay nay, giờ tan học mà gặp mưa, mái hiên đầy tiếng cười nói của đám học trò đủ lứa tuổi, những lúc này, dù bận gì, tôi cũng đến ngồi trên chiếc bàn xưa cổ xuyên qua bức tường bằng kiếng, tìm xem có khuôn mặt nào mới không, tỉnh lẻ, những người ngang trang ngang lứa, biết nhau hết, thường là bạn bè của nhau, chỉ trừ tôi, tôi cũng biết mặt hết, nhưng không chơi chung, không phải kiêu ngạo, mà tính ít nói, chỉ nói chuyện nhiều với tri kỷ, còn không thì im lặng, từ nhỏ đã thế. Cha cho học trường Tây, có tài xế chở đi học. Ở trường, khi bạn học xúm xít trò chuyện thì tôi say sưa đọc sách. Chúng biết tính tôi, nên để tôi yên, có phần thương quý nữa, vì tôi hào sảng, hỏi tiền là tôi đưa, dù sau đó chúng nó bị đòn vì dùng tiền tôi, để làm điều xằng bậy.

Người già trong tỉnh lẻ đồn đãi nhau, căn nhà của gia đình tôi, trăm họ được nhờ, cách này hay cách khác, đời này qua đời khác. Và tôi có thể xây cổng, xây rào, nhưng không làm mà trổ lối đi khác, để họ, những người ngủ nhờ ở mái hiên, bớt ngại ngùng khi chạm mặt chủ nhà.

Ngồi bên trong, an toàn, sung túc, đầy đủ mọi thứ, tiện nghi, tiền bạc, danh vọng, nhìn họ từ khi mới vài tuổi, đến thiếu niên, thanh niên, trung niên.

Bao nhiêu mảnh đời, trôi qua lòng ...

Bản chất không thích nói và nghe những điều vô bổ, tôi có một nơi trú ẩn cho sự tĩnh lặng, là chiếc bàn một trăm năm chục tuổi của ông nội để lại, chỉ ngồi đó mở trang sách ra; là người vợ, trở nên ít nói từ ngày về nhà này, cũng sẽ kiếm một nơi khác trong nhà để sinh hoạt, nhường lại một không gian tĩnh lặng, bình yên.

Trầm mình trong tâm tư của mình (một tâm hồn cũng bình lặng, không buồn, không vui, không day dứt, không sóng gió) nhìn họ, những người khách ngủ trọ một đêm.

Tôi không nghĩ đến sự giàu có của mình (không phải là tiền bạc) cho đến khi trò chuyện với ông ấy, một nhà văn luống tuổi, khi hỏi ông sao không bao giờ cưới vợ, một câu thôi, ông ấy nói, bỗng thấy mình giàu có mọi phương diện, một sự giàu có không cần cật lực phấn đấu để có như người khác.

"Vì tôi yêu sự tĩnh lặng."

Yên lặng rất lâu, hít một hơi thuốc, nhấp một ngụm rượu, ông nói tiếp:

"Nhưng bây giờ, nó nhiều quá!"

Thế đó, những con người xa tổ ấm của họ, chưa đến được nơi muốn đến, họ mang một lòng hoang mang, một hồn bất định đến mái hiên nhà, ít khi bắt gặp nụ cười, trừ trẻ thơ.

Họ và tôi, cách nhau chỉ vài gang tay, nhưng cũng như những con chim đến trọ một thoáng, họ tưởng đang ở cõi một mình, không biết là ông chủ nhà đang ngồi nhìn. Trên mỗi khuôn mặt, đọc được một câu chuyện, có người giàu, nghèo khó, xấu, đẹp, già, trẻ, học thức, bình dân, một mình, đôi lứa ... có khi tò mò mở hé cửa sổ, nghe được cả câu chuyện họ nói với nhau...

Một hôm, có cặp vợ chồng trẻ, hai đứa con đến ngủ trọ, một đêm, năm đêm, mười đêm, vẫn chưa đi. Tôi không hài lòng bước ra hàng hiên, chưa kịp nói, người đàn ông khẳng khiu, gầy gò, chừng ngang tuổi tôi, giấu vội củ khoai đang ăn, cúi đầu lí nhí:

"Cháu xin ông chủ cho vợ chồng cháu ngủ nhờ, mắt vợ cháu không nhìn thấy rõ, vừa xin được chân quét rác ở bến xe, chúng cháu có chút tiền sẽ đi mướn nhà ngay."

Tôi yên lặng bước vào, và từ cái bàn nhiều tuổi, đọc được trên khuôn mặt quắt queo héo hon đó, một niềm vui lớn.

Những khi không có ai, tôi dội nước rửa hàng hiên nhà mình, nhưng là tổ ấm của họ, có khi "bỏ quên" ở đó cả cái đùi heo quay to tướng, và mở hé cửa sổ, uống tiếng cười của bốn con người chưa biết mùi vị thịt.

"Mẹ Duyên ơi ăn cho nóng, từ từ hẵng quét rác, ai để quên đùi thịt nè, người sao mà vô ý, đùi thịt to thế mà quên!"

Một đêm, nghe giọng nói lạ, đếm, trong tấm chăn kia, không phải bốn, mà năm con người.

Ngồi cúi đầu trên trang sách như mọi khi, là vợ hiểu tôi cần một mình. Mở hé cửa sổ, và nghe lén biết bao là chuyện giữa năm con người kia.

Cô gái lạ cười khoe, chưa bao giờ thú vị như thế, vì được nằm ngắm trăng sao ở một nơi không phải là nhà mình cho đến khi ngủ, được ngủ giang hồ, giữa thanh thiên mà có bốn người bảo vệ.

Hôm sau, cuối tuần, chị quét rác đón tôi ở cửa:

"Nhờ cậu kiếm một việc làm cho cô Nguyễn, cô ấy đã từng dạy tiểu học, khách sạn không cho mướn phòng, vì không có giấy phép của công an, tôi rủ cô ở tạm đây xin việc làm, cô ấy đã xin việc vài nơi, đang chờ trả lời."

Chị nói và chỉ một cô gái đang ngồi với hai đứa bé con chị, cô gái nhìn tôi cười bằng mắt, nụ cười như người thân chào nhau, tôi có chút choáng váng bất ngờ, chỉ nói được một câu:

"Vâng, chừng vài hôm thì có việc."

Cô gái nói cảm ơn, cười hồn nhiên.

Vào phòng, ngồi trên chiếc bàn nhiều tuổi, nhìn thật lâu vào khuôn mặt cô gái qua bức tường kiếng mà không ngại, vì cô không biết có người đang nhìn, năm con người đó lại đang ăn uống cười giỡn, hình như cô gái đang thổi sinh khí vào bốn con người kia, và tôi nữa, họ đang ăn khoai mà ngon lành thế kia ư, gia đình này toàn ăn khoai mỗi ngày.

Cô gái tươi tắn, xinh hẳn ra với mái tóc ướt vừa tắm gội, chắc chị quét rác vừa đưa cô gái và các con xuống sông tắm, tôi biết chị vẫn đem con xuống sông tắm giặt, vì thấy chị phơi áo quần trên những bụi gai ven sông.

Và tôi, từ ngày cô gái đến mái hiên nhà, cũng cảm thấy rộn ràng, bận rộn hơn, ngồi hàng giờ nhìn cô, và yên tâm, vì cô không biết có người đàn ông nhìn mình.

Cạnh bốn con người cũ kỹ, tầm thường kia thì cô sáng hẳn ra, áo quần thời trang vừa phải, trên một thân hình vừa vặn.

So với vợ, thì cô gái ấy có cái thua.

Vợ tôi, ngoài ít chiều cao, và ba vòng: ngực mông bụng bằng nhau, thì nàng đẹp, tìm không ra một nét xấu trên khuôn mặt. Mắt, mũi, miệng, làn da đều đẹp, nhưng tổng hợp những cái đẹp đó, lại thành một khối đẹp không cuốn hút bất cứ ai, kể cả tôi. Tôi không thể đặt trên khuôn mặt đẹp đó một nụ hôn, vì nàng nhạt, ái ân cũng vừa phải, vì nàng nhu mì, chân chất gái quê, mà tôi lại không thích giả dối, hoặc cố gắng.

Những ngày mới cưới, nàng cũng hay nói, lúc nào cũng nói được, với bất cứ ai, câu chuyện của nàng chỉ giới hạn từ nhà tới chợ, từ vựng của nàng, nhiều bằng đứa bé lên năm, tôi lạnh mặt nghe, và nàng thôi nói.

Từ đó, chỉ yên lặng ngóng nghe chồng dặn dò vài câu mỗi ngày.

Áo quần nàng mặc, chủ yếu là chắc bền, chỉ vài kiểu, cổ lọ, tai bèo, lá sen, ... Nếu nàng lạc vào những đàn bà tỉnh lẻ này, tôi cũng chẳng nhận ra được vợ mình, còn bên trong những lớp áo quần, thì tôi chỉ biết đại khái.

Nàng không biết yêu, không cần yêu, không biết buồn, chỉ ngưỡng mộ, tôn thờ, phục tùng chồng. Chỉ được phục tùng chồng là thỏa dạ, tôi đoán thế.

Cũng xui cho vợ, nếu nàng làm vợ một người bình dân học vụ, thì chắc cả hai hạnh phúc, cứ líu lo những câu chuyện vô bổ, nhưng miễn hợp tai nhau, là hạnh phúc. Tôi thì dị ứng với những câu chuyện nhảm, những lời nói nhạt nhẽo, hoặc sắc sảo quá...

Nàng không phải là loại người thích nhảy xổm lên, từ phòng ngủ, phòng khách, xó bếp, góc vườn, để đòi bình đẳng, trên ra trên, dưới ra dưới, nhưng phải chi nàng nhảy xổm lên mọi nơi trong nhà, và trên tôi, như cô gái nọ trong trang sách, biết đâu, tôi có chút cần nàng.

Tôi mê đọc sách, thượng vàng hạ cám.

Thực ra, người vợ và tấm phản gỗ lim, trong cuộc đời phải dính líu đến, chỉ để nằm lên trên, cho nên sách là bạn, bạn là nhu cầu lớn hơn nhu cầu nằm lên trên.

Tôi có vốn ngoại ngữ, thích sách truyện, phim lãng mạn, cổ điển, nhạc đồng quê... cho nên sự mộng mơ, cũng không giới hạn trong lũy tre làng.

Đôi khi, mê mẩn một cô gái trong trang sách, ước vật nàng xuống, chà nát mặt, hôn ngấu nghiến trên từng chân răng.

Chưa bao giờ được hôn, tôi thèm khát.

Và, cô con gái kia, coi kìa.

Chỉ được mái tóc dày đen mun liêu trai, một chút cẩu thả, một chút hoang dại, không suôn sẻ, điệu đà, như là vừa từ giường ngủ bước ra, vì nàng không chải tóc, chỉ dùng năm ngón tay bé bỏng vuốt nó, hất nó qua bên nào ít làm phiền, đùa giỡn với nó, xoáy xoáy ngón tay vào từng lọn tóc, chẳng để làm gì, chỉ để tôi ngẩn ngơ. Bàn tay nhỏ nhắn thuôn ngón xinh xắn, bàn tay con gái hư, chẳng làm việc nhà, nên mới thuôn dài mịn màng như vậy.

Mông và bầu vú no tròn, gò má hơi cao, ngữ này mẹ sợ, sát phu mà, mắt mũi tàm tạm, nhưng làn da, đã không trắng (tiêu chuẩn đẹp ở tỉnh lỵ này) lại lấm tấm mụn dậy thì.

Thế mà quyến rũ, nó toát ra một nét thảnh thơi, tự tin, hồn nhiên, thơ ngây, thông minh, trong sáng, hiền lành, tươi tắn, duyên dáng trên khuôn mặt đó, như một cuốn sách hay mà tôi thú vị, dè sẻn, đọc từng trang.

Một khuôn mặt có cá tính, duyên chất ngất, nhưng tôi không cho là đẹp.

Những đặc tính tôi mê mệt nơi nàng, mẹ không màng, mẹ chỉ cần một cái hông nở, dễ đẻ, khuôn mặt nở nang, đem may mắn cho chồng, tuổi không kỵ nhau, là mẹ muốn cưới cho con trai.

Còn tôi, không biết trên đời có người, có cô con gái như trang sách thú vị, cho tôi lật từng trang say mê, khám phá. Hay chỉ nhìn cái gáy, tựa sách, là đã mê.

Cô không khoe những đường nét mê ly trên thân thể giấu trong chiếc áo khéo cắt, nhưng cô vô ý lắm, làm nó chọc vào mắt tôi, ngày và đêm.

Tỉnh lỵ này, có bao nhiêu giai nhân, tôi biết hết, nhưng chẳng màng, dù là thời mới lớn hay hôm nay. Mà sao cô con gái nhan sắc vừa phải này, làm tôi chới với. Nàng như từ trang sách bước ra, đậu má môi thân thể sát vào tôi, chỉ cách nhau một mi-li-mét, bề dày tấm kiếng.

Tôi đã bị xao động, bởi khuôn mặt, thân thể, dáng dấp đó.

Cô hồn nhiên tựa mái tóc, khuôn mặt vào khung kiếng.

Tôi nhích tới, rà ngón tay trên gò má sát phu, bờ môi dày mọng, gợi một niềm chăn chiếu, vài lọn tóc mây gió thổi bung, bầu vú no, căng, sau làn áo mỏng.

Không biết có người đang ngắm, nàng cứ nói cười với đám trẻ, nụ cười như hoa, và giòn tan như thủy tinh vỡ, giọng cười trẻ thơ, trên khuôn mặt thiếu nữ, làm tươi hẳn căn nhà bốn đời xưa cũ.

Và khuôn mặt, chỉ cách ngón tay tôi đúng một mi-li-mét, bề dày tấm kiếng, nhưng xa xôi quá, lại rà ngón tay vào bờ môi dày mọng không tô son, và lên cơn sốt thèm khát.

Cáo bệnh không đi làm, đóng cửa, chỉ ngồi bên nàng, cách nhau một tấm kiếng, thú vị và đau khổ, nàng không hay biết có người ngắm nàng mê mẩn.

Đúng là thứ con nhà giàu vụng về, không làm việc cũng vẫn đủ sống vương giả, nên quên mất cô gái rất cần một việc làm.

Thực ra, tôi cũng đã tính toán cuộc đời nàng trong cơn yêu mê sảng lúc nửa đêm, thừa tiền lo cái ăn cái ở cho nàng mà, nàng chỉ ngồi đó, cho tôi ngắm, chỉ ngồi đó, cho tôi mơ mộng, chỉ mơ mộng, chỉ thèm khát. Chiếm hữu nàng, tôi không có cái gan đó, dù chỉ trong cơn mơ. Có cái gì trên khuôn mặt đó, như sương khói mong manh, trong suốt, đụng vào là vỡ... Chỉ chạm một ngón tay vào bên trong lớp áo, e vỡ nát nụ cười trẻ thơ, vỡ, và không bao giờ nhặt lại được. Nằm dưới sàn nhà, cho gần nàng hơn, chỉ cách nhau một tấm kiếng, không thể chung chăn. Rung động từng thớ thịt, không dám ngủ, nằm ép sát người vào tấm thân nàng, nhưng vẫn cách nhau một mi-li-mét, tôi đã bắt đầu đau khổ và mơ mộng ngập không gian...

Mười ngày, tôi chỉ ngủ khi quá mê mệt, còn thì chỉ ngắm nàng... và mơ ước, ước được có em trong cuộc đời, bên trong lớp áo kia, là một thân thể nóng bỏng, bên trong mái tóc liêu trai kia, là một đầu óc thông minh, dí dỏm, dịu dàng....

Uống cà phê triền miên để thức, ngắm, mơ mộng. Vì cô con gái từ trong tiềm thức, từ trong mơ ước, từ trong những trang sách mà tôi say mê, đang bước xuống cạnh cuộc đời.

Buổi sáng cuối tuần thức giấc sau giấc ngủ ngật ngầy mê mệt, chỉ còn thấy bốn đôi chân thò ra trong chiếc chăn, vụt dậy, nhào ra hỏi:

"Cô Nguyễn đâu?"

"Cô ấy xin không được việc, đã mua được vé xe và về quê rồi, có gởi lời chào ông chủ."

"Quê ở đâu, có địa chỉ không?"

"Không có!"

Tôi hụt hẫng, chới với, lao ra bến xe, may ra gặp nàng, nhưng không gặp.

Khó tha thứ cho mình, chỉ mê suông, thừa khả năng chăm sóc nàng, nhưng tôi rụt rè vô ý, để em đi mất.

Và day dứt, em sẽ sống làm sao trong cuộc đời khó khăn này.

Trở về ngồi trên chiếc bàn xưa cũ mà ông nội, cha, đã từng ngồi, buồn ngây ngất, bao nhiêu mùi vị khổ đau, thất tình, thất vọng, chán chường, tôi uống hết. Từng đêm, nằm yên một mình trên tấm phản gỗ lim, và nhớ em, từng phút.

Tưởng không bao giờ nguôi, tưởng đời mình đã hết, tưởng không sống nổi.

Nhưng....

Rồi thời gian cũng phôi phai tất cả, tôi lại tiếp tục công việc làm ăn của cha, làm chồng của người vợ nhạt, làm ông chủ ngôi nhà có mái hiên rộng cho người lỡ đường...

Thời gian lại trôi...

Cuộc sống bình thường như mọi người, không hạnh phúc lứa đôi, nhưng cũng quen đi, thi thoảng, em hiện ra trong giấc mơ, tôi thức giấc, và khóc.

(còn tiếp)

Nguyễn Thị Ngọc Lan

(trích từ Tuyển tập truyện ngắn "Màu Thời Gian", do Nhân Ảnh sắp phát hành)

TN

ĐẶNG XUÂN XUYẾN

PHÙ DU

1.

Điện thoại réo. Là số lạ, hắn không nghe. Chuông đổ dài inh ỏi đến chục cuộc, điếc tai, hắn mới chịu nhấc máy.

Vừa mới: - "Vâng. Tôi đây..." đã nghe chát chúa phía đầu dây bên kia:

- Đang vần con nào mà mãi mới chịu nghe điện thoại thế?

Hắn nhíu mày, cộc lốc:

- Ai đấy?

- Em đây. Miu Miu bé bỏng đây.

Hắn giật thót người, suýt đánh rơi điện thoại.

Phía đầu dây bên kia phá lên cười, đắc chí: - "Ngạc nhiên lắm phải không? Lát em gửi địa chỉ, tối đến em.". Rồi cụp máy. Hắn thần người. Mặt bạc ra. Mồ hôi rịn trên trán, môi mấp máy không thành tiếng....

oOo

Cửa vừa khép. Nàng lao vào, ngấu nghiến hắn, bàn tay cuống cuồng sục sạo. Hắn đẩy nàng ra, uể oải: - "Anh mệt! Để khi khác.". Nàng nhíu mày, nhếch miệng: - "Anh vào tắm đi. Em đợi.". Hắn gượng gạo: - "Nhưng hôm nay anh mệt...". Nàng trầm giọng: - "Anh vào tắm đi.". Rồi cúi xuống, bật nhạc.

Khẽ nghiêng đầu, hất tóc sang vai, nàng nheo nheo mắt nhìn hắn như thách thức, như khêu gợi.

Điệu nhạc valse “Chúng ta không thuộc về nhau” của Sơn Tùng M.T.P da diết cất lên.

Hắn uể oải vào phòng tắm.

2.

Nàng nhặt được chồng trong một tiệc sinh nhật.

Bạn nàng, chủ nhân bữa tiệc, than: - Anh họ tao đẹp trai, giàu có nhưng nhát gái lắm, hơn 30 tuổi rồi mà vẫn độc thân...

Gặp thằng đẹp trai, giàu có mà lại ngờ nghệch chuyện trai gái thì nàng phải tóm. Ngu sao mà thờ ơ!

Nàng tủm tỉm cười với những toan tính.

Khẽ nghiêng người thả thính gã trai độc thân vì nhát gái... Vài tháng sau, nàng thành chị dâu đứa bạn.

Vài năm sau, khi đã lừa được anh chồng đẹp trai, giàu có sang tên khối tài sản đồ sộ nàng nộp đơn ra tòa để sống với tình yêu đích thực của nàng - Lão Đại Gia giàu có và chịu chơi, duy nhất chỉ có khuyết điểm là tuổi tác nhiều gấp rưỡi số tuổi của bố nàng.

3.

Hắn, là bạn chí cốt của một nhân viên mẫn cán rất được Lão Đại Gia tin dùng.

Gặp hắn trong tiệc rượu Lão Đại Gia chiêu đãi nhóm nhân viên mẫn cán, nàng bị giày vò bởi khuôn mặt đẹp đĩ bợm của hắn. Nàng thèm được chiếm đoạt cơ thể cuộn cơ bắp nhưng mơn mởn nét nai tơ của hắn. Nàng thèm được đôi môi dày dày cong cong hình trăng khuyết của hắn mơn man, chà xát cơ thể. Kinh nghiệm tình trường cho biết, đôi môi hắn là ẩn tướng của kho báu khoái lạc, sẽ cho nàng thỏa thuê ngụp lặn trong những man dại...

Nàng nhẹ nhàng thả thính.

Nàng dịu dàng khêu gợi.

Hắn, gã trai mới lớn chưa biết mùi đàn bà từ từ vào bẫy...

oOo

Ném xấp ảnh lên bàn, gã mặt choắt cạ cạ lưỡi dao, thủng thẳng:

- Mày chỉ được phép chọn 1 trong 2. Một là cắt chim. Hai là không cắt chim nhưng phải thỏa mãn nhu cầu sinh lý của Đại Phu Nhân đủ 90 ngày. Chọn một hay hai, mày cũng phải tránh xa Tiểu Phu Nhân. Nếu vi phạm, chúng tao lấy cái đầu của mày làm đồ chơi.

Hắn tái mặt, lí nhí:

- Dạ. Vâng. Em chọn 2 ạ.

Gã mặt choắt rót rượu, đẩy một ly đến trước mặt hắn:
- Nhấm nháp đi để lấy tinh thần phục vụ đại phu nhân.
Hắn cầm vội ly rượu, tay run run.
Gã ngồi bên, mặt nhăn nhúm những sẹo, hất hàm:
- Hết đi, thằng điếm.
Hắn vội ngửa cổ, một hơi cạn đáy.
Rít hơi thuốc rõ dài, rồi nheo mắt khinh bỉ nhìn hắn, gã mặt sẹo đứng dậy, khoát tay:
- Theo tao. Thằng điếm.
Hắn lập cập lên xe.

oOo

Hắn được chở đến một ngôi biệt thự 2 tầng dạng tân cổ điển, nằm giữa khu vườn nồng nặc mùi hoa sứ. Chưa kịp ngó nghiêng xung quanh, hắn đã bị đẩy vào một gian phòng tối om cùng tiếng cười gằn của gã mặt sẹo:
- Cởi quần áo ra và thể hiện tay nghề đi, thằng điếm.
Một bóng người lao vội về phía hắn.
Hắn lùi lại, né tránh, tay gồng lên, cố đẩy khối thịt đồ sộ ra xa, miệng lắp bắp: - "Bật điện! Bật điện!". Gã mặt sẹo chửi đổng: - "Mẹ mày! Thích sáng à.". Và thò tay vào bật điện.
Hắn hốt hoảng khi đối diện với một thân thể lõa lồ, phì nộn, cặp mắt ti hí đang giương lên, hau háu nhìn hắn.
Chóp chép miệng, nước miếng tứa ra từ hai khóe mép, chảy dài xuống khuôn mặt nung núc những thịt, Đại Phu Nhân sấn đến, nhấc bổng hắn, vất tọt lên giường. Hắn vùng dậy, bỏ chạy. Đại Phu Nhân nhoài người, túm tay, giật lại. Hắn ngã sóng xoài, cằm va vào chân giường, toét máu.
Xốc hắn đứng dậy, Đại Phu Nhân chằm chằm nhìn vào khuôn mặt trắng bệch của hắn rồi hềnh hệch cười...
Nhẹ nhàng hất hắn lên giường, Đại Phu Nhân đổ ập người xuống. Hắn thất thần, nhắm mắt…

oOo

Hắn thở phào khi chỉ bị xây sát phần mềm. Vụ "va quệt" với Đại Phu Nhân chỉ để lại vết sẹo nhỏ dưới cằm, phải thật tinh mắt mới nhìn

thấy. Khuôn mặt hắn vẫn quyến rũ, vẫn tỏa đủ nét dâm đãng để mời gọi những kẻ khát tình. Hắn nhếch miệng cười, rồi buông tiếng chửi:
- Mẹ con đĩ! Bao giờ mới hết thời hạn 90 ngày. Khốn nạn! Tự dưng lại thành món đồ chơi của con nặc nô biến thái...
Với tay lấy bao thuốc, hắn rút điếu thuốc định châm lửa nhưng nghĩ sao lại vò nát điếu thuốc, rồi nhăn mặt chửi đổng:
- Mẹ đồ đĩ! Vì mày mà đời tao khốn nạn!
Đĩ nào? Là Đại Phu Nhân hay Tiểu Phu Nhân? Hay chính bản thân hắn?
Chuông điện thoại đổ dồn, inh tai khá lâu hắn mới miễn cưỡng nghe máy, rồi buông tiếng chửi:
- Mẹ! Đồ chó!
Hắn quơ vội chiếc áo, đứng trước gương chỉnh trang lại chút nhan sắc rồi bước nhanh ra cửa.

4.

Gã mặt choắt nhét tập mỹ kim vào túi, hất hàm bảo hắn:
- Ngồi xuống đi. Hôm nay không phục vụ Đại Phu Nhân mà phục vụ một vị khách đặc biệt.
Rồi quay sang bảo gã trai lạ ngồi bên:
- Thằng em nói cụ thể với thằng điếm này. Nó sẽ làm theo đúng yêu cầu của chú.
Gã trai lạ nhìn hắn có chút ngập ngừng, rồi huỵch toẹt:
- Tớ muốn đêm nay cậu ngủ với vợ tớ... Diễn thật sung vào.
Hắn tròn mắt, ngắc ngứ.
Gã mặt choắt lừ mắt:
- Đấy không phải việc của mày.
Hắn chửi thầm. Mẹ chúng mày! Lũ chó! Có thằng chồng nào lại lập mưu đưa vợ vào khách sạn, lừa cho vợ uống thuốc kích dục rồi thuê trai lạ hành lạc để dàn cảnh "bắt tại trận", ép vợ ký đơn ly dị và "tự nguyện" từ bỏ quyền làm mẹ?! Chỉ có lũ súc sinh chúng mày mới nghĩ ra trò khốn nạn như thế.
Hắn mím môi, tay từ từ nắm chặt.
Gã mặt choắt hiếng mắt nhìn hắn, e hèm một cái, rồi liếc xuống lưỡi dao đang mạnh tay tăng tốc cạ cạ mặt bàn.

Hắn đưa mắt nhìn ra cửa, đầu thấp dần, thấp dần.

oOo

Hắn thở phào...

Hắn đã diễn trọn vai thằng điếm rẻ tiền giúp gã chồng đê tiện đuổi người vợ trẻ tội nghiệp ra đường.

Tạt vào quán bia vỉa hè, hắn uống cạn ba cốc liên tiếp nhưng cái cảm giác nhớp nháp trên người hắn vẫn bám riết không tan. Hắn nhíu mày vỗ vỗ vào xấp tiền, miệng lẩm bẩm: - Nốt vài vụ rồi biến. 90 ngày với mụ nặc nô cũng sắp hết rồi.

Điện thoại đổ chuông. Hắn nhấc máy, cộc lốc:

- Gì nữa?

Giọng Miu Miu gấp gáp, run rẩy:

- Anh đang ở đâu? Lão Đại gia biết hết rồi...

Hắn điếng người, loạng choạng suýt ngã.

Hắn định đứng dậy thì tiếng rít phanh chói tai vang lên ngay lề đường. Một chiếc xe đen trờ tới. Gã mặt choắt cùng gã mặt sẹo bước xuống. Hắn loạng choạng ngã bệt xuống sàn.

Chậm rãi rút lưỡi dao cạ cạ vào thành xe, gã mặt choắt rít giọng:

- Mày coi lời tao như nước đổ lá khoai à?

Hắn tái mặt, lắp bắp:

- Em... em chỉ...

Gã mặt choắt cười nhạt:

- Mẹ thằng điếm, tiền cũng muốn mà gái cũng không buông thì phải trả giá.

oOo

Hắn bị tống lên xe. Chiếc xe đen lao vút đi, bỏ lại quán bia vỉa hè với những ánh mắt tò mò, ngơ ngác.

Hắn nằm co quắp trên sàn xe, mắt trợn trừng nhìn trần xe tối thui. Hình ảnh khuôn mặt phì nộn của Đại Phu Nhân, nụ cười lẳng lơ của Miu Miu và gương mặt thất thần của người vợ trẻ bị hắn làm nhục trong khách sạn cứ xoay vần, nhảy múa trước mắt.

Xe dừng lại trước cổng ngôi biệt thự tân cổ điển quen thuộc. Nhưng lần này, gã mặt sẹo không đẩy hắn vào phòng của Đại Phu Nhân. Hắn bị lôi xềnh xệch vào căn hầm tối phía sau vườn, nơi nồng nặc mùi ẩm mốc lấn át cả mùi hương hoa sứ.

Lão Đại Gia ngồi đó, thong thả nhấp trà. Bên cạnh là Miu Miu – Tiểu Phu Nhân của lão – đang quỳ mọp dưới sàn, tóc tai rũ rượi, khuôn mặt sưng húp. Lão nhìn hắn, ánh mắt bình thản đến đáng sợ:
- Mày trẻ, đẹp và diễn giỏi. Nhưng mày quên mất một điều: Con chó được thuê để trông nhà thì đừng có ý định trèo lên giường chủ.
Hắn quỳ sụp xuống, đôi môi dày hình trăng khuyết – thứ vũ khí từng giúp hắn ngụp lặn trong khoái lạc – mấp máy không ra hơi:
- Đại ca... em sai rồi... cho em một con đường sống...
Lão Đại Gia đặt chén trà xuống, khẽ gật đầu.
Gã mặt choắt thủng thẳng bước lại gần hắn. Nhìn lưỡi dao sắc lạnh trên tay gã mặt choắt đang từ từ hạ xuống, hắn nhắm nghiền mắt lại. Một cảm giác buốt nhói dội lên rồi hắn lịm đi...

5.
Hắn tỉnh dậy trên một chiếc giường xa lạ, đầu óc quay cuồng.
Hắn không còn ở trong biệt thự, mà trong một phòng trọ tồi tàn. Bên cạnh hắn là một xấp tiền lẻ nát bươm cùng mảnh giấy loằng ngoằng mấy chữ: "Vốn liếng của mày chỉ đến thế. Đi mà kiếm sống đi, thằng điếm."
Hắn nhếch môi cười, nụ cười méo mó trên khuôn mặt vẫn còn vương những nét đẹp trai, đĩ bợm.
Điện thoại trong túi áo bỗng rung lên. Một số lạ hoắc. Hắn run rẩy nhấc máy. Đầu dây bên kia là giọng đàn ông sắc lạnh: "Ngay ngày hôm nay mày phải biến khỏi xứ này càng xa càng tốt..."
Hắn buông thõng tay, mắt vô hồn nhìn vào khoảng không tối om trước mặt. Hóa ra, tất cả những hào nhoáng, những cuộc mua bán tình dục, những cuộc tình gấp gáp, những xấp tiền đô-la dính đầy mùi nhục dục mà hắn dày công đánh đổi, chung quy cũng chỉ là một kiếp phù du. Đời hắn là một canh bạc, mà ở đó, hắn vừa là con bài, vừa là kẻ thua cuộc trắng tay.

Đặng Xuân Xuyến

Viết xong sáng 29 tháng 01/2026

TN

VŨ KHẮC TĨNH

MỘT ĐÊM MƯA Ở NGOẠI Ô

Hôm đó khoảng hơn mười giờ đêm. Tam Kỳ càng trở về khuya càng lạnh. Kha bước ra khỏi quán cà phê, lòng đầy khắc khoải. Kha lại bên hiên quán lấy xe Honda, mở công tắc đề cho xe nổ máy. Kha để cho xe nổ dăm phút, rồi mới rồ ga cho xe chạy về hướng nhà cô em gái ở ngoại ô thành phố.

Đúng như lời nói của những người bạn, con đường về nơi đó khoảng năm cây số hơn, dọc theo hai bên đường là cánh đồng lúa xanh mênh mông trống trải, gió thổi mạnh, như muốn hất tung người và xe xuống ruộng, hơi lạnh phả vào Kha lạnh run, các ngón tay tê cóng mất cảm giác. Kha không thể điều khiển xe chạy với tốc độ nhanh được, xe chạy từ từ chậm rãi...

Đến giờ Kha cũng không biết được lúc ấy bằng cách nào để xe chạy về nhà cô em gái một cách an toàn như vậy. Kha đứng dăm phút trước hiên nhà để lấy lại sự cân bằng lượng không khí lạnh trong từng nhịp thở với một vài động tác cho sức nóng tỏa nhiệt trong người. Kha không cho phép mình mắc phải một sai sót nào, kể cả cái lạnh trong không khí bao trùm ngoài không gian..

Kha lặng lẽ bước từng bước nhẹ nhàng vào nhà, nếu gây ra tiếng động dù nhỏ cũng đủ làm cho gia đình cô em thức giấc. Đi vệ sinh cá nhân xong, Kha lên giường cuộn mình trong lớp chăn dày cộm. Theo thói quen, ở đâu cũng vậy, Kha mở di động đọc lướt qua những tin tức trong ngày, sau đó đọc những bài thơ của bạn bè đăng trên Facebook.

Kha dán mắt vào màn hình 5 inches của cái di động. Vừa háo hức, vừa tò mò tìm địa chỉ những cô bạn mới quen để trò chuyện cho vui, nói mới quen nhưng thật ra họ là những người đã học cùng lớp cùng trường xa biền biệt lâu năm không gặp. Lúc đêm, ngồi với mấy người bạn cùng học chung lớp trường Trần Cao Vân hồi xưa, Kha chợt nhớ lại những cảm xúc ngọt ngào còn ở lại trong tâm khảm đời người, tưởng như các bạn đã quên. Kha xem như đã dự phần vào cuộc sống đời lang bạt của các bạn, bằng những lời nói dí dỏm trong không gian hạn hẹp của quán cà phê hay đã trải lòng ra trên Facebook. Đó là những đoạn ghi chép rời rạc không đầu không cuối, hay những bài thơ ngắn mộc mạc dung dị... Kha nói Kha dành lời khen ngợi có tâm hồn văn hóa cho từng tác giả để khuyến khích tinh thần, dù các bạn đó viết không chuyên, hứng đâu viết đó không có mục đích rõ ràng, nhưng đã tạo ra được cái sinh khí lạc quan yêu đời. Lỡ có viết dở ta cũng không thể chê các bạn được. Mặc dù, trong đầu các bạn không cần những lời khen hoa mỹ. Họ "biết người biết ta" trong cuộc chơi chữ nghĩa muôn màu muôn vẻ trong hình tượng nghệ thuật. Dùng Facebook chẳng qua là để lấp đi những khoảng trống vô hồn đang lấp liếm không gian và thời gian của tuổi xế chiều. Facebook, một mảng xã hội nếu dùng đúng mục đích, không lợi dụng diễn đàn để nói xấu, bôi nhọ lẫn nhau thì cuộc chơi trên Facebook rất có nhiều ý nghĩa....

Kha cũng không biết được mình và bạn bè có những hứng thú gì. Buổi chiều cùng nhau ghé quán nhậu, uống một vài ly rượu chát, buổi đêm đi uống cà phê. Vẫn biết những thứ đó là chất kích thích vào não bộ làm cho ta không ngủ được. Thế mà Kha vẫn uống để đêm về nằm thao thức, trằn trọc chờ trời sáng.

Kha ngồi dậy mở ba-lô lấy tập truyện ngắn người bạn tặng để bên cạnh, Kha giở từng trang, từng trang ra đọc. Khi tâm trí Kha thật sự dồn vào cuốn truyện ngồn ngộn những mạch chảy thăng hoa của nhân vật trong cuộc sống đời thường, đột nhiên có tiếng mưa rơi lộp độp trên mái tôn của ngôi nhà bên cạnh. Kha có cảm giác như có một bàn tay thô tháp nào đó lôi tuột Kha ra khỏi sự tập trung vào quyển sách. Đêm khuya vắng vẻ, tiếng mưa rơi dội vào mái tôn, vách tường càng trở nên âm vang dồn dập hơn. Trong khi công việc của anh ta luôn đòi hỏi sự tập trung cao độ có chủ đích rõ ràng. Lâu nay làm việc gì cũng vậy, không riêng gì việc chú tâm vào đọc sách báo. Khi đã nói đến đam mê, đó là sự ham thích không dễ dàng bỏ một cách ngang xương được. Nên bất kỳ một âm thanh nào xảy ra cũng khiến cho Kha cảm thấy khó chịu bực bội trong người.

Kha để tập truyện xuống giường, hy vọng cơn mưa này chỉ xảy ra một, hai tiếng đồng hồ rồi ngưng. Sau đó vỗ về giấc ngủ càng sớm càng tốt cho sức khoẻ. Kha nhắm mắt, nằm đợi không biết thời gian bao lâu rồi. Nhưng càng đợi mưa càng nặng hạt như muốn trút hết bao nhiêu tích tụ lâu nay. Mưa như muốn xóa nhòa mọi dấu vết tồn tại trên mặt đất khi bước qua một ngày mùa đông đầy những cơn dông, bão. Mưa như xóa hết những vết tỳ của thực tại buồn tẻ này.

Kha cảm thấy bực bội trong người. Kha đoán, không lẽ đây là cuộc dạo đầu cho mùa mưa, chứ không phải là cơn mưa trái mùa bất chợt trút xuống. Dù thời gian vừa qua trời nắng nóng gay gắt, hừng hực như thiêu đốt. Thời tiết bây giờ thay đổi không tưởng được, đâu là mùa nắng, đâu là mùa mưa không có ranh giới.

Thật ra, Kha cũng không mấy quan tâm đến mưa làm gì, đó là chuyện của trời đất can dự vào làm gì, tại ngủ không được gây ức chế trong lòng, không làm chủ được bản thân nên để xảy ra những phản ứng thái quá trong mắt thấy tai nghe những ồn ào đang diễn ra. Điển hình như cặp vợ chồng trẻ bên hàng xóm, họ không ngủ được hay có một chuyện gì khác, làm sao mà biết được. Trong đêm khuya khoắt cãi vã nhau to tiếng, chị vợ la the thé lấn át tiếng anh chồng, chẳng ai chịu nhịn ai, có lẽ họ còn trẻ nên nóng nảy không kiềm chế được.

Kha bèn bật dậy ra khỏi giường bật công tắc điện sáng choang. Kha đứng phân vân trước cửa một hồi lâu. Định mở toang cánh cửa la toáng lên cho họ nghe

- Này, anh chị hàng xóm. Đêm hôm khuya khoắt để cho người khác ngủ với chứ! Kha nghĩ đến giây phút đó chắc giọng nói rất khó nghe. Kha đi tới đi lui rồi dừng lại nói giữa trống không.

- Đáng gì mấy chuyện vớ vẩn đó, hồi xưa mình cũng vậy thôi. Biết đâu họ ngủ không được, bực bội cãi lộn nhau chơi cho vui. Biết đâu được!

Đôi vợ chồng trẻ cãi vã nhau ầm ĩ một hồi rồi cũng tắt tiếng làm lành lại với nhau. Sau đó nghe họ cười khúc khích…

Sự bất ngờ xảy ra trong đêm mưa ở nhà cô em gái, khiến Kha về lại chỗ nằm trên giường. Chút tỉnh táo, mắt ráo hoảnh, nhất là bên ngoài trời vẫn còn mưa nặng hạt giội xuống rất dữ dội rồi ngưng bặt, chỉ còn nghe những giọt mưa tí tách rơi nhẹ nhàng. Tất cả làm Kha nhớ đến những lời trong bản nhạc xưa của một nhạc sĩ nào đó lâu quá không còn nhớ tên. Nay lại văng vẳng đâu đây trong đêm mưa ở ngoại ô thành phố *"Mưa từ đâu mưa về/ Hạt mưa nhớ ai mưa triền miên/ Phải chăng mưa buồn..."*

Đến lúc này Kha mới thở phào nhẹ nhõm. Căn phòng này chỉ có một mình Kha, cố dỗ dành giấc ngủ nhưng vẫn không ngủ được, Kha vẫn dễ dàng chấp nhận, như có một sự tương tác nhịp nhàng trong cấu trúc từng nhân vật xuất hiện trong cái truyện ngắn Kha vừa đọc qua phần còn lại, đã để lại cho Kha rất nhiều cảm xúc ngọt ngào trong muôn hình vạn trạng trong cuộc sống đời thường.

Tác giả cốt truyện đã lột tả được người thật việc thật trong xã hội một cách hảo ý và đã nhào nặn, tái hiện nhân vật Sinh trong cuộc đời trần trụi. Khi sinh ra Sinh đã bị dị tật bẩm sinh, hai chân bị cụt, mắt mờ, mỗi lần đi lại rất khó khăn. Cha mẹ gạt nước mắt, mỗi lần nhìn thấy đứa con cơ thể không được toàn vẹn như những đứa trẻ khác trong xóm. Hằng ngày cha mẹ của Sinh đánh đu với công việc lam lũ ruộng đồng và đi làm thuê để kiếm tiền nuôi hai đứa con, một trai, một gái cũng bị dị tật bẩm sinh. Riêng cô em gái không bị què quặc, đui, điếc nhưng chậm lớn, người đờ đẫn như mất hồn. Nhờ có ý chí vươn lên, không đầu hàng cho số phận. Sinh quyết tâm đi học, nhờ bạn đưa đến lớp. Sinh hứa với lòng quyết chí không làm phụ lòng cha mẹ lo cho cái ăn cái mặc hằng ngày.

Kha đọc xong cái truyện trời bắt đầu hừng sáng. Kha đếm cái truyện ngắn vừa đọc từ 1 đến 10 trang. Sau đó khép tập truyện lại đem bỏ vào ba lô. Hình như có cái gì đó đã lay động trong tâm hồn Kha, khi nhìn thấy một phiên bản có thực ngoài đời. Một nhân vật Sinh, tác giả đã tái hiện xuyên suốt cốt truyện một cách sinh động.

Dưới Sinh có chục đôi mắt con nhà giàu có, chơi game nhiều hơn học, nên chuyện học hành của mấy bạn đó cũng không ra gì. Một sớm một chiều những bậc cha mẹ của đám bạn lấy Sinh làm tấm gương sáng cho con em mình noi theo, và nghiêng mình thán phục sự học tập phi thường có một không hai. Dù bị dị tật bẩm sinh nhưng không nản chí... bỏ cuộc nữa chừng..

Kha xuống nhà sau đánh răng rửa mặt, những ý nghĩ rời rạc va nhau trong đầu nghe lao xao. Dù mất ngủ nhưng đôi mắt Kha vẫn ráo hoảnh, Kha nhìn trân trân ngoài đường. Đây là con đường ở ngoại ô thành phố nhưng người đi và xe cộ qua lại tấp nập...

Lúc này cô em gái cũng đã dậy. Kha ngồi uống trà với cô em gái nhỏ hơn Kha mấy tuổi...

- Khi nào anh về lại Sài Gòn
- Hai ngày nữa

Kha nhìn cô em gái như phân trần:

- Về đây giấc ngủ đã rời bỏ anh, dành chỗ cho những ý nghĩ rời rạc và mệt mỏi, khiến cho con người anh không còn linh hoạt.

Cô em gái cũng có chung một sự đồng cảm với Kha..

- Anh còn bạn học ở đây đông, gặp nhau hay ăn uống nhậu nhẹt, cà phê, thuốc lá như vậy làm sao mà ngủ được. Không biết thể trạng của anh sao kỳ quặc vậy, chứ em có uống trà, cà phê... nằm xuống là ngủ không biết trời trăng mây gió gì hết, rất thoải mái.

Kha và cô em gái nhìn nhau cười như chưa lần nào được cười, rất sảng khoái...

Sau cơn mưa, trời lại sáng...

Vũ Khắc Tĩnh

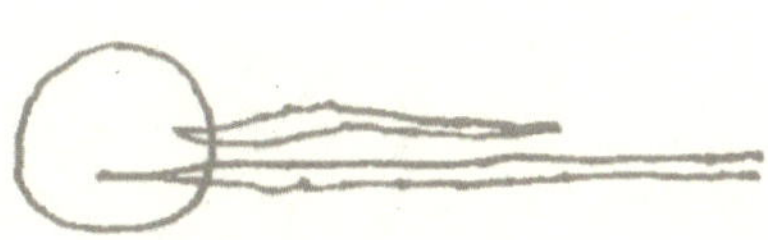

TN

NGUYỄN ĐỨC NAM

CON SÓC TRẮNG TRONG SÂN GREEN MEADOW

Tặng Julie, Hye-Soo, Haeseon và các bạn Golfers.

1-

Mặt trời đã ngả sang phía tây. Hoàng hôn đang từ từ buông xuống sân Golf Green Meadow. Andy mới chơi xong 9 lỗ đầu - front nine - và sửa soạn lái xe *Golf* sang lỗ số 10 thì một cô gái từ trong Club house, đẩy một túi *Golf* bước vội tới chỗ Andy đậu xe. Cô gái còn rất trẻ, mặc một bộ đồ chơi *Golf* màu trắng: váy trắng ngắn, cao hơn đầu gối và áo *polo* ngắn tay, hở cổ. Andy đoán nàng khoảng ngoài 20 tuổi và là người Hàn Quốc.

Nàng cúi đầu chào Andy và nói bằng một giọng tiếng Anh rất sõi:

- Can I join you? I didn't have a tee time, just walked in, and the Pro Shop Manager told me to join you because you play alone...

Giọng nói ngọt ngào và dáng điệu thanh khiết của cô gái trẻ làm Andy không thể từ chối, vả lại chơi *Golf* một mình trong chiều tà cũng buồn lắm.

Andy nói nhanh:

- Please share the golf cart with me, so you don't have to walk. We need to drive so we can finish before sunset...

Cô gái Hàn Quốc bắt tay Andy:

- My name is Judy Hwang...

- Andy Trần...

Vừa dứt lời, Andy đã nhanh nhẹn cột túi gậy đánh *Golf* của Judy vào xe *Golf* của mình rồi chạy xe đến chỗ *Tee Box* để phát bóng. Judy *swings* rất đẹp và banh đi rất xa, rất thẳng, nằm giữa *fairway.* Nhìn dáng điệu phát bóng với thân thể kiều diễm của Judy, Andy không ngăn được những ý nghĩ nóng bỏng...

Trong lúc lái xe trên sân cỏ, có đôi lúc sân không bằng phẳng, xe nghiêng qua, nghiêng lại, xô đẩy thân hình con gái tròn lẳn, ấm êm vào người Andy. Andy luôn miệng nói "sorry" nhưng thực sự muốn những đụng chạm đó cứ xảy ra nữa...

Gió chiều thoảng đưa mùi hương phấn của Judy lướt qua mũi Andy làm Andy tưởng như đang vào vườn hoa Bưởi, hoa Cam ở sân Tustin Ranch...

Nhưng rồi 9 lỗ của sân sau -back 9- cũng qua đi trong luyến tiếc. Judy và Andy cùng than:

- Ồ, chóng hết quá!

Nhưng mặt trời đã lặn sau dẫy núi Big Bear, phố đã lên đèn. Andy không thấy đói nhưng muốn mời Judy ăn tối nên kêu đói.

Judy cười:

- Judy cũng đói nhưng phải về *Hotel* ăn cơm tối với Phi Hành đoàn vì sáng mai phải bay sang Malaysia sớm.

À thì ra Judy là chiêu-đãi-viên hàng không của Korean Airline, có đường bay từ Seoul sang Los Angeles rồi từ Los sang Malaysia...

Andy đề-nghị:

- OK, Judy thích ăn Phở không? Tôi đưa Judy đi ăn Phở có Một-Không-Hai (102) rồi đưa Judy về khách sạn sớm để họp mặt với phi-hành đoàn...

Judy mừng rỡ reo lên:

- *Wow, Phở? I like Phở! Let's go!*

Thế là Andy đưa Judy đến tiệm Phở mới mở trên đường Edinger, gần xa lộ 405, cách sân Golf chỉ khoảng 15 phút lái xe.

Trong lúc ăn, Judy cho Andy biết: ngoài công việc chiêu-đãi-viên hàng không, Judy còn là huấn-luyện-viên môn Golf ở Seoul.

Thường thường Judy theo chuyến bay Seoul-Los Angeles mỗi tháng một lần. Đến Los Ageles vào buổi chiều, Judy hay tìm sân Golf địa phương chơi 9 lỗ như một phương thức tập thể dục, tình cờ chiều nay gặp Andy.

Andy cũng cho Judy biết mình là một cầu thủ chơi *Golf* và đang tập dượt để thi đấu giải *Golf US Open* trong vài tháng tới. Việc làm chính của Andy là chuyên viên Kế-Toán nhưng rất "mê" *Golf* nên chiều nào cũng ra sân tập, tình cờ chiều nay gặp Judy.

Lúc chia tay Judy tại Hilton Oceanfront, July nắm tay Andy dặn dò:

- Anh giữ giùm Judy bộ Golf club để lần sau sang chơi, không phải mang theo. Nếu có djp sang Hàn Quốc, đến Seoul, Judy sẽ take care cho anh từ A đến Z...

Andy ôm và hôn nhẹ lên má Judy rồi đứng ngây người nhìn bóng dáng nàng khuất trong Hotel lobby, lòng cảm thấy trống vắng, bâng khuâng lạ thường...

2-

Tin Tức Thế Giới: Chiếc Boing 747 Gặp Nạn.

VNNews. *Chỉ 12 phút sau khi rời đường bay, một tiếng nổ vang lên từ phía sau thân máy bay. Toàn bộ hệ thống điều khiển bị phá tan. Chiếc 747 của hãng Hàng Không Hàn Quốc bị rơi vào một vòng xoáy tử thần, trồi lên rồi lại bổ nhào xuống như một con diều đứt dây. Mã khẩn cấp Squawk 7700 được phát đi, báo hiệu thảm họa.*

Giọng Phi-cơ Trưởng: "Khẩn cấp, Korean Airline 123... xin quay lại Kuala Lumpur..."

Trong buồng lái, nhân viên phi hành chiến đấu trong tuyệt vọng. Họ đã cầm cự suốt 30 phút trên bầu trời cố gắng điều khiển một chiếc máy bay không còn hoạt động. Trong khoang hành khách, những lời cầu nguyện vang lên, xen lẫn những tiếng khóc...

Có lẽ đây là một thảm họa hàng không tồi tệ nhất trong lịch sử hàng không Hàn Quốc: 269 hành khách và 10 phi-hành đoàn đã mất tích...

(AN Saigon)

3-

Như thường lệ, sau khi tan sở, Andy ghé qua sân Golf Green Meadow tập khoảng vài giờ cho khỏe. Trời đã về chiều. Hoàng hôn trên sân *Golf* thật là đáng yêu. Sân *Golf* vắng lặng vì nhóm "Foursome" cuối cùng cũng đã rời khu đậu xe và kéo nhau vào nhà hàng.

Andy có cảm tưởng sân *Golf* này là của riêng mình và mỉm cười, thầm nói: "nếu trúng số Độc Đắc, mình sẽ mua sân này cho bạn bè chơi *free*".

Đang lúc Andy tưởng tượng là chủ sân *Golf* thì một con Sóc Trắng từ sau gốc cây Phượng Tím nhanh nhẹn chạy ra chỗ xe *Golf* của Andy. Con Sóc Trắng này rất đẹp và Andy chưa thấy ở sân *Golf* này bao giờ. Nghĩ rằng Sóc đói, chạy ra xin ăn. Sẵn có một gói khoai tây chiên khô trong túi đựng banh, Andy mở gói khoai tây khô, thẩy xuống đất cho Sóc. Nhưng Sóc không ăn mấy miếng khoai rơi dưới đất mà nhảy thoắt lên xe *Golf*, ngồi bên cạnh Andy và lấy hai chân khều khoai tây khô từ trong bao ra, ăn ngon lành. Dù sao thì Sóc này cũng không táo bạo như sóc ở sân Mile Square: chúng nhảy lên xe của *Golfers*, lấy bánh mì, kẹo, các thức ăn rồi chạy lên đỉnh đồi ngồi nhâm nhi với nhau ngon lành, vừa ăn vừa nhìn *Golfers* vừa cười ...

Ăn hết gói khoai tây chiên, Sóc Trắng không nhảy về gốc Phượng Tím mà cứ ngồi trên xe *Golf*, bên cạnh Andy. Andy hơi ngạc nhiên về sự thân thiện ấy nhưng cứ thản nhiên phát bóng chơi liên tiếp từ lỗ số 10 (back nine).

Khi Andy chơi tới lỗ 15, par 5, gần 500 yards thì trời đã tối, chỉ còn thấy trái banh mờ mờ bay trong bóng chiều tà. Đèn đường phía ngoài sân *Golf* đã bật sáng nhưng trong sân *Golf* thì hoàn toàn tối. Andy đánh một quả banh khá xa và hình như banh lạc vào khu rừng hoa dại. Đó là một trái banh mới, hiệu Titleist, màu xanh lá mạ rất đẹp mà Mike mới tặng Andy một hộp nhân dịp sinh nhật. "Không thể mất trái banh đó được!", Andy trèo vào bụi hoa dại, cầm cây gậy sắt, vạch hoa, tìm banh.

May quá, nhờ có ánh đèn từ Apple iPhone 16, Andy thấy trái banh Titleist nằm trong bụi hoa. Dù trái banh chỉ giá có mấy đồng nhưng Andy cảm thấy vui vui khi tìm được nó, vừa bước ra khỏi khóm hoa dại vừa huýt sáo.

Nhưng khi gần đến chỗ xe *Golf*, Andy giật mình, ngừng huýt sáo ngay lập tức vì... Judy đã có mặt, ngồi ngay trên xe, chỗ con Sóc Trắng ngồi trước đây mấy phút, Judy mặc bộ đồng phục chiêu-đãi-viên Hàng Không của hãng hàng không Hàn Quốc rất nhã nhặn, thanh lịch. Khuôn mặt nàng đẹp như thiên thần nhưng hơi có vẻ mệt mỏi. Andy đoán biết chuyện gì đã xảy ra cho Judy nhưng giả vờ như không biết và cũng chẳng cần biết miễn là có mặt Judy ở đây là đủ, là tốt, là vui rồi.

Andy vồn vã:

- Judy mới đến? Có đói không, mình đi ăn nhé?

Judy gật đầu:

- Judy đói lắm, ăn hết gói potato chips của anh rồi, anh thấy không? Hai hôm nay chưa được ăn cơm...

Andy biết tai nạn máy bay đã xảy ra hai ngày rồi nhưng không hỏi gì cả, chỉ vui vẻ nói:

- Ồ hôm nay anh sẽ đưa Judy đi ăn cơm phần có canh chua và cá kho tộ hết xẩy...

Từ sân Golf Green Meadows tới tiệm ăn Mirada trên đường Edinger chỉ mất 15 phút. Đây là một tiệm ăn Thái Lan đã được một đôi vợ chồng Việt Nam trẻ tuổi mua lại nhưng vẫn giữ tên cũ. Miarada có những món ăn thuần túy Việt Nam, giá phải chăng nên khá đông khách. Khi Judy và Andy đến tiệm đã khá đông nhưng cũng còn một bàn trong góc cho hai người. Thực khách đều chú ý đến bộ đồng phục hàng không Hàn Quốc của Judy và khuôn mặt xinh đẹp của nàng. Andy nhận biết điều đó và trong lòng dâng lên một niềm hãnh diện khó tả.

Ăn cơm tối xong, thay vì về khách sạn Hilton, Judy nói nhỏ với Andy:

- Hãng máy bay Hàn Quốc không còn giao-kèo với khách-sạn Hilton nữa, anh cho em ngủ nhờ một thời gian được không?

Andy mừng rỡ:

- Được chứ! Condo của anh có hai phòng, sẽ để dành một phòng cho Judy. Judy muốn ở bao lâu cũng được.

Giọng Judy có vẻ buồn:

- Em chỉ được ở Mỹ tối đa 49 ngày thôi! Em ở với anh, tập luyện *Golf* với anh cho đến ngày anh thi đấu Golf US Open rồi em sẽ về Hàn Quốc.

Andy reo lên:

- *Perfect*! Còn một tháng nữa là US Open, sẽ tổ chức tại sân Torrey Pines, San Diego; anh đưa Judy xuống San Diego chơi vài tuần luôn.

"It looks like a perfect plan"!

4-

Andy xin nghỉ một tháng không ăn lương, ở nhà tập dượt *Golf* với Judy. Từ ngày có Judy về ở chung, Andy vui nhiều nên trông trẻ hẳn ra, đẹp trai hẳn ra. Bạn bè kháo nhau rằng nhờ có "men tình" nên con người tươi trẻ hơn. Tuy nhiên, thực sự Judy và Andy tuy ở chung nhà nhưng vẫn ngủ riêng phòng. Judy sợ Andy buồn nên thường khuyên Andy:

- Tập luyện *Golf* cần giữ gìn sức khỏe để tranh tài. Trong trận đấu có rất nhiều tay chơi *Golf* nhà nghề giỏi và trẻ, mình phải cố gắng lắm mới thắng được. Kỳ này, giải nhất là 3 triệu, giải nhì là 2 triệu 5, giải ba là 2 triệu 2. Anh cứ đoạt được giải ba cũng đủ để mua một condo hạng sang ở Irvine, không phải đi thuê nhà nữa...

Andy thấy Judy có lý nên dù yêu July nhiều nhưng Andy vẫn... nhịn.

Ngày ngày, Andy ra Driving Range, Putting Range tập với Judy và sau đó đến mấy sân Public Golf chơi 18 lỗ, đôi khi chơi 27 lỗ, tuy mệt nhưng rất vui.

Trong gần một tháng luyện tập, Andy tiến triển vượt bực: Andy đã hạ gần hết những cao-thủ của vùng Orange County. Những Hào-đàn, Miên-cháy, Thạch-Nhè, Bop Vu MD, Tùng-Răng, Hiệp-Alain, Hoàng-Police, Mỹ-Còm... đều phải khen Andy chơi quá hay...

oOo

Rồi 4 ngày tranh giải US Golf Tournament tại Torrey Pines cũng đã đến. Tất cả cả cao-thủ của môn *Golf* trên nước Mỹ đã về đây tranh tài. Các cao-thủ quốc-tế cũng không bỏ lỡ cuộc tranh tài sôi nổi này với tiền thưởng ngoài dự tính.

Ngày đầu tiên vì còn bỡ ngỡ, Andy đánh được 75 điểm trong khi Scottie Scheffler, Rory McIlroy, Tommy Fleetwood, Rickie Fowler, Justin Thomas được 72 điểm.

Sang ngày thứ hai, Andy chơi khá hơn, được 73 điểm. Ngày thứ ba Andy được 72 điểm. Ngày thứ tư, Andy được 4 cái Birdies, 5 cái Pars.

Công nhận là Andy chơi xuất sắc nhưng được 4 Birdies (được trừ 1 điểm cho mỗi lỗ) và 5 Pars (bằng điểm cho mỗi lỗ) thì chỉ có Judy biết rõ.

Ngày cuối cùng của cuộc tranh giải Golf US Open trời âm u và có những hạt mưa bụi, dường như là hơi nước từ biển Thái Bình Dương bay lên. Có nhiều tay chơi không quen với không khí ẩm ướt và trời u ám. Đặc biệt là khán giả và cả Ban Tổ-Chức, Giám-Sát Viên cũng không nhìn rõ khung cảnh chung quanh lá cờ, trên Green.

Để giúp và đền ơn Andy đã cưu mang mình trong hơn một tháng qua, Judy đã biến dạng thành Con Sóc Trắng dễ thương và không ai thấy con Sóc Trắng đó len lỏi trong đám cỏ tranh, trong bụi hoa vàng chung quanh Green và ngay khi trái banh của Andy bay trên không gian mờ nhạt, rớt xuống quanh Green thì Sóc Trắng nhanh như chớp ngậm trái banh của Andy bỏ vào lỗ, dưới chân cờ. Đó là điểm Birdie hay Par cho Andy. Nhờ vậy mà trong ngày cuối cùng, Andy được: 4 cái Birdies, 5 cái Pars và được 68 điểm. Tổng cộng điểm cuối cùng của Andy là 72 điểm, đứng hạng tư, lãnh US $2 triệu.

5-

Chiều nay, Andy ghé vào sân Golf Green Meadow dự tính chơi 9 lỗ với Judy nhưng đến lỗ số 10, bên gốc Phượng Tím, không thấy July đâu, chỉ thấy bên gốc cây ai đó đã để một bó hoa và mấy nén nhang đang cháy dở dang. Bên cạnh bó hoa, có một lá thư, gửi cho Andy.

Spring Valley ngày... tháng 3, 20..

Anh Andy yêu quý,

Chắc anh đã biết em là chiêu-đãi-viên hàng không của Korean Airline 747 bị rớt trên bờ biển Malaysia và tất cả hành khách cùng phi-hành-đoàn đều tử nạn.

Như anh đã biết, theo Phật Giáo, sau 49 ngày, linh hồn sẽ được siêu thoát. Linh hồn và thể xác em đã sang đây để cùng vui sống với anh, một người có duyên với em từ kiếp trước. Rất tiếc, linh hồn em phải về Hàn Quốc để được siêu thoát và đầu thai vào kiếp khác.

Chúc anh vui sống và thành công trong môn Golf.

Yêu anh ngàn đời.

Hẹn anh kiếp sau.

Em của anh: Judy Hwang

LTG:

Từ ngày đó, mỗi lần gặp một thiếu nữ Hàn Quốc trên sân Golf, Andy đều tưởng là July và ngẩn ngơ không tập trung vào cuộc chơi được nữa, thật tội nghiệp!

Nguyễn Đức Nam

NGUYỄN THỊ THANH BÌNH

THI SĨ TRONG CUỘC SAY

Trong xóm không ai còn lạ gì dáng điệu thất tha thất thểu của Bùi. Khuôn mặt ốm o trong những bước đi gầy gò. Dù vậy, cái áo sờn vai bạc thếch đi với những đốm vá vụng về của hai ống quần trên người chàng lần nào cũng làm người nữ chủ quán ái ngại. Người đàn bà nhìn Bùi, nhìn dăm ba người khách trong quán vắng rồi nhìn lại mình. Hình như hai mắt buồn bã của người đàn bà đã nói với Bùi: "thì tôi cũng đang là một ai khác, bỗng dưng trở nên xa lạ cô đơn như thế với chính mình. Và mọi người ở trong thành phố này, tất cả đều vật vờ..."

Khiếp, Bùi không ngờ mỗi ngày qua chàng vẫn tự lừa gạt mình để tránh không nhận ra khuôn mặt thật của mình. Thậm chí chàng cũng không hề nhớ đã có lần, đã rất nhiều lần chàng cởi trần trùng trục trơ ra cả bộ xương sườn thiếu ăn với cái quần tả tơi đi ngất ngưởng trong xóm. Sự xuất hiện tội nghiệp của chàng ở đầu ngõ không còn là hình ảnh lạ mắt làm đám trẻ con thích bu lại trêu ghẹo. Ngay cả những nhóc tì nhỏ nhất khu xóm hình như cũng cảm thấy thời buổi này người lớn, kẻ nhỏ gì rồi cũng có lúc khật khờ như chàng. Hai chữ "đổi đời" đã ngấm tận xương tủy mỗi người. Làm sao Bùi không biết đời chàng đã hỏng bét, tan hoang hết cũng bắt đầu từ hai chữ đó. Biết và thèm thuồng một khoảng trời tự do của bạn bè ngoài kia. Không phải là để đủ ăn đủ mặc mà chính là làm lại một đời sống tha hồ được sống chết với nỗi đam mê của mình. Ở đây Bùi chẳng làm được cái thể thống gì hết. Một xã hội trong đó mọi khả năng sáng tạo của con người phải tự hủy vì thiếu tự do, độc lập đối với chàng còn tàn tệ hơn một xã hội đói rách. Chàng nhìn những con mắt đời bưới móc, soi bói và thấy mình như con thú bệnh hoạn bị giam hãm trong vòng vây của những tên thợ săn thừa đạn.

Chàng lại gần người đàn bà đang thả mắt xuất thần đến một cõi riêng nào đó, hỏi nhỏ nhẹ:

- Chị này, mấy lâu nay có gặp ông bạn của tôi không?

Người đàn bà ngước lên:

- Ông bạn nào chứ? Có phải cái ông hào hoa vẫn thường bao anh uống thả dàn "không say, không về" đó không? Nếu vậy, mấy lâu nay không thấy ông ấy đến.

Bùi cười tiếng nhỏ trong cổ. Người đàn bà vừa nhắc đến lối uống rượu theo kiểu "lối đá" không tốn tiền của chàng. Kiểu này coi vậy tiện và lợi cho những "kẻ hèn" như chàng. Suốt ngày chỉ việc ngóng xem có bạn bè hoặc ai tốt cần người đối ẩm, với mớ tiền rổn rảng trong túi kéo chàng vào "tu" một trận đã đời. Thoạt đầu Bùi hơi xót xa cho kiểu chầu chực, uống chùa của mình nhưng riết rồi thành thói quen của... những người nghèo. Nhiều người uống rượu để mong "tửu phá thành sầu", còn chàng thì mượn rượu vô, lời ra để chửi cuộc đời cho hả giận. Tớp rượu vào, Bùi tha hồ nói ngông nói cuồng, nói gà nói dê. Thiên hạ chỉ việc bu tới nghe, là hai tròng mắt đỏ ngầu của Bùi càng hực lên như hai cục than nóng. Người say cứ nhất định cho mình tỉnh và cười lũ nhân thế đang khật khưởng múa rối trong gánh xiệc lớn cuộc đời. Khi say, người ta thường trung thực với lòng mình nhất nên khi nghe Bùi nói, còn ai muốn cãi. Của không tội người đàn ông vốn thích im lặng và câm nín. Chỉ khi môi chàng đã mềm bóng đi vì chất rượu ngấm, có một nỗi gì căm hờn dồn nén trong chàng bỗng gào lên như điên loạn. Vũng mắt cay đỏ của chàng hốt dưng trừng trừng, dáng người thất thần vùng lên trong hơi thở hổn hển và chàng bắt đầu cuộc mắng mỏ nguyền rủa đời sống bằng sự chửi đổng một mình trước nhất. Chàng có lối nói chuyện rất bi hài và lúc nào cũng bấm đúng tầng số thương hại của người đối diện. Niềm đau là của chàng, chính con người hư hoại vỡ tan trong chàng đã phải sống và chết đi như thế từng ngày. Hình như không lúc nào lòng chàng thôi nung đốt những xót xa ray rứt. Lâu lâu bàn tay vàng ám thuốc của chàng đấm mạnh xuống bàn làm người đàn bà chủ quán muốn vỡ tim. Phản ứng của Bùi là thứ chất nổ âm ỉ của tuyệt vọng, vỡ bùng trong não bộ. Mọi người xung quanh tội nghiệp chàng. Người chủ quán để chàng uống thiếu nợ dài

dài. Lâu lâu có thằng bạn tử tế ở Mỹ gửi cho chàng gói bưu phẩm nhỏ, chàng nhũn nhặn mang đến thanh toán ngay. Và những ngày sau đó đói rách chàng lại cúi đầu mượn nợ tiếp. Riết rồi lối uống rượu kiểu tài tử gặp thì uống, không thì thôi của Bùi bỗng bị con sâu rượu đục khoét lục phủ ngũ tạng lúc nào không hay. Ở đây hình như cách độc nhất tiêu sầu là chuốc rượu vào để quên đời, quên ngày tháng. Bùi nhìn những nét quầng thâm trên khuôn mặt mất ngủ của người đàn bà cô độc:

- Không phải tôi hỏi mấy thằng bạn nghiện ngập của tôi đâu chị, mà là cái thằng nghiện xoàng lâu lâu vẫn dở hơi vác cây cọ đến đây loay hoay vẽ vài ba nét về chị đó.

Người đàn bà hơi chết lặng một hồi trong những cảm giác xao xuyến không tên:

- À... cậu Đinh đó phải không? Tôi cũng định hỏi anh mấy lâu nay không biết cậu ta ở xó xỉnh nào. Thậm chí còn bỏ cả công việc ở sở Văn Hóa Thông Tin Thành Phố thì không biết làm gì để sống.

Bùi hơi ngạc nhiên:

- Sao chị biết hắn ta đã bỏ ngang xương chỗ làm đó? Ờ thì ít ra cũng còn một cái gì làm để mà sống chứ...

Một giọng cười lạnh lẽo:

- Ừ, hôm trước tình cờ đi nghe lại chương trình độc diễn của tên nhạc sĩ bạn dạo xưa ở gần nhà tôi đó. Gặp anh ta tôi có hỏi về cậu ấy vì biết họ vẫn là bạn bè với nhau. Chà, lâu ngày mới nghe được một đêm nhạc chết người như vậy, toàn là những bài nhạc thời xưa không à. Nghĩ cũng buồn cười, ông nhạc sĩ lúc này lại chán làm nhạc, xoay ra chơi cọ. Làm nghệ sĩ mà cứ phải ngửa tay nhận bất kỳ một ân huệ chức phận gì của chính quyền là hỏng hết.

Bùi gật đầu:

- Chị nói chắc đúng. Biết đâu vì lý do tương tự nên thằng Đinh bỏ công việc cọ kiếc gì của nó. Những nét cọ, màu sắc hay đường nét của hắn ta trên khung vải căng, tôi thấy bây giờ không còn là của hắn. Vẫn có một cái gì đó sai lệch với điều hắn muốn kiếm tìm. Vì thế, hắn chỉ có thể phác họa tài tình trong đầu mà không thể vẽ ra. Người ta vẫn bắt hắn vẽ những cái hắn muốn vứt đi và sai lạc với bức chân dung thật của đời sống.

- Anh muốn nói ngay cả "ngôn ngữ vẽ" cũng có điều gì đó bất trung với tư tưởng? Một họa sĩ có trái tim muốn pha đúng màu, họa đúng nét hình ảnh tang thương của quê hương đã không dễ gì ngồi yên vẽ mà không bị những mũi dùi xuyên tạc. Hỏi làm sao những nét cọ của họ không khác đi, không còn là của họ. Tệ hại hơn nếu phải cầm cọ dằn cái bao tử. Ừ thì cứ vẽ những tấm biểu ngữ trùng trùng những thông điệp, trang trí những tấm biển của những cửa tiệm chạp phô... Nghệ thuật đếch gì nữa.

- Tôi thì cứ thấy thà phải chạy ngược chạy xuôi kiếm sống hơn là ngồi làm một công việc nhàn nhã mình vốn ưa thích, lại bị người khác chà đạp hay dùng nó làm công cụ một cách phi lý.

Chàng vừa nói vừa nhớ đến nét mặt phong trần và mái tóc đã ngập tràn sương muối của Đinh mới đây, lúc ngồi chuyện trò trên chiếc ghế bố ọp ẹp trong căn nhà thuê tồi tàn của chàng. Đinh đó, Đinh gầy ốm hôm nào tạt vào quán thấy chàng tợp "nước mắt quê hương" vào nói ngan, nói ngỗng đã lên giọng:

- Thời buổi này kiểu thi sĩ loại "trí thức tiến bộ" như ông ăn nói không giữ trước giữ sau, coi chừng ngồi đếm lịch mệt nghỉ.

Đinh càng lên giọng thầy đời, Bùi càng lè nhè trong men rượu. Sau đó, Đinh phải kéo ngay Bùi về và suốt dọc đường Đinh vẫn không tài nào giữ Bùi câm miệng được. Bây giờ không biết Đinh đã bỏ đi đâu biệt tăm. Cứ tưởng vài ngày hắn lại phải tạt ngang quán thăm hỏi người đàn bà. Chồng nàng đã chết ở trong tù mà những lúc buồn buồn, người đàn bà đã thú nhận lòng căm phẫn với thứ đồng loại mà theo nàng "đã cướp mất hương hơi của cuộc sống tôi". Hình như Đinh và nàng phải lòng nhau. Bùi chỉ mơ hồ cảm thấy người đàn bà muốn tìm đến với Đinh như tấp vào một bến bờ khuây khỏa. Không phải vì biên giới cách biệt tuổi tác giữa Đinh và người đàn bà có vẻ lớn tuổi hơn. Có lẽ với Đinh và niềm khát khao cũng chỉ vụt đến như thoáng lửa rực cháy, rồi chỉ còn lại những cảm xúc ngậm ngùi cho nhau. Hình như không là tình yêu, Bùi nghĩ, mà cả hai không chừng chỉ coi những phút giây của họ là những phút lay động mong manh. Thảo nào Đinh đi đâu, ra sao, người đàn bà cũng ngu ngơ không được rõ. Thì đời sống ở đây vốn vậy, cứ nhắm mắt lại tạm bợ và phó mặc ngày mai. Tự nhiên Bùi thấy dáng điệu hay cười buồn và thích vuốt ngược mấy lọn tóc rối ra sau của người đàn bà vừa nhỏ nhoi, vừa tội nghiệp sao đâu. Chàng vừa bước nhanh ra cửa vừa nói:

- Thôi tôi đi nghe chị, đi "lôi đầu" thằng Đinh về đây cho chị hỏi tội. Khi không rồi đi mất đất không ai hay.

oOo

Bùi lết phơ phất như gã thi sĩ điên điên rồ rồ đi tìm cảm hứng qua những con phố hẹp. Cơn mộng du suốt từ đêm qua vẫn còn lưu giữ mãi.

Trên cao, màu trời trắng đục và những hàng cây vẫn xanh xao nằm im chờ gió. Nắng vàng lấp lánh thứ mặt trời buổi trưa làm Bùi hơi nhíu mắt lại. Ngang qua công viên "Chiến Thắng" (ôi cái tên gọi làm Bùi không dưng đưa tay lên cố dằn lại cơn ho ở ngực), Bùi lại nghe thấy tiếng thở dài xót xa của con đường. Bùi hình dung ra trước mắt Sài Gòn về đêm, rách nát trong những mời mọc hư hao của trăm ngàn môi cười đĩ thõa. Công viên Chiến Thắng, công viên An Lạc, công viên trước hội trường Hòa Bình...; theo bạn bè của Bùi cho biết là những ổ nhện không biết từ kiếp nào đến "giăng tơ". Bùi đớn đau khi nhận ra thực tế rõ ràng Sài Gòn xưa của Bùi bây giờ là những con bệnh, những bóng ma lây lất không còn một chỗ đứng ở trần gian. Chàng cũng vậy, chàng lúc này có khác gì một cái xác không hồn, một cái xác héo cằn như chiếc lá quạnh hiu bên đường. Đôi lúc trong những cơn say nhờ nhợ, chàng muốn véo vào người rõ đau để tỉnh lại. Nhưng rồi chàng lại tự hỏi để làm gì, để nhận ra chính con người bải hoải tan hoang của mình ích gì chứ. Tháng ngày lại tiếp nối rã rời, chàng thật tình muốn mọi sự phải chấm dứt ngay tức khắc. Chấm dứt để bắt đầu lại, thật mau. Chàng cảm thấy mình không thể gắng gượng được mãi. Rượu, rượu đâu, chàng thèm rượu. Không phải chỉ thèm một vài ngụm là đủ. Rượu càng cay nóng, càng nhiều càng tốt. Như thế Bùi chỉ có thể đốt được đời chàng qua cơn say mịt mùng. Ít ra Bùi nghĩ nó có thể giúp chàng phá hủy được nỗi lạnh lẽo trong lòng chàng.

Nghĩ là làm. Nghĩ gì còn lơ là được, nghĩ đến cuộc chén là không thể nhịn được. Ý nghĩ đi kiếm Đinh dĩ nhiên bị bỏ ngang xương.

Cuối cùng Bùi cũng có duyên gặp Đinh trong lúc chàng đang nghiêng ngửa trời đất. Vừa đưa chai rượu lên tu, Bùi thấy Đinh hối hả bước vào căn gác thuê tồi tàn của chàng với một người đàn ông lớn tuổi hơn:

- Bố mày, lại say nữa rồi!

Bùi giương hai mắt đỏ ngầu, với bờ môi đã mềm bóng:

- Say được đã là may. Rượu đâu có đủ cho tao uống, mày. Ông đi đâu bây giờ mới vác xác về?

- Thì bây giờ mới nhớ mày, ông bò về thăm không được sao bố?

- Cái thằng cầu bơ cầu bất như mày, tao hơi sức nào lo. Có điều cái điệu này nhỡ có hôm ông mày chết... chắc mày cũng đếch biết.

- Mày mà chết gì nổi, mạng mày to lắm. Người ta ngộ rượu độc chết cả đống, mày uống rượu dài dài vẫn phây phây. Mà này, tao có cái này hay lắm muốn giới thiệu cho mày.

- Gái? Bộ mày muốn giới thiệu "ghệ" cho tao? Đừng nghĩ làm như thế thằng này sẽ chịu khó tu chỉnh lại. Tao chán gái lắm rồi, người tình của tao là rượu, rượu. Gái, những người con gái Việt Nam da vàng bây giờ mọc rần rần, nhan nhản khắp nơi mần chuyện "bán buôn", mày không thấy nản sao?

Bùi ngừng lại ực một hơi, lấy tay chỉ thẳng vào mặt người đàn ông xa lạ Đinh vừa dẫn vào như một động tác tập bơi và lú lấp:

- À thì ra ông bạn mày vác về đây làm ma cô hay anh hùng hộ tống của động chứa à?

Đinh không uống rượu nhưng lại bắt đầu đỏ mặt:

- Ấy, mày lại nói nhảm rồi. Người tao muốn giới thiệu với mày là anh Tùng, giám đốc nhà xuất bản Văn Học cơ sở tại Sài Gòn.

Bùi cười rú lên:

- Chết... hụt ông rồi, vậy mà cứ tưởng anh cán bộ nào đến đây làm khó dễ vụ đăng ký các sách của ông còn nằm trong kho chứ. À... à, tôi nói đùa vậy thôi. Có phải đồng chí này làm ở sở Thông Tin Văn Hóa với mày không Đinh?

Gã đàn ông nói lắp bắp, khuôn mặt khẩn khoản thất vọng y như khi đứng trước chồng bản thảo thơ Xuân Diệu sau 1945:

- Không, tôi không làm ở sở Thông Tin Văn Hóa đâu. Tôi gặp họa sĩ Đinh trong một buổi đại hội văn nghệ thành phố và được biết anh Đinh là bạn thân của anh. Vào Nam, tôi vốn thích đọc những tác phẩm của anh...

Đinh nói chen vào:

- "Moa" đi dự đại hội với tư cách thân hào nhân sĩ. Nghĩ rằng "toa" không buồn đi nên "moa" đã không về kéo "toa" đi.

Bùi đã có vẻ say mềm người:

- Cám ơn đồng chí. Chắc đồng chí lượm sách tớ ở những chợ trời, vỉa hè... chứ gì? Những tác phẩm được thích, quý hay không quý sau vụ ba hủy 78 thì cũng làm một đường lả lướt đi viếng lăng bác Hồ hết rồi. Giống như những tờ giấy vàng bạc người ta đốt cúng vậy đó. Sách gì cũng bị gán ghép cái nhãn hiệu phản động, đồi trụy, lạc hậu... đồng chí không thấy sao?

Gã giám đốc cười giả lả:

- Từ ngày cách mạng vào, đồng bào Bắc Nam gì cũng đổ xô đi mua "sách lạ" đọc. Sách báo vẫn là món ăn tinh thần quý báu nhất đó chứ. Càng có độc giả, các nhà xuất bản mới không bị làm ăn lỗ lã và chính quyền không còn nhúng tay vào bao cấp nữa. Tôi nghĩ anh được xem là nhà thơ tiêu biểu nhất của miền Nam. Nhưng tôi đến đây yêu cầu anh dịch một vài danh tác Pháp hoặc Anh. Tôi biết anh cũng có khả năng làm việc này và chúng tôi đang muốn in sách dịch nhiều hơn.

Đinh quay sang nháy mắt Bùi, ngỏ ý nhắc khéo thái độ lừng khừng của bạn. Dù sao Tùng cũng là "con mồng béo" trước mắt nhìn của Đinh.

- Mày là thi sĩ, lại giỏi tiếng Anh và Pháp nên mày sẽ là người dịch có hồn nhất những tác phẩm Tây phương. Được làm dịch giả cũng là đỡ tủi rồi.

Bùi cười khẩy, môi cười méo xẹo:

- Thôi tao cám ơn mày, cám ơn đã có công nhắc cho tao biết... tao là cái thằng "mần thơ". Thi sĩ hay "thi sỡi" thì chẳng có là cái đếch gì hết nếu hồn nó có mọc cánh bay mà ngòi bút cứ phải bị đằng này đằng kia níu giữ, nhốt kín lại trong một son lồng hạn hẹp. À lại tưởng mày hiểu ông hơn ai hết. Ông say sưa cả ngày, thậm chí ngòi bút của ông cũng ngủ say luôn. Vậy mà bây giờ...

Bùi nghẹn giọng một hồi vì chất rượu cay hay một điều gì ấm ức đè nặng cổ chàng. Hai mắt càng lúc càng đỏ ngầu của Bùi vẫn nhìn lơ láo vào khoảng không trước mặt. Và bất chợt, cái nhìn lạc thần bắt đầu chuyển dần qua phía gã đàn ông đang ngồi cầu tài. Bùi nói nhờ nhợ, khàn đục:

- Cũng có nghĩa... "rằng thì là mà" cảm ơn nhã ý của đồng chí, nhưng tôi mệt mỏi lắm rồi. Tôi chỉ muốn được hồn nhiên... thơ.

Bất chợt chàng nhớ đến gã thi sĩ bạn chàng đang để hồn thơ bay theo... "tóc người" ở vỉa hè Sài Gòn. Ậy, phải hành nghề hớt tóc để sống không biết thi sĩ họ Phạm này có còn nghĩ đến cuốn sử ký Việt Nam định ghi lại bằng những dòng thơ bất tận?

Nghĩ đến thơ với... thẩn, hình như Bùi cầm lòng không đậu. Sẵn dịp cơn say đang lúy túy trong đầu chàng, Bùi đứng lên chuệnh choạng:

- Ôi thôi mấy ông ơi, để yên tôi rượu vô, thơ ra cho mấy ông nghe coi còn đặng hơn ba vụ tham khảo dịch thuật này. Mấy ông muốn bài thơ "lấy liền" không thì nghe đây:

Hề đất hề trời đâu tri âm
Không ai tỉnh táo mời đối ẩm
Thôi ta đành cụng cùng với bóng
Lắc lư sầu mộng ôi non sông!
Hề chi mây trắng cũng bạc lòng
Chẳng ai tốt bụng rủ ta ngồi
Giấc mơ ghì siết dây thòng lọng
Đời chỉ mình ta đứng chơi thôi. (1)

Bùi định ngâm nga dai dẳng nhưng Đinh đưa tay dán môi chàng và nói như phân bua với gã đàn ông:

- Thôi say quá rồi, đi ngủ đi. Mai tỉnh ra uống tiếp rồi lại làm ngâm sĩ.

Bùi vẫn lè nhè trong cuống họng:

- "*Tôi say anh có tỉnh gì đâu*". Mà bậy, tao đâu có say. Mày qua quán "Thiên Đỉnh" bảo con đào mày cho tao vài xị nữa. Tao là Kiều Phong uống rượu đâu biết say, mậy.

Đinh nghe Bùi nhắc đến nữ chủ quán "Thiên Đỉnh", chàng hơi nhói lòng. Cứ cuốn nhau đi trong cơn lốc bão bùng hôm nay và mặc cho ngày mai, vì làm sao người đàn bà dang dở đó có thể chạy theo bão tố bất thường của hồn chàng. Mọi vật xung quanh có vẻ đang quay mòng. Hình như Bùi không còn nhìn thấy rõ ràng, nhưng Bùi cũng mơ hồ tìm ra trong ánh mắt Đinh một chút gì bất ổn. Mà không, chính Đinh cũng vừa nói thật ra:

- Bố khỉ, mày lại nhắc đến người đàn bà đó. Lại cứ ký đủ giấy nợ với cô ta rồi lại còn kéo tao vào nữa. Để nàng yên và tao cũng quên đi chuyện cũ là xong. Một giải pháp thẳng đuột trơn tru, cứ để tao không đến gặp nàng nữa là xong. Nàng phải làm lại cuộc đời với ai khác hơn cái thằng lêu bêu như tao chứ.

Hai mắt Bùi nay đã quá lạc thần:

- Quên, lúc nào mày cũng tưởng quên đi chuyện cũ là xong. Như tao đây, tao uống rượu để quên chứ gì. Quên đời bất lực, quên mình thân bại danh liệt, quên bạn bè như mày thân tàn ma dại v.v... Mày tưởng tao quên được sao chứ? Còn chuyện tình của mày và người đàn bà làm tao tưởng tượng đến câu nói: "Tôi uống rượu để quên nhưng than ôi khi tôi say, tôi lại thấy em vạn lần". Cứ cái điệu đó thì tao có thể chế một câu na ná như vầy: "Tao uống rượu để quên và nếu tao có thể quên được trong cơn say thì khi tỉnh ra, tao lại phải nhớ đến điều mình muốn quên vạn, vạn lần..." Mày không thấy cuộc say của loại người ngợm như tao sao?

Đinh lắc đầu nhìn Bùi say khướt, cùng bắt gặp người đàn ông đang quay về phía Bùi. Cũng lắc đầu! Những cái lắc đầu vẫn thấy quanh đời sống nơi đây. Và hình như ai cũng chờ để được gật đầu trước những cái chết của những con chuột đang lan truyền... dịch hạch thời đại.

Nguyễn Thị Thanh Bình

[1] Thơ tác giả.

TN

ĐẶNG KIM CÔN

BIẾT KHÓC CÙNG AI

Không! Không thể nào. Bà Châu cắn chặt răng giữ cho đôi môi khỏi rung lên, nhưng không thể giữ được đôi mắt bất chợt đỏ lên, bất chợt nhòa đi vì nước mắt không muốn tràn ra khỏi mắt. Có thể nào thế này, Không phải là lần đầu, những mảnh giấy cháy sém có khi còn sót lại một vài chữ không đầu không đuôi trước mộ ông Châu cứ múa may trong đầu bà. Ai thế này? Thật quá đáng, hôm nay mấy mảnh giấy lại nhởn nhơ khiêu khích bà với mấy chữ còn lại nhiều hơn, với mấy câu thơ đứt đoạn bà có thể đọc được. "Không có anh em biết khóc với ai, không có anh..." Bà bóp nát mấy mảnh giấy cháy dở, khô khốc trong tay, em có thể giữ như một chứng từ để truy vấn anh, nhưng... Bà trào nước mắt nhớ, chồng em không còn nữa, có đào mồ lên thì anh cũng có nói được gì đâu, mà em biết anh phải biết họ là ai. Không phải một lần và cũng không phải một người mà bà tin là họ biết bà, quen hay không thì chưa chắc, nhưng bà tin người ta cố tránh né bà, bà nghĩ có khi bà đến nghĩa trang thì người ta cũng đang lảng vảng đâu quanh đó. Bà đảo mắt quanh một vòng nghĩa trang, chỉ có cái mênh mông tịch mịch trộn với màu nắng vàng và hơi gió se lạnh quen thuộc, ngoại trừ mấy nhân công chăm sóc nghĩa trang đang gánh nước đi lui đi tới, có những người đi thăm mộ như bà, đang lúi cúi thắp nhang, quỳ lạy, bà không thấy ai đáng nghi ngờ.

Sao anh không nói gì với em? Mấy người đó ở đâu ra vậy? Có phải em yêu anh nghĩa là ai cũng có thể yêu anh? Mà... điều em muốn biết là, anh? Vợ chồng vẫn hằng bên nhau từng giờ, đã bao giờ em nghe anh nói gì về một người nào, vậy anh thế nào với họ? Em rối quá, lẩn quẩn bao nhiêu là đống tơ vò trong đầu. Em phải làm sao để biết họ là ai? Họ biết em, nghĩa là nếu lỡ họ thấp thoáng thấy bóng em là họ né đi nơi khác, em có ở bên mộ anh cả ngày cũng thế thôi. Đã nhiều lần bà bỏ cái thú đi tắm biển sáng sớm để ra thăm mộ thay vì chiều chiều, chính là muốn bắt gặp ai đó có khi nào canh lúc khó có thể có bà Châu nhất, đã len lén đến đây không, nhưng tuyệt nhiên lần nào thì bà cũng gặp một nghĩa trang vắng như... sáng sớm!

Đã nhiều năm bà Châu không về Việt Nam, chỉ là vì, ngoài việc phải chăm sóc ông Châu bệnh, một chứng bệnh sống không được chết không xong, cứ dây dưa kéo dài, bà còn phải tuần ba bữa mất hàng giờ đưa đón ông đi bệnh viện lọc thận. Ai ở gần ông mới biết ông sống khó khăn thế nào.

Ngoại trừ những lúc phải đi cấp cứu thập tử nhất sinh do mấy ngày phòng lọc thận bị mất điện, thì nói chung ông Châu không phải liệt giường hay yếu ớt đến nỗi phiền hà bà nhiều, bữa nào ói mửa ăn không vô thì cứ nhịn đói bữa đó, đêm nào đau nhức ê ẩm trằn trọc không ngủ được thì cứ thức đến sáng. Vợ có thể giúp chứ không thể đỡ, gì thì gánh được chứ còn bịnh thì đúng là trời kêu ai nấy dạ.

Qua những đêm mê mệt ấy, nhất là cái đêm sau buổi đi chạy thận về, thì ngày hôm sau ông vẫn tỉnh táo đi đứng nói cười. Niềm vui mỗi ngày của ông là trà, cà phê, ôm máy vi tính trên giường gõ này gõ kia bên cạnh bà.

Cứ vậy, bà không thể rời ông một ngày đi đâu khỏi thành phố. Một buổi thì có, hoặc đi chợ, hoặc lúc đưa ông đến phòng lọc thận rồi bà về nhà. Cũng có lúc nửa đêm nửa hôm ông làm bà kinh hoàng bởi những cơn đau ngực, khó thở hết chịu nổi, nhưng ngoài vài lần phải chở đi cấp cứu còn đa số thì ông bảo ông chịu được, rồi cũng qua. Không thể rời ông, mà dưới mắt mọi người, bạn bè và gia đình đều nói với nhau, cái gì làm nên lòng thương yêu lạ lùng không giống như nhiều đôi vợ chồng (hay tình nhân) khác. Nói chung, quên chuyện bệnh đau đi, tình cảm hai vợ chồng vẫn nồng nàn khăng khít như... ban đầu.

Bà đã quen với những lần ông chết ở phòng cấp cứu, mắt trợn ngược mặt trắng bệch, hơi thở lặn đâu thật sâu, bác sĩ phải làm việc tích cực mới giành được ông từ tay tử thần, bà nghĩ, cứ đều đều vài tháng lại vào cấp cứu chết một lần thì chuyện phải tới sẽ không còn xa mấy, không còn lạ mấy. Rồi ông sẽ không còn bên bà, nhưng bà tin bà vẫn có ông. Bà nghĩ sẽ không khóc, bà vẫn thường nói với ông, không có anh, em không ở Mỹ nữa, em về Việt Nam, ngày ngày em ra nghĩa trang chơi với anh, kể anh nghe chuyện này nọ, ở đó có khi em cũng sẽ gặp nhiều bạn bè mình.

Không ai thấy bà khóc, dù là lúc hạ huyệt nhiều người đã không cầm được nước mắt. Nhưng bây giờ, bà không còn phải thức khuya dậy sớm, phải canh giờ giấc nấu nướng hay đưa đón ông, bà thấy lẻ loi cô quạnh quá. Cái hạnh phúc thường ngày được chăm sóc ông, được kể ông nghe chuyện con cháu, chuyện những giấc mơ đã thôi không còn nữa, Bà khóc! Bà khóc những lúc một mình, chưa biết bao giờ mới nguôi ngoai được, còn bây giờ, bà phải đối diện với những trắng đêm thao thức. Không biết tại nhớ ông hay tại không quen bỗng dưng nằm một mình. Chắc cả hai.

Những lần về Việt Nam cùng ông, bạn bè mời mọc rủ rê đi chơi nơi này chỗ nọ, hoặc trà dư tửu hậu gì hai người cũng có nhau, đống hình ảnh ông chụp mấy chục năm mặn nồng bà để chúng nằm lặng thinh trong laptop, trong những album bà không dám nhìn đến. Em có thể nào rộng lượng để thôi thì, đàng nào anh cũng không còn nữa, có người lui tới với anh nghĩa là em có thêm bạn bè, nghĩa là nếu ngày nào em có việc gì đó phải rời thành phố này, thì cũng sẽ có người nhang khói nơi mộ phần anh? Không, như vậy là em đã mặc nhiên chấp nhận họ chung chồng với em, nấm mồ yêu thương thiêng liêng này không còn là nơi riêng tư để em chia sẻ cùng anh những buồn vui trong những tháng ngày còn lại hắt hiu lạnh lùng này!

Bà nối thêm mấy nén nhang, lại khóc, anh có giận em không nếu em lăn đùng ra gào la thật to trước bia mộ anh? Cả đời anh có thấy em biết làm vậy bao giờ, mà sao? Còn may, chắc tại không có vòng tay anh để em ngất xỉu!

Đặng Kim Côn

TRẦN THANH NGỌC

GIỮ TRỌN CÂU THỀ (1)

Người đi từ Bến Nhà Rồng
Băng qua Khánh Hội ra Sông Nhà Bè
Một ngày vào cuối tháng tư
Tàu ra biển lớn, không về Đồng Nai

Nhà Bè nước chảy chia hai (2)
Đôi ta còn biết có ngày gặp nhau
Lục bình theo nước về đâu
Mà màu hoa tím để sầu lại đây

Nhà mình ở tận miền Tây
Cũng dòng sông với hàng cây ven bờ
Nhớ em cùng với con thơ
Cả năm chưa gặp, bây giờ ra sao?

Tàu xa bến cảng đi mau
Có ai đang khóc, mắt sâu u buồn
Nhìn sông nước chảy miên man
Người đi mang cả quê hương với mình

Chiều mưa trắng phủ hồn anh
Tàu ra tới biển lòng thêm bồi hồi
Thuyền ghe lui tới ngược xuôi
Bước sang ghe nhỏ, sóng trôi vô bờ

Anh xin giữ trọn câu thề
Dù sông rẽ nhánh, đường quê đâu còn
Trên cao mây xám mịt mùng
Đói no ấm lạnh ta cùng có nhau

(1) *Xin viết cho những người đã lên tàu di tản cuối tháng 4/1975, nhưng đã xuống tàu quay trở về, vì không thể bỏ gia đình ở lại mà đi một mình*

(2) *Ca dao*

NGUYÊN BÌNH

SƯƠNG KHÓI

Nàng là sương là khói
Sương ban mai lãng đãng ở bên đời
Cọng khói mơ hồ cuối buổi chiều rơi
Tôi hoang phế tay trơn sao nắm giữ?

Tôi mộng du từng bước mòn lữ thứ
Đi kiếm tìm lời hẹn ước chân mây
Giam hồn tôi như một kẻ lưu đày
Vào ánh mắt nụ cười trong veo ấy.

Gần suốt đời tôi vẫn chưa tìm thấy
Cả trong mơ vời vợi những đêm buồn
Chưa nụ cười nào dấu ái đáng yêu hơn
Hôm bắt gặp bóng hình người xa thẳm.

Em hãy dịu dàng yêu kiều thầm lặng
Tôi sẽ trao thơ đến tận muôn đời
Tôi sẽ trao vụn vỡ nụ hồn tôi
Khi người bỗng loãng tan thành sương khói. ■

NP PHAN

Chắc Gì...

chắc gì trời đã mưa đâu
mà em đã vội che đầu, nghiêng vai
chắc gì hoa nở chiều nay
mà ta ngồi đợi bóng dài mái hiên

chắc gì có xứ thần tiên
một mùa cổ tích, một miền hư không
chắc gì suối sẽ rời sông
gió kia rời bỏ cánh đồng cô đơn

chắc gì không nhạt màu son
khi không hoa lá dỗi hờn làm chi
chắc gì khi bước chân đi
một mai ta lại được về chốn xưa? ■

TRẦN VẠN GIÃ

THƠ 4 CÂU

HOÀNG HÔN

Hoàng hôn trên đỉnh phù vân
Ta đi mà lạc dấu chân phiêu bồng
Đường đời thẳng thẳng cong cong
Cong cong thẳng thẳng như mông gái...

CUỐC ĐẤT

Lên rừng cuốc đất với ba
Cuốc sâu vào cõi ta bà mà ghê
Núi sông còn đó lời thề
Ba nằm bó gối biết về nơi đâu.

CHỤM LỬA

Ngồi nhìn bếp lửa mà thương
Ngún trong ngọn khói vô thường trong ta
Bây giờ ta mới ngộ ra
Cái danh thua mắm chấm cà dái dê.

THẾ THÔI

Tôi đi trong cõi người ta
Phía sau những sắc lụa là níu tay
Và tôi cứ thả thơ bay
Mọi ngày rồi cũng một ngày. Thế thôi.

HỎI

Ngồi buồn đếm những lá bay
Lá bay chầm chậm cho dày vô minh
Tôi ơi tôi hỏi chính mình
Bao nhiêu người sống thật tình với nhau.

MẸ

Mẹ trồng từng luống khoai lang
Nuôi con côi cút họ hàng mấy ai
Đường Truông những giọt sương mai
Trắng trên tóc mẹ ơn dài thiên thu. ■

PHẠM MINH HIÊN
CUỘC ĐỜI VÀ SỐ PHẬN

Gởi Cố nhân

Em chẳng phải dòng sông
Ngày đêm dào dạt sóng
Em chẳng là biển rộng
Vẫn xôn xao vỗ bờ

Em chẳng phải bến chờ
Mà mênh mông xao xuyến
Khi thuyền anh lướt qua
Tim em hoài rung động

Em cũng luôn sóng dội
Khi bão giông quay cuồng
Em bôn ba ngàn phương
Làm mọi điều ước muốn

Để anh được thảnh thơi
Ươm mầm đời vui khỏe
Gieo hạt giống xanh tươi
Tương lai ngời sắc thắm

Thế mà sao anh ơi...!
Anh rời xa cõi thế
Thành cố nhân mất rồi
Bỏ em, đời cô lẻ

Ơi! Anh ơi!
Anh ơi! ■

(Xuân Hòa - Phúc Yên - Hà Nội)

NGUYỄN NGỌC HẠNH

CHẠM CỐC

Rót đêm vào cốc rượu này
Biết đâu trời đất cũng say như mình
Say từ tự ngã vô minh
Từ trong lục dục thất tình đa đoan

Rót vào tôi chén rượu tràn
Xin nâng ly với hàm oan đời này
Mê lầm một kiếp ai hay
Rót vào đêm chuốc lấy ngày chẳng yên

Rót tôi vào chén rượu thiền
Mong giũ sạch mọi ưu phiền thế gian
Cạn đời hệ luỵ đa mang
Cạn tôi trong chén đạo tràng vô ưu

Một mình say với mình thôi
Xác thân vô ngã có rồi lại không
Treo đời giữa chốn mông lung
Có gì đâu cõi vô thường mây bay

Tôi xin cạn chén rượu này
Rót vào đâu cũng trắng tay hết rồi
Thôi thà chạm cốc mình tôi
Biết đâu cạn chén hạ hồi tri âm...■

ĐỖ THƯỢNG THẾ

Cánh Hoa Mờ Tiếng

có lúc cánh mỏng khẽ rụng
và nhịp hương vừa hé
phố phường người xe nuốt chửng
mỗi sớm mai nghiêng như lưỡi dao mài
chà nghiến lên tiếng chim
và cành sương xanh thẫm
đời sống cuốn xoay
bỏ quên bao nhiêu lần mở môi run rẩy
nơi góc tường mùa xuân thức dậy
nụ đóa tinh tươm ánh nắng bàng hoàng
những chuyến bận rộn đến thản nhiên
bay theo mũi tên thời gian vun vút
bao ánh mắt đắm đuối cũng khép lại sắc tàn
rồi ném vào quên lãng
từng phấn hương
từng rực rỡ
giờ còn ai thắp nổi một vệt điệu đàng? ■

ĐỖ T. CÔNG

Người Hành Hương Nhưng Đánh Mất Quê Hương

Portomarín Portomarín* ai đi mà đợi
Ngôi làng già nua của cuộc hành trình
Những viên sỏi nằm trăm năm còn đó
Những sợi rong rêu rũ bóng đong đưa

Dòng sông đi qua bạt ngàn vẫn chảy
Rộng nghìn trùng bay mãi cánh chim
Tôm cá lững lờ theo bóng nhạn
Chiều buông mà người vẫn chưa về

Portomarín Portomarín qua không trở lại
Bóng mục du đơn độc trên đường
Những con suối chảy hoài không nghỉ
Chim trên rừng hót mãi không ngừng

Mỗi một bước hướng về phía trước
Qua những làng đợi cả ngàn năm
Tiếng gà gáy trưa tiếng chó sủa vang
Người hành hương nhưng đánh mất quê hương

Trên tháp chuông cổ buồn tiếng vọng
Những tượng đá xưa đứng cả thiên thu
Cây thánh giá chờ mưa với gió
Mờ trong sương mù một tiếng chuông ngân ■

(*) Làng Portomarín nằm trên đường hành hương đi Santiago, Tây Ban Nha. Làng có chừng 2.000 năm tuổi, đã bị ngập lụp tàn phá năm 1963. Hiện nay xây dựng lại, chỉ còn một số ít di tích cổ được dân làng giữ lại.

NGUYỄN HÀN CHUNG
Lời Kêu Cứu Của Một Nhà Thơ

Mắt này là mắt tôi
không phải mắt các ông
Tai này là tai tôi
không phải tai các bà
Óc này là óc tôi
không phải óc súc vật

Đừng bắt tôi nhìn
bằng mắt các ông
Đừng bắt tôi nghe
bằng tai các bà
Đừng bắt tôi bản năng
bằng óc thú vật

Van xin quyền uy
hãy để tôi nhìn
bằng mắt tôi
hãy để tôi nghe
bằng tai tôi
hãy để tôi biết ghét, yêu
bằng tim óc tôi

Tôi là con người
không phải robot ■

XUYÊN TRÀ

NHỮNG BÀI THƠ NGẮN

ĐỊNH NGHĨA

Cứ định nghĩa
Tình yêu như tiếng hót
Của muôn chim-không giải mã được lời
Người sẽ hiểu nỗi buồn khi hạnh phúc
Và mỉm cười lúc cùng tận đớn đau. Rơi...

LỜI

Không triết thuyết-chẳng giấu đời
Câu thơ vụng
Nói thay lời trái tim...

ĂN NĂN

Phận thơ trên ngọn còn tươi
Chờ mãn kiếp-chỉ phận người buồn thiu
Gió vi vu-thổi ngọn chiều
Âm binh pho tượng những điều ăn năn...

CHỜ NHAU

Hiu quạnh vào ra trong căn nhà trống vắng
Đứng trước bàn thờ sao muốn khóc em ơi!
Anh không biết sẽ mai này về đâu nữa
Có chờ nhau? Theo cát bụi gặp bên trời...

NHẪN

Tôi xuống nước
Để lửa hờn kia lụi tắt
Xin người đừng
Khánh tận một đường gươm...

BÍ MẬT

Mượn phải trả là điều ai cũng biết
Tình vay em sao chẳng một xu lời?
Về ẩn mật chốn nơi nào em chẳng biết
Nước mắt kia tự nguyện nói thay lời

Như con hến khi chết rồi. Mở miệng
Làm sao người hiểu được tiếng vô thanh
Ruột đã héo. Lớp vỏ dày câm lặng
Nguồn cơn kia. Bí sử giữa hoàng thành...

MỆNH LỆNH

Cái không có
Đã có rồi
Cái còn thiếu
Vẫn nằm ngồi cùng ta
Cái ở gần
Cái rất xa
Nghe mệnh lệnh:
Một. Hai. Ba. Lên đường.

SÁM HỐI

Sao không giọt nước tràn ly? Để:
Bật khóc cho lành một vết thương
Máu còn nghi hoặc âm thầm chảy
Có đủ phai nhòa một sắc hương

Mưa về tắm gội cây oan nghiệt
Thân xác tôi chờ ai khởi tâm?
Nhờ em độ lượng từ tâm Phật
Linh nghiệm: Tan. Quên. Những lỗi lầm... ■

THANH TRẮC NGUYỄN VĂN

ĐÊM

Hình như đông qua cửa...
Lạnh tím màu hoàng hôn
Cánh chim nào bay vội
Tiếng kêu như không hồn.

Hình như ai qua cửa...
Hái thả chùm sao khuya
Màn đêm vừa rụng vỡ
Giọt nhớ nhung xa lìa.

Hình như em qua cửa...
Hát vọng khúc tình ca
Trăm năm rồi cũng gặp
Một tình yêu không xa...

Hình như mưa qua cửa...
Rải lạnh dòng sông trăng
Con thuyền không bến đỗ
Chở nụ cười giá băng.

Hình như ta qua cửa...
Dần khuất vào mù sương
Ra đi tìm hạnh phúc
Mang nỗi đau vô thường.

Hình như xuân qua cửa...
Vẫy gọi ngày nắng lên
Địa đàng rồi sẽ nở
Những thảm hồng mông mênh. ■

NGUYỄN VĂN GIA

BA BÀI THƠ NGẮN

MÀU ĐẤT BÙN

Thơ đừng vàng cũng đừng thau
Chỉ mong thơ ấm một màu bùn non
Cho sen có chỗ sống còn
Lúa thì con gái trên đồng lại xanh
Thơ đừng thau thơ đừng vàng
Ước gì thơ cứ dịu dàng như sương
Sáng chiều san sẻ yêu thương
Trần gian khổ lụy thơ không là gì.

SÁO RỖNG HƯ VÔ

Ly úp ngược làm sao rót được nước
Làm sao đánh thức được đứa ngủ giả vờ
Lòng đã khép - lũy thành giăng sau trước
Lời chân tình cũng thành sáo rỗng hư vô.

DIỄN KỊCH

Con ruồi bay qua
biết ngay ruồi đực hay ruồi cái
Là lối nói ngoa ngôn
chẳng rõ đúng sai
Thấy một kẻ tưởng mình khôn
đang ba hoa diễn kịch
Dẫu buồn lòng -
mình cũng sắm vai cùng diễn cho vui. ■

HUỲNH THÚC ĐĂNG

TRĂNG VỀ CỬA PHẬT

Xoay lưng
hơn nửa đời người
đường trần cũng tập
khóc
cười
như ai.
Xuân sang
đánh thức Cội mai
lại thêm một sợi
tóc phai
vô thường.

Giao thừa
thắp một nén hương
nhủ tâm bất biến
trên đường
nhục
vinh.
Trăng về
cửa Phật nghe kinh
ta mãi lêu lổng
vô minh đến giờ. ■

NGUYỄN TAM PHÙ SA

VIẾT TẶNG EM TÔI

Làm sao anh có thể vác sáo đứng giữa đường thổi ngược
nơi mẹ và chị sống nhờ vỉa hè bị mất nồi cơm
anh thương binh, trẻ cơ nhỡ bán vé số
em bán máu đưa con vào viện

Làm sao anh có thể làm ngơ trước đòn thù gậy gộc
những đứa trẻ thất thần chết điếng nhìn cha
một ngày của anh bằng 50 năm chờ đợi
em cũng gầy theo vận nước đau thương

Làm sao anh có thể viết thơ tình lúc này
nơi biển đảo đã bán sang hàng xóm
người nông dân vác ruộng chạy khắp đồng kêu- Nước
em mất chồng ngay khúc ngoặt đau thương

Làm sao anh có thể nói vu vơ những điều vô nghĩa
lịch sử ứ buồn, gương mặt tiền nhân méo mó
hồn vía Sơn Trà đang kêu khóc phía Hải Vân
em mãi loay hoay trước bài toán khó

Làm sao anh có thể đi một ngày hết con đường của mẹ
cha vẫn ngồi bó rọ giữ đường biên
gió cứ thổi và lũ cuồng xói rừng xanh hóa biển
em yêu anh thương khó bó rau dền

Làm sao anh có thể cầm nhang lạy cát
người chết vì Hoàng Sa-Gạc Ma bị lãng quên
từng lát cắt mỗi ngày đang rịn máu
em phân thân khâu vá mãi không lành

Làm sao? Biết làm sao nơi con đường tương lai mù mịt
Hai đứa mình tự cháy để soi nhau. ■

TRƯƠNG XUÂN MẪN

BÊN VỆ ĐƯỜNG

Bên vệ đường
Có cụ già
Đứng nhìn ngàn người qua
Đi qua ngàn người
Chẳng thèm ngó tới

Bên vệ đường
Có cụ già
Đứng rẩy run trong gió
Cơn gió rẩy run
Hạt bụi vô tình

Bên vệ đường
Có em bé đi rong
Không biết ngọn nguồn
Em đi về đâu
Trong khói chiều sương

Tôi một mình
Lớ ngớ lén nhìn
Trong gió cụ già
Cụ già trong gió
Co ro em bé
Em bé co ro
Hình tôi qua đó
Một mình lơ ngơ

Lơ ngơ trên đường
Nghe con ễnh ương
Khát gào mưa xuống
Tôi nhìn mưa tuôn ■

BÙI NGỌC TUẤN

VỌNG CỐ HƯƠNG

Trăng thanh đổi ánh nắng trời
Giọng quê đổi lấy tiếng người lạ tai
Còn nguyên thể phách hình hài
Sao nghe như thể hai đời, một thân

Đêm nghe súng trận vang ầm
Ngày trông nắng thắm hoa xuân ngỡ ngàng
Trông vời tám hướng bốn phương
Chẳng phương nào thấy quê hương thủa nào

Hỏi hoài đất thấp trời cao
Binh hùng tướng mạnh cớ sao tan tành ■

THIÊN DI SG

BẢN TÌNH CA MÙA VALENTINE

Trong khu vườn nơi hoa dại đung đưa
Nơi ánh nắng nhảy múa
Và cơn gió hát bài ca bất tận…
Trái tim nở đoá hoa dịu dàng

Một bản giao hưởng của đất trời rung trên chiếc vĩ cầm ánh sáng
Bức tranh được vẽ ra trong nền bình minh
Cho ngày Valentine ngọt ngào hạnh phúc

Những bông hoa thì thầm lời yêu đẹp nhất
Mỗi cánh hoa, một lời hứa,
Mỗi chiếc lá, một giấc mơ,
Khu vườn thơ em gieo hạt nhớ…

Như ngôi sao lấp lánh trong đêm, mơ mộng
Kể câu chuyện của đôi chúng mình
Khi những ngón tay đan vào nhau và thế giới biến mất
Trong vòng tay ấm áp chân tình

Valentine này dẫu chẳng bên nhau
Nhưng trong tim em anh luôn hiện diện
Một ánh sáng dịu dàng như ngọn lửa
Hai tâm hồn hòa quyện trong tình yêu. ■

BẢO GIANG

TÌNH MẸ

Kìa người mẹ ôm con nức nở,
Nước mắt dài chảy giữa rừng hoang.
Đôi tay gầy, lòng hơn biển cả,
Bà một đời vì nước vì con.

Tình của mẹ vượt ngàn dâu bể.
Dẫu thác ghềnh chẳng thể ngăn chia.
Bà quỳ xuống, đất trời rúng động,
Con ơi, mẹ đến đón con về.

Làng quê ta dẫu nghèo khó lắm,
Vẫn còn đây mảnh ván cho con.
Vẫn còn đây căn nhà mái lá,
Và còn đây tiếng hát ru con...
*

Mẹ nhớ ngày con vào cuộc thế,
Này tiếng khóc cho mẹ quên đau.
Quên đợi chờ, quên bao lo lắng,
Quên cả những ngày tháng cưu mang.

Kìa những đêm bên đèn trở giấc,
Đây cơn đau xé đứt ruột, gan.
Rồi ước nguyện cho ngày mau tới,
Để cả nhà nhìn thấy mặt con.

Mà trời rằng giờ còn chưa đến,
Cho con trẻ cất tiếng oa oa.
Mẹ lặng lẽ ôm thân chờ đợi,
Chờ nắng mới con được sinh ra.

*

Rồi một ngày hoan ca đã đến,
Con chào đời tiếng thét vươn cao.
Mẹ mở bừng hai con mắt đỏ,
Gắng nhìn sao cho tỏ mặt con.

Con ơi, này niềm vui nước mắt,
Của cả nhà nhỏ xuống bên con.
Mừng cho con và cho cha mẹ.
Mừng nhà ta trọn vẹn vuông tròn.

Rồi từ đây đợi con khôn lớn,
Con tập đi, tập đứng với đời.
Con biết cười, biết đùa với bạn,
Con tập nói, tập hỏi người thân.

Nhìn nắng mai vươn lên đỉnh núi,
Con tung tăng nhảy múa giữa nhà.
Cười với gió, vui đùa với nắng,
Con cất tiếng, hò hét ngân nga.

Lòng con trẻ như hoa mới nở.
Con bắt đầu đôi chữ ê a.
Cha đã mua cho con cuốn vở,
Mai nắng lên mẹ dẫn đến trường.

*

Rồi ngày đợi tháng chờ đã đến,
Con nhanh chân đếm bước trên đường.
Đây nhịp bước ngập ngừng trước cổng,
Kia ngọn cờ tiếng trống vang vang.

Con reo vui bước vào thế giới,
Ở đó là tình nước, tình người.
Ở đó là nguồn vui, ngày mới,
Ở đó là tiếng nói quê ta.

Này những nét khởi đầu tập viết,
Con nhẩm đọc hai tiếng Việt Nam.
Tay run run trong lòng trống thúc,
Nghe tiếng mời những bước đua tranh.

Này xã hội gia đình, tổ quốc,
Là điểm tựa cho bước tương lai.
Mai lớn khôn đem thân báo đáp,
Bằng sức mạnh, bằng cả con tim.

Mẹ chẳng màng cao sang quyền quý,
Cha chỉ mong con sống nên người.
Khi vào đời biết thương đồng loại,
Và yêu mến tổ quốc của ta.
*

Đây, bài học dẫn vào lịch sử,
Ở đó, bao người đã chung tay.
Góp tài, góp sức và mạng sống,
Để cho ta mảnh đất hôm nay.

Người đi trước, đan tay tiến bước,
Chung một lòng kết ước bên nhau.
Cho đất Việt ngàn sau kiên vững,
Đến vạn thế con cháu hiên ngang.

Đường lịch sử mai này con hiểu.
Là nhịp sống hơi thở của ta.
Như chữ A đầu đời bỡ ngỡ,
Con sẽ học được chữ quê hương.

Ở đó, con biết thương đồng loại,
Biết giữ gìn nội ngoại đôi bên.
Rồi tiếp tục lưu truyền con cháu.
Muôn thế hệ giữ đến đời đời.

Vậy đó, nhưng dòng đời vẫn đổi,
Con ơi, con hãy lớn cho mau.
Đường tổ quốc nghìn năm vẫn đợi.
Hãy đan tay góp sức bên nhau.

Mảnh đất này tiền nhân gầy dựng,
Từ nơi đây ta được sinh ra.
Con hãy giữ cho đàn con cháu,
Sống yên vui dưới một mái nhà.

Con hãy nhớ, đây là đất Việt,
Ở nơi đây lễ giáo làm đầu.
Ở nơi đây người người vì nước,
Chung hướng đi giữ vững lẽ trời.

Ở đó là Việt Nam Độc Lập.
Ở đó là nguồn sống Tự Do.
Ta chen vai chung lo ngày mới,
Đường Công Lý bước tới ngày mai.
*
**

Nếu một ngày, khi con đã lớn.
Đất nước này gặp cảnh nguy nan.
Hãy đứng dậy, đan tay bước tới,
Ta mặc vào tấm áo chiến binh.

Ra biên cương, vang vang tiếng trống,
Khắp đất trời chung một vòng tay.
Non nước Việt nghìn năm như núi,
Dân tộc này vĩnh viễn tiến lên.

Đường lịch sử xây nền công lý,
Đây máu xương bảo vệ sơn hà.
Ngày ta đi dẫu là nắng lửa,
Bước quay về đất nước hoan ca.

Mẹ mừng con, mắt nhòa ngấn lệ,
Bởi con yêu đã lớn thành người.
Giơ cao tay giữa trời giông bão,
Cho ước nguyện tổ quốc vinh thăng.

Nhà Việt Nam, ngàn năm kiên vững,
Đất nước này vĩnh viễn vươn cao.
Đường bắc nam hoa vàng tươi nở,
Giòng máu Việt lại trở về tim.
*

Con phải giữ tâm hồn trong sáng,
Không theo giặc bội phản giang sơn.
Mẹ chỉ mừng khi con vì nước,
Không đem thân luồn bước, thờ tàu.

Bài lịch sử con luôn phải nhớ,
Mảnh đất này đã lắm gian nan.
Một trăm năm giặc Tây đô hộ,
Và chuyện dài Bắc thuộc ngàn năm.

Ở nơi đây, vạn ngàn hào kiệt,
Người vì nước chẳng tiếc tấm thân.
Kìa Trưng Vương tấm gương ngời sáng,
Đây Quang Trung, Quốc Tuấn dẫn đường.

Rồi Lê Lợi mười năm gian khổ,
Vì nghiệp nước đã có Lê Lai.
Việt Nam ta từng ngày lớn dậy.
Đến đời đời tiếng hát vọng vang.

Con hãy nhớ, vì dân vì nước,
Đường còn dài phải quyết mà đi.
Gặp thời cuộc, đao binh nắng lửa,
Khó tránh được máu đổ xương phơi.

Ta phải đứng với lời minh ước,
Lấy đời mình báo đáp quê hương.
Chờ ngày về ta cùng vui sống,
Tay đan tay dưới một mái nhà.

Đi đi con, đây là nước mắt,
Mẹ đã khóc, những giọt lệ mừng.
Mừng vì con biết yêu tổ quốc,
Biết vì đời, vì nước quên thân.

Con phải sống, không làm trâu ngựa,
Không thờ giặc, triệt hạ dân ta.
Được như vậy cả nhà mừng lắm,
Và nước non này cảm ơn con.
*
Mẹ vẫn nhớ, vào thời đấu tố.
Cộng đang tâm giết bỏ dân lành.
Kìa một nhà có vài mẫu ruộng.
Đổ mồ hôi kiếm được bát cơm.

Nắng chưa lên, chồng cày vợ cấy,
Được bữa cơm, tối đã lên đèn.
Muôn lao khổ mong ngày mai sáng,
Gặp cái thời giáo mác đảo điên.

Chúng đua nhau, mài dao giết mướn,
Kẻ có học, mua chước vinh hoa.
Sống như loài không cha không mẹ,
Không biết gì đến chữ tình người.

Nay con đi vì đường chính nghĩa,
Dòng lệ mừng sẽ chảy sớm hôm.
Mẹ hân hoan vì con đã lớn,
Lấy tấm thân báo đáp giang sơn.
*
Đi đi con ngày rồi sẽ hết,
Non nước Việt vĩnh viễn còn đây.
Con vào đời thân trai chí lớn,
Hãy gánh lấy hai chữ non sông.

Ở nơi đây cho ta cuộc sống,
Đã ngàn năm gắn bó với ta.
Và đời đời cùng ta kết ước,
Hãy đan tay bước tới tương lai.

Và đây là, lá cờ tổ quốc,
Là ánh đuốc giữ lấy lẽ trời.
Là ánh sáng mở đường công lý
Là tiếng nói của chính chúng ta.

Nay lịch sử truyền cho con cháu,
Ánh cờ Vàng như nắng quê hương.
Là màu cờ muôn đời bền vững,
Con nhận lấy và hãy lên đường... ■

NGUYỄN KIẾN THIẾT

TÁC PHẨM "VÒNG TAY HỌC TRÒ" CÓ LẤY CẢM HỨNG TỪ NGƯỜI THẬT VIỆC THẬT?

Nói đến Nguyễn Thị Hoàng, ai nấy đều nghĩ ngay tới tác phẩm *Vòng Tay Học Trò*, một cuốn tiểu thuyết đã "gây nhiều sóng gió", từng làm tốn hao giấy mực của văn giới cùng nhiều bình luận khen-chê cũng như gieo ảnh hưởng tai hại cho giới trẻ thời bấy giờ bởi "*đề tài tình yêu "cấm kỵ" ở chốn học đường, một vấn đề của thời đại mới*". (Nguyễn Vy Khanh – *Văn Học Miền Nam Tự Do 1954-1975*). Trong bài này chúng tôi muốn đề cập tới "*Công trình viết lách và Nghệ thuật xây dựng một tác phẩm tiểu thuyết*" qua "Buổi Nói Chuyện Của Nhà Văn Nguyễn Thị Hoàng Tại Đại Học Văn Khoa Sài Gòn Năm 1971". Buổi nói chuyện này được tạp chí *Nghiên Cứu Văn Học (NCVH)* đăng làm hai kỳ: kỳ 1, số **5** tháng 7/1971 (tr. 52-65); kỳ 2, số **6**, tháng 8/1971 (tr. 33-43). Riêng trong kỳ 2, *NCVH* đã tường thuật 17 câu vấn đáp giữa sinh viên Văn khoa và nhà văn NTH. Chúng tôi chỉ trích đăng **5** câu liên quan tới *VTHT* và vấn đề *tình dục* để làm sáng tỏ đề bài dẫn trên.

Nhìn chung buổi nói chuyện đã thành công vượt mức mong đợi bởi diễn giả là nhà văn nữ nổi tiếng, sách của bà trong đó cuốn

Vòng Tay Học Trò đã là một "hiện tượng", một bestseller được tái bản tới 4-5 lần; còn cử tọa là sinh viên Văn Khoa với số lượng đông chiếm kỷ lục. Không riêng gì sinh viên chứng chỉ Văn chương Quốc âm, còn rất nhiều sinh viên các ngành khác như Việt-Hán, Sử Địa, Anh-Pháp cũng có mặt. Họ đến để bổ sung kiến thức cho chương trình học. Nhưng cũng có người đến "để nhìn thấy chứ không hẳn chỉ để nghe nói", để "chiêm ngưỡng dung nhan mùa hạ" của nhà văn. Thậm chí "trong giờ tạm nghỉ lúc 17g20, các nữ sinh viên các Giảng đường bên kéo nhau qua ngó [NTH] một cái rồi mới đi". Xin trích vài đoạn: "*Nguyễn Thị Hoàng tiến vào Giảng đường P. 202 giữa tiếng vỗ tay chào mừng của các Sinh viên Văn khoa. Lúc này trong phòng chật cứng sinh viên. Ngoài hành lang hai bên cũng không còn chỗ len chân. Những người chậm chân đành đứng ngoài ghé mắt nhìn vô. Nhiều người kiễng chân, nghển cổ để nhìn cho bằng được quang cảnh bên trong*". (*NCVH*, số 5, tháng 7-1971, tr. 52-53). Điều đáng ghi nhận, sau phần giới thiệu của LM Thanh Lãng, nữ sĩ Nguyễn Thị Hoàng đã bắt đầu buổi nói chuyện bằng cách ứng khẩu *thao thao bất tuyệt* với giọng Huế-Đà Lạt pha trộn tiếng Sài Gòn khiến "hàng trăm con mắt đổ dồn vào người nói, im lặng theo dõi, lắng nghe rất chăm chú" suốt một tiếng đồng hồ (từ 16 giờ 20 đến 17 giờ 10). Phần vấn đáp cũng vô cùng sôi nổi, hào hứng. Sinh viên "đua nhau lên đặt câu hỏi". Vì thời gian có hạn (từ 17 giờ 10 đến 18 giờ 20), chỉ 17 câu hỏi được giải đáp thỏa đáng. Chưa hết, nữ sĩ Nguyễn Thị Hoàng ra khỏi Giảng đường P. 202 "liền bị các nữ sinh viên bao vây, xin địa chỉ [để] đến thăm tại nhà". Có thể nói bà phải mất 15 phút "mới di chuyển được từ lầu 2 xuống sân trường và lên xe Volkswagen rời trường".

***Trích đăng 5 câu Vấn – Đáp**

Trong 5 câu vấn-đáp liên quan ít nhiều tới tác phẩm *VTHT* và vấn đề tình dục, NTH đều né tránh "đào sâu" vấn đề - đặc biệt về đời tư, về "cái tôi" của bà. Xin nhắc lại 5 câu hỏi đáp (chúng tôi đánh số thứ tự để bạn đọc tiện theo dõi).

1.- Câu hỏi đầu tiên: *"Cuốn "Vòng tay học trò" có phản ảnh trung thực kinh nghiệm sống của Bà không?"*. Bà đã đáp*: "Tôi gặp các anh chị để nói chuyện nghiên cứu Văn chương cho nên tôi chỉ trả lời* *những câu nào về Vòng Tay Học Trò trên phương diện nó là một tiểu thuyết".*

2.- Còn câu: *"Xin hỏi cô Trâm trong VTHT có thực không?".* Bà trả lời lấp lửng: *"Bảo nó có thực không cũng được. Tuy nhiên sự thật nào đi vào tiểu thuyết cũng đã được giản lược hay triển khai, cho nên không thể gọi là phản ảnh trung thực".*

3.- Có người hỏi: *"Bà từ chối thì tác phẩm "VTHT" cũng là tác phẩm bắc cái ghế ngồi cho Bà trong văn học sau này".* Bà đáp: *"Nếu đọc kỹ các tác phẩm của tôi, các anh chị sẽ thấy VTHT đứng ra một trường hợp riêng biệt. Nó không ở trong hàng tiểu thuyết dự định viết.* ***VTHT là sản phẩm tình cờ****, tôi viết thử nên dù nó có mang tôi đi đâu, đặt tôi vào thứ ghế gì đi nữa thì đối với tôi nó cũng không vì vậy mà trở nên quan trọng".*

4.- Đặc biệt câu hỏi: *"Thưa, bà có biết bây giờ có bao nhiêu hiện tượng "vòng tay học trò" xảy ra không?".* Bà lại càng né tránh: *"Làm sao kiểm chứng được quả thật có cô Trâm hay tên Minh; một trường hợp tương tự nào đó của VTHT đã chịu ảnh hưởng của VTHT hay nó xảy ra như thế..".*

5.- Về vấn đề *"Tình dục"* và *"Nhân vật nào đã được gói ghém con người của mình* [bà] *một cách đầy đủ nhất".* Bà đã phản bác: *"**Tôi không bao giờ xây dựng quanh vấn đề tình dục** hay có chủ trương nào về tình dục. Câu hỏi thứ hai, thật ra chưa có nhân vật nào gói ghém con người tôi một cách đầy đủ".*

Qua 5 câu vấn đáp dẫn trên, chắc hẳn người nghe chưa lấy làm thỏa mãn – đặc biệt về cuốn tiểu thuyết *Vòng Tay Học Trò.* Nhưng liệu **tác phẩm *VTHT* có lấy cảm hứng từ *người thật việc thật* hay không?** Câu trả lời dĩ nhiên là **có,** mặc dầu Nguyễn Thị Hoàng cho biết tác phẩm này không phải là chuyện thật, cũng không phải hư cấu. Bối cảnh ở đây là *học đường*: từ một nữ sinh giỏi văn NTH của trường Trung học Võ Tánh Nha Trang đến vị giáo sư Trung học Đệ Nhứt cấp NTH tại trường Trung học Trần Hưng Đạo Đà Lạt. Chúng tôi tán thành Nguyễn Văn Lục qua nhận định: *"Từ các nhân vật, con người trong truyện với tên tuổi thực đến khung cảnh địa lý, xã hội, đến môi trường sinh sống, không gian Đà Lạt với địa danh sau* *này - đều là những chất liệu xúc tác những con người thật - định hình cho tác phẩm VTHT".*

***Phải chăng VTHT lấy cảm hứng từ người thật việc thật - cụ thể từ cuộc đời NTH**

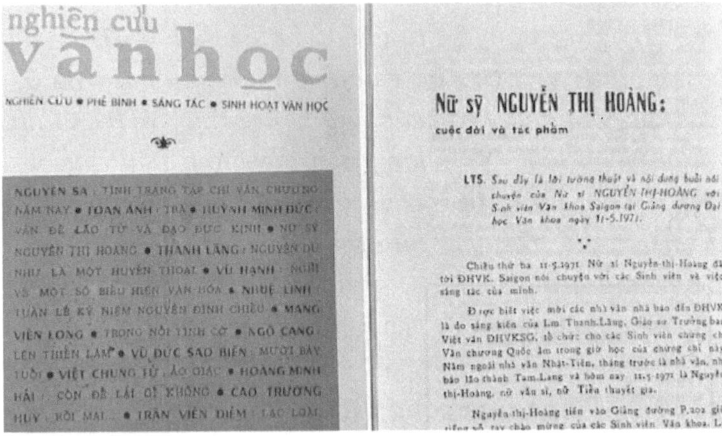
nghiên cứu
văn học
NGHIÊN CỨU • PHÊ BÌNH • SÁNG TÁC • SINH HOẠT VĂN HỌC

NGUYÊN SA : TÌNH TRẠNG TẠP CHÍ VĂN CHƯƠNG NĂM NAY • TOAN ÁNH : TRÀ • HUỲNH MINH ĐỨC : VẤN ĐỀ LÃO TỬ VÀ ĐẠO ĐỨC KINH • NỮ SỸ NGUYỄN THỊ HOÀNG • THANH LÃNG : NGUYỄN DU NHƯ LÀ MỘT HUYỀN THOẠI • VŨ HẠNH : NGÔI VÀ MỘT SỐ BIỂU HIỆN VĂN HÓA • NHUỆ LINH : TUẦN LỄ KỶ NIỆM NGUYỄN ĐÌNH CHIỂU • MANG VIÊN LONG • TRONG NỖI TÌNH CỜ • NGÔ CANG : LÊN THIÊN LÀM • VŨ ĐỨC SAO BIỂN : MƯỜI BẢY TUỔI • VIỆT CHUNG TỬ : ẢO GIÁC • HOÀNG MINH HẢI : CÒN ĐỂ LẠI GÌ KHÔNG • CAO TRƯỜNG HUY : RỒI MAI... • TRẦN VIÊN DIỄM : LẠC LOÀI

NỮ SỸ NGUYỄN THỊ HOÀNG:
cuộc đời và tác phẩm

LTS. *Sau đây là lời tường thuật và nội dung buổi nói chuyện của Nữ sĩ NGUYỄN-THỊ-HOÀNG với Sinh viên Văn khoa Saigon tại Giảng đường Đại học Văn khoa ngày 11-5.1971.*

Chiều thứ ba 11-5.1971 Nữ sĩ Nguyễn-thị-Hoàng đã tới ĐHVK. Saigon nói chuyện với các Sinh viên về việc sáng tác của mình.

Được biết việc mời các nhà văn nhà báo đến ĐHVK là do sáng kiến của Lm. Thanh-Lãng, Giáo sư Trưởng ban Việt văn ĐHVKSG, tổ chức cho các Sinh viên chứng chỉ Văn chương Quốc âm trong giờ học của chứng chỉ này. Năm ngoái nhà văn Nhật-Tiến, tháng trước là nhà văn, nhà báo lão thành Tam-Lang và hôm nay 11.5.1971 là Nguyễn-thị-Hoàng, nữ văn sĩ, nữ Tiểu thuyết gia.

Nguyễn-thị-Hoàng tiến vào Giảng đường P.202 giữa tiếng vỗ tay chào mừng của các Sinh viên Văn khoa. Lúc

- VTHT: Cô giáo Tôn Nữ Quỳnh Trâm là cô "gái Huế đa tình", đã trải qua "những mối tình lần lượt đến rồi đi", coi như "bộ sưu tập tình yêu". Cô giáo Trâm đã có lúc ngồi "*nhớ lại những tên người trong ký ức như người lính thắng trận kiểm điểm xác chết của phe địch bỏ lại ở chiến trường*". Những người tình lần lượt đi qua đời cô như Văn tỉ phú, Marc giáo sư đại học, John sĩ quan Mỹ, Tuấn phi công, François ký giả, Hồng nhà văn, Linh con nhà giàu phá sản... Bên cạnh đó còn có "*một khối thằng sinh viên, **một khối thằng học trò choai choai mới lớn** say mê của cấm như khoái làm chuyện siêu phàm*".

- NTH cũng là một cô "gái Huế đa tình" với "bản chất sôi nổi, thèm sống, thèm yêu". Chính "Chất Huế" trong NTH đã "thể hiện qua sự giằng xé giữa những ràng buộc lễ giáo truyền thống và khát khao tự do, thoát ly khỏi khuôn khổ". NTH đã tâm sự: "*Truyện mình viết thường là truyện tình bế tắc và đi xuống. Trong đó những vai nữ bao giờ cũng khát khao đi tìm một đời sống thật của mình, nghĩa là tìm kiếm chính mình. Những nhân vật nữ lang thang bất định, và xa rời với phận sự gia đình. Chất liệu lấy từ những năm bất ổn lênh đênh trong cuộc đời đã qua của mình, đôi khi được ráp nối với những câu chuyện thời sự, cộng với một phần tưởng tượng, phóng tác, vẽ vời... rồi ráp thành chuyện"* (Tố Tâm, tạp chí *Đất Mới*, số 4, bộ 2, tháng 4/1990).

Chính vì "bản chất" và "chất Huế" vừa dẫn mà NTH đã có những mối tình bế tắc, đi xuống, nếu không muốn nói là "vô luân" vì nó diễn ra trong "thánh đường giáo dục". Càng tệ hại hơn khi các nhân vật chánh (và phụ) trong truyện cũng như ngoài đời thật lại là những người đại diện cho đạo đức và truyền thống – truyền thống "tôn sư trọng đạo". Đó là chưa kể NTH lại là con của một người hoạt động trong ngành giáo dục (cha bà là ông Nguyễn Văn Hoằng, một công chức thuộc Bộ Giáo dục được thuyên chuyển về Nha Trang năm 1957).

Chúng tôi muốn làm sáng tỏ tác phẩm *VTHT* lấy cảm hứng từ người thật việc thật qua hai cuộc tình của NTH. Trước khi lập gia đình chánh thức với Nguyễn Phúc Bửu Sum, NTH đã trải qua **hai cuộc tình** vượt qua khuôn khổ đạo lý.

- **Cuộc tình đầu** – *Cuộc tình thầy-trò* - diễn ra vào năm 1958 tại Nha Trang. Chính câu chuyện "tình sử" này đã một thời gây "chấn động" giữa NTH và ông thầy dạy tư Pháp văn Cung Giũ Nguyên (CGN). Lúc bấy giờ, ông CGN là giáo sư trường Trung học Võ Tánh (Nha Trang), đã có gia đình đàng hoàng. Còn NTH là học sinh của trường này. Theo nhà văn Phạm Tín An Ninh, *"Gs Cung Giũ Nguyên là Thầy dạy môn Pháp văn của tôi năm Đệ 1 C trường Trung học Võ Tánh Nha Trang (...), Nv Nguyễn Thị Hoàng là đồng môn (đàn chị) từng nổi tiếng trong trường với những bài luận văn từng được Gs Thạch Trung Giả cho điểm 10/ 10"*. Ông CGN có thể nói là người có *"thái độ lạnh nhạt, tự phụ có vẻ như coi thường lớp đàn em* [tức Nguyễn Văn Lục vừa mới nhận nhiệm sở] *với một khuôn mặt được coi là xấu". Cuộc tình thầy-trò* CGN-NTH mà tuổi cách biệt 30 tuổi (CGN sanh năm 1909; NTH sanh năm 1939) đã để lại một đứa con gái tên Cung Giũ Nguyên Hoàng – một "đứa con rơi" không hơn không kém! Chính NVL đã nhận định: *"Có lẽ, đây là bước nhảy khởi đầu liều lĩnh, bất cần của một cô gái Huế muốn thoát ly những ràng buộc khắt khe của Huế? Bất kể nhiều ràng buộc luân lý, xã hội và đạp lên tất cả của NTH - một cô* *gái 18 tuổi xuân thì*". Qua vài cuộc điện đàm với NVL, chúng tôi được biết, dưới mắt NVL năm 1964 thì CGN về nhân dạng là "xấu xí", "nói giọng Nghệ Tĩnh rất khó nghe", "chân đi khập khiễng" (nghe nói bị một người lính bắn gãy chân vì "ghen"?), "luôn ăn mặc cảnh vẻ" (tức mặc áo veste tứ thời mặc dầu trời Nha Trang nóng bức). Đặc biệt "đời sống tình dục không mấy bình thường" nên dễ bị cuốn hút vào vòng tục lụy khiến "tai tiếng ồn ào, dư luận khắp chốn giang hồ". Một *ông giáo tà* "kỳ cục", lập dị sắp tới tuổi tri thiên mệnh như CGN làm sao có đủ bản lãnh "dụ dỗ" cô nữ sinh trong trắng NTH rơi vào bẫy tình? Thật không ai hiểu nổi! Phải chăng đây cũng là một trong những cuộc tình giữa cô Trâm với vài vị "giáo sư" nọ trong VTHT - chẳng hạn như giáo sư đại học Marc, giáo sư trung học Nguyễn Văn Lan. Mặc dầu đây là những nhân vật phụ nhưng nó đã góp phần làm phong phú cho cuốn *tự điển tình yêu* sôi nổi, táo bạo của NTH. Nói khác đi nó đã làm tiền đề cho cuộc tình kế tiếp.

- **Cuộc tình thứ hai** - *Cuộc tình cô-trò* - diễn ra năm 1962 tại Đà Lạt lúc NTH là giáo sư Đệ Nhứt cấp tại trường Trung học Trần Hưng Đạo do ông Trương Văn Hoàn làm Hiệu trưởng. Đây là *mối tình tội lỗi* giữa "cô giáo nhỏ tuổi dạy trường con trai" NTH trong "vòng tay học trò" tên Mai Tiến Thành – "*thằng học trò choai choai mới lớn*". Đến đây độc giả dễ nhận biết có sự trùng hợp giữa cuộc đời thật của NTH và nhân vật chánh trong *VTHT* – điều mà NTH luôn tránh né. Duy có điều khác biệt ở kết cục: *Cuộc tình cô-trò* NTH – Mai Tiến Thành chỉ vỏn vẹn một năm đã để lại một đứa con gái tên Mai Quỳnh Chi; còn cuộc tình cô-trò Tôn Nữ Quỳnh Trâm – Nguyễn Duy Minh trong *VTHT* không để lại giọt máu nào và chấm dứt trong chia phôi, xa cách sau một năm đầy ắp yêu đương. Có thể nói, đối với NTH, tình yêu nào cũng tròn đầy yêu thương, ngập tràn nhung nhớ để rồi kết thúc bằng chia phôi, nuối tiếc.

Mặc dầu *VTHT* là một cuốn tiểu thuyết, nhưng theo Nguyễn Văn Lục (NVL) thì "*Đây là một câu truyện thật, người thật, việc thật, khung cảnh thật lấy bối cảnh là trường Trần Hưng Đạo*". Chẳng hạn, nhân vật Lưu ngoài đời là giáo sư Triết Nguyễn Văn Lan (NVL đã tự ám chỉ mình). Nhân vật Thức, ngoài đời là Trương Sỹ

Thực – bào đệ của Trương Văn Hoàn (đã mất năm 2025), Hiệu trưởng trường Trung học Trần Hưng Đạo Đà Lạt. Đặc biệt nhân vật Nguyễn Duy Minh – "tình yêu học trò" của NTH – ngoài đời tên thật là Mai Tiến Thành, học lớp Đệ Nhị A trường Trần Hưng Đạo. Hãy nghe Nguyễn Ngọc Chính kể về người bạn Mai Tiến Thành: "*Thành thuộc loại quý tử, tư chất thông minh nhưng sức học trung bình. Riêng việc ăn chơi, Thành được xếp vào loại xuất sắc... Thành có khuôn mặt không được đẹp trai cho lắm. Trong lớp thường gọi đùa hắn là Fernandel!! Chân đi chữ bát được gọi là Thành đẹo. Có kể hết cái xấu của Thành mới làm nổi bật lý do tại sao cậu học trò Nguyễn Duy Minh lại được cô giáo Tôn nữ Quỳnh Trâm để mắt đến và thành công trong truyện tình cảm... Thành luôn là kẻ thích "chơi trội"*. (Trích Nguyễn Ngọc Chính: *Đọc lại vòng tay học trò Nguyễn Thị Hoàng,* Sư Phạm Áo Nâu Đà Lạt).

*__Về vấn đề tình dục__, NTH luôn phủ nhận: *"Tôi không bao giờ xây dựng quanh vấn đề tình dục"*, nhưng đã có nhiều ý kiến trái chiều, đa phần đề cập tới Chủ thuyết Hiện sinh (Existentialisme) mà đại biểu cho các nhà văn phương Tây là Françoise Sagan. Đầu tiên Vũ Hạnh, trên tạp chí *Bách Khoa* đã lập một nhóm người gọi là "Ủy ban chống văn hóa đồi trụy" nhằm kết án đích danh tác giả Nguyễn Thị Hoàng, gọi bà là "một kiểu Françoise Sagan rẻ tiền". Kế đến, Nguyễn Văn Lục (NVL) với bài: "Cuốn *Vòng tay học trò* của Nguyễn Thị Hoàng dưới nhiều góc nhìn - Đặc biệt góc nhìn Phân Tâm Học". Trong bài này, NVL muốn "*bóc trần mọi việc đến cùng sự việc. Từ tâm lý, sinh lý, từ những đòi hỏi Libido. Từ những thúc bách ràng buộc bởi luân lý, tôn giáo. Từ những phản ứng trỗi dậy, nổi loạn, phá rào...*". Ông lên án mạnh mẽ cô giáo Trâm/NTH "chỉ biết yêu mình, chỉ biết o bế cái thân xác mình, cho riêng mình và chỉ biết thỏa mãn cho mình bất kể đối tượng là ai xét về mặt lý luận?". Trường hợp Minh /Mai Tiến Thành càng rõ nét hơn, "với thân hình thấp bé, khuôn mặt Fernandel, chân đi vòng kiềng; ăn nói bạo trợn, đánh lộn chửi thề, bạt mạng, bia rượu, thuốc lá theo đúng như lời mô tả của Nguyễn Ngọc Chính lại hợp "gu" NTH". Và ông kết luận: "Điều ấy làm sao lý giải được ngoài cái Libido ra?". Mặt khác, NVL cũng đề cập đến *thân* *xác*, coi thân xác là *nền*, là *đối tượng* để NTH viết truyện. Đó là "ngôn ngữ thân xác". Ông kết luận: "*Sự thành công của tác phẩm VTHT phần lớn nằm trong thứ ngôn ngữ body language này*". Có người còn cho rằng đó là "sự độc thoại của âm hộ" (Monologue vaginal).

Còn Nguyễn Vy Khanh đã nhận định: "*Vòng Tay Học Trò, tiểu thuyết chỉ gợi tò mò nơi người đọc tìm kiếm tiểu sử tác giả của nó, tiểu thuyết làm dáng hiện sinh*" (Văn Học Miền Nam Tự Do 1954-1975, nguồn Học Xá 05/2012). Riêng Nguyễn Nhật Duật đã kết luận: "*Kẻ nào dám sống với kinh nghiệm đời sống, họ sẽ là nhà văn*".

Chính vì vậy mà sau năm 1975, với chiến dịch "phần thư" của chánh quyền mới, trong số 20 đầu sách của NTH, trong đó có *VTHT* bị ghép vào loại "đồi trụy", bị tịch thâu và thiêu hủy. Còn tác giả NTH bị "đày" đi kinh tế mới suốt hai năm. Nhưng ngược chiều thay, mấy năm gần đây, các sách "đồi trụy" ấy lại trở thành sách hiếm và quý, được đánh giá cao và được phép in lại. Đặc biệt *VTHT* được tái bản 4-5 lần, có tác quyền hẳn hoi. Còn NTH được đánh giá cao, đời sống bớt cơ cực nhờ số tiền nhuận bút hậu hĩnh! Như vậy, phải chăng *"Đổi mới là phục hồi cái cũ đã bị xóa bỏ?"* (NVL).

Tóm, *Vòng Tay Học Trò* đã lấy cảm hứng từ người thật việc thật được viết bởi nhà văn-cô giáo "gái Huế đa tình", bản chất sôi nổi thèm sống thèm yêu. Nội dung táo bạo, mô tả những ham muốn tình dục, thách thức/phá vỡ đạo đức truyền thống về mối quan hệ thầy trò. Dầu sao đi chăng nữa, *VTHT* đã phá kỷ lục về số lần tái bản (mỗi lần in 5000 cuốn), về số lượng người đọc. Dĩ nhiên ảnh hưởng tai hại đến thế hệ trẻ đương thời cho tới ngày nay cũng không nhỏ. Và NTH đã có một chỗ đứng trong văn học Việt Nam, vượt trội hơn các nhà văn nữ khác cùng thế hệ. Các bạn nghĩ sao?

Nguyễn Kiến Thiết

Montréal, đầu năm 2026

NGÔ NGUYÊN DŨNG

NGÀN NĂM TRONG KHOẢNH KHẮC

Phỏng dịch từ nguyên bản Đức ngữ của Ngô Nguyên Dũng:
"Tausend Jahre im Augenblick"

Lời tác giả:
Không gian và thời gian trong tiểu thuyết này, những chương chữ thẳng và những chương chữ nghiêng, cách nhau vài trăm năm. Những nhân vật và ngữ cảnh đều là sản phẩm hư cấu, mặc dù đây đó có những dữ kiện được dựa theo lịch sử cũng như địa lý thường thức. Trân trọng.

(Phần 3)

Câu chuyện như cổ tích, như thể bắt đầu bằng "ngày xửa ngày xưa": Có một người đàn ông da trắng cao lớn với chòm râu quai nón nhuốm muối tiêu từ phương tây lạc chân tới đây. Tháp tùng ông là một anh thanh niên người bản xứ, đeo kính mát, sắm bộ âu phục vải trắng thẳng nếp, tóc xức kem bóng chải ngược ra sau. Hai người định cư trong một căn chòi đạm bạc cất ở ven sông. Hành trang người đàn ông mang theo là mớ sách có tựa in thếp vàng, nhiều chai rượu đỏ, và những thói ăn nết ở khác lạ. Ông nhờ Chu Hớn, một lái buôn gốc Hán, mỗi hai tuần một lần, đem từ chợ tỉnh ba kí-lô bột mì tới cho ông làm một loại bánh nướng bằng men nổi tự chế, gọi là bánh mì. Ông ăn bánh mì với một loại thực phẩm mềm, có mùi hôi thúi, lên mốc xanh tên là phô-mai và uống loại nước làm bằng nho đỏ lên men gọi là rượu vang.

Một thời gian ngắn sau đó, vào một sáng mùa khô, thấy có chiếc xe bò và một lũ trẻ con, nhiều đứa trần truồng, reo hò theo sau, kéo tới một cái chuông khổng lồ, đặt trước chòi lá của người đàn ông da trắng. Ba tuần sau, khi ông rao tìm thợ công nhật với tiền lương mỗi ngày là hai cắc bạc Đông-dương và một ổ bánh mì ba-ghét thơm ngon, có một đám đàn ông độ tuổi lao động tới ghi danh, với mục đích xây một tháp bằng thân tre và gỗ đước trên móng đá ong, treo cái chuông nặng trịch. Để việc xây cất dễ dàng hơn, ông Paul Debeauvais, được dân bản địa gọi là Cha Bốn, sáng chế ra một dụng cụ được thông dịch viên Thầy Thông, bằng âm giọng rặt ròi nữ tính, gọi là cái ròng rọc. Với dụng cụ này, một cái chuông có đường kính cỡ cánh tay người lớn, sẽ được kéo lên, treo trên tầng trên cùng của tháp chuông.

Công trình xây dựng khác thường này được trả giá bằng một mạng người. Tai nạn xảy ra vào một chiều mưa tháng năm, khi một người thợ mất thăng bằng, rơi từ thang tre nhằm ngay hàng rào, bị cọc nhọn xuyên từ hậu môn thấu ra ngực và tử vong tức khắc, không một lời trối trăng cùng thân bằng quyến thuộc, trước mọi cặp mắt kinh hoàng của đồng nghiệp. Những người thợ dự định xây một miễu thờ ngay tại nơi xảy ra tai nạn, nhằm cầu an oan hồn người quá vãng và cũng để tránh huông về sau. Tuy nhiên, theo lời Thầy Thông dịch lại, toan tính này bị Cha Bốn tuyệt đối cấm đoán. Ông còn nói thêm, loài người chỉ được phép thờ phượng thượng đế là đấng sáng tạo muôn loài, mọi chuyện khác chỉ là dị đoan mê tín. Lời tuyên bố của ông gây ra một luồng sóng phẫn nộ. Bất mãn lan tràn. Bằng một hành động phân ưu chưa từng thấy trước đây, lễ mai táng nạn nhân xấu số được dân làng Cái Bàu và các thôn xã lân cận tổ chức theo nghi thức Phật giáo và thờ cúng tổ tiên tại chùa Pháp Hoa tọa lạc trong rừng chuối. Dự án xây tháp chuông bị ban hương chức hội tề xuống lệnh đình chỉ. Một buổi họp mặt tại đình làng nhằm giải thích sự việc được ráo riết triệu tập, Cha Bốn và người thông dịch viên cũng được mời tham dự. Ba nhân vật có tài biện luận, trong số đó là sư ông Tuệ Hải, trú trì chùa Pháp Hoa, được thỉnh cầu tới đối chất Cha Bốn về những lời lẽ quá đáng của ông.

Nhà sư Tuệ Hải là một nhân vật đáng kính. Tuy viết và đọc không thông, nhưng nghe nói, ông thuộc làu tất cả kinh kệ, không những bằng Phạn ngữ mà cả Hán ngữ. Một phần ông học được từ sư thầy đã viên tịch, nhưng phần lớn do ông tự học. Bản tính nhạy bén phi thường và tài hùng biện sắc sảo của ông được dân làng hết mực nể trọng. Năm Sửu trước đây, chính ông đã tiên tri trận đại lụt thế kỷ cho vùng đồng bằng Cửu Long, nhờ vậy đã cứu sống được hằng ngàn mạng người và thú. Ông cũng đã báo ứng trận bão nhiệt đới năm Thìn và "cơn mưa cá" nước mặn ào ạt, trút đàn đàn lớp lớp cá mòi xuống thôn làng. Và tới năm Hợi, ông đã cảnh cáo dân làng trước hiểm họa cháy đồng, do một quả cầu lửa từ trời rơi xuống, nhờ vậy dân làng gấp rút thu hoạch cả ngàn mẫu ruộng trước đó, tránh được nạn đói. Vì vậy, vào một sáng Chủ nhật cuối tháng Ba, làng Cái Bàu trở nên hoang vắng như được quét sạch. Mọi việc thường nhật đều được đình chỉ. Hôm trước, từ tỉnh thành một trung úy da trắng đã điều động một toán lính võ trang tới làng, nhằm dập tan từ trứng nước mọi mầm mống gây rối nếu có. Gian khánh tiết trong đình làng chật ních người. Hàng trăm người tới trễ, phải đứng ngoài hiên hoặc trân mình thiêu đốt cạnh những pho tượng quan văn ngoài sân nắng, hay trong tàn bóng mát ít ỏi của những cội mộc lan già nua. Nhiều kẻ hiếu kỳ từ xa tới, đã ăn chực nằm chờ dưới tàn sung cổ thụ rậm rạp trước nhà làng, hóng hớt kiên nhẫn trong bầu không khí rạo rực cảm tính, bồn chồn ngóng đợi buổi tranh luận giữa Cha Bốn và nhà sư Tuệ Hải.

Những mẩu chuyện đồn đại được kể lại trong các bữa ăn. Ngay cả lý lịch của nhà sư Tuệ Hải cũng là đề tài cho những chuyện đồn đại. Những phiên bản cũ và mới, đáng tin cũng như đáng ngờ, được đem ra so sánh, xào nấu lại. Chẳng hạn, Tuệ Hải là đứa con ngoài ý muốn của bà bếp già trong chùa và nhà sư trú trì trước đó, chứ không phải mầm sống rơi rớt của một ả điếm dạo vướng bệnh giang mai và một người bà con gần của sư ông, như mọi người kể lại. Cả mẩu chuyện vẽ vời, rằng ông đã được một thân nhân trao cho sư ông dưỡng dục từ thuở sơ sinh. Chỉ một điều duy nhất, không một ai phủ nhận, rằng sư Tuệ Hải là một thần đồng.

Tuệ Hải biết đi và nói được tròn câu lúc mười tháng tuổi. Lên một tuổi rưỡi, ông đã biết tọa thiền liên hoa mỗi ngày hai lần, mỗi lần bốn mươi lăm phút, cũng như đã được sư ông giáo huấn Phật pháp kỹ càng và thận trọng. Thành quả rất đáng tán dương. Sau khi sư ông viên tịch, trong một nghi lễ trọng thể kéo dài ba ngày ba đêm, Tuệ Hải được chỉ định làm vị kế thừa. Lúc đó, nhằm rằm tháng giêng. Đêm ấy, trong chu vi vài cây số, người ta thấy cảnh chùa lóe sáng, trông như chiếc kén tằm khổng lồ phát quang rực rỡ trong luồng sáng giác ngộ, sau ba ngày sẽ hóa thành cánh bướm của ngàn-năm-ánh-sáng.

Đúng mười giờ sáng, một ngoại lệ hiếm hoi về ý niệm thời gian của người An-nam, nghi thức buổi tranh luận được bắt đầu trịnh trọng với một phút mặc niệm người quá vãng và mười lăm phút tụng kinh Phật được sư trú trì chùa Pháp Hoa chủ tế, như thể ông muốn biểu dương cho nhà truyền giáo da trắng thấy tinh thần đoàn kết của dân làng. Sau khi ông trưởng làng, với cương vị là người hướng dẫn chương trình, giới thiệu những người tham dự buổi hội thảo, như một hành động lịch sự và hiếu khách, Cha Bốn được phép mở đầu bài nói chuyện mà mọi người hồi hộp trông đợi. Với lòng khâm phục của mọi người tham dự, Cha Bốn đọc một văn bản soạn sẵn bằng tiếng An-nam, dẫu không mấy hoàn chỉnh vì âm giọng ngoại ngữ nhưng tương đối rành rẽ của ông, cho dù vẫn có vài từ bị ông phát âm sai sót, trở thành nghĩa khác, thậm chí tục tĩu. Tia mắt ông dưới cặp lông mày rậm lấm tấm bạc không còn nghiêm khắc như thường lệ, mà tươi tắn và dịu dàng. Mọi người lộ vẻ ngạc nhiên và giơ tay che miệng, thầm thì biểu lộ lòng ngưỡng mộ. Đám trẻ con ngó chăm bẳm người đàn ông da trắng cao lớn, khúc khích giỡn hớt, như thể ông là một sinh vật tiền sử của một giống người tưởng đã diệt chủng đang đứng trước mặt chúng, tập nói tiếng người. Có vẻ như không một ai hiểu thấu những gì người đàn ông diễn đọc. Theo lời yêu cầu của mọi người, văn bản được thầy Thông đọc lại một lần nữa, lớn và rõ ràng.

Bài diễn văn thuật chuyện một kẻ có ý định bắc một chiếc cầu tương trợ, thuở ấu thời thường xuyên mơ thấy có đấng trời uy quyền giao phó trọng trách xây một công trình kiến trúc ôm trọn địa cầu. Giờ đây, cậu bé trở thành người thành niên và đang hiện diện tại một xứ sở xa lạ, ông ước ao hoàn thành một chiếc cầu liên kết tình hữu nghị cũng như tâm linh giữa hai dân tộc. Vì lẽ đó, mọi người nên cảm thông và tha thứ cho ông những lỗi lầm tắc trách. Trong đoạn kết bài diễn văn, vị giáo sĩ không quên ngỏ lời xiển dương hào phóng tới đất nước và con người An-nam, cư dân nơi đây và tất cả những gì thuộc về xứ sở này.

Một nỗi lặng lẽ tê thiếp bao trùm bầu không gian hầm hập khó thở. Trong giây lát, đám phụ nữ ngưng tay quạt. Thảng hoặc vang lên tiếng trẻ sơ sinh ré khóc, chúng được lập tức dỗ dành bằng bầu ngực căng sữa. Mọi người tự hỏi, câu chuyện được thêm thắt cường điệu kia dính líu gì tới tai nạn chết người hôm nọ. Chỉ mỗi nhà sư Tuệ Hải thấu hiểu ý định của Cha Bốn khi ông cất lời ca ngợi cường điệu bằng ngôn ngữ bản xứ. Ông xin được góp ý và cũng bắt đầu bằng một câu chuyện nhằm giải thích ý nghĩa nhân quả trong cuộc sống.

"Tại sao xảy ra tai nạn khiến một người thiệt mạng?", nhà sư cất lời bằng một câu hỏi. "Vì người ấy trợt té trong khi xây tháp chuông", ông tự trả lời. "Tháp chuông được xây vì lẽ gì?", ông hỏi tiếp. Và trò-chơi-hỏi-đáp kéo dài tới mười phút sau ông mới đặt câu hỏi lý do tại sao người giáo sĩ lại có mặt tại Cái Bàu, và thêm mười phút nữa là câu hỏi cơ bản về sự sống.

"Tôi không có ý buộc tội, rằng ngài là người đã gây ra tai nạn", nhà sư nhấn mạnh. "Không, chuyện không đơn giản vậy. Tất cả chỉ là những sự kiện bất khả kháng xảy ra trong chuỗi mắc xích của nhân quả, dẫn tới thảm cảnh. Người An-nam chúng tôi tin chuyện nhân quả, là quy luật giữ thế cân bằng trong trần gian bằng lẽ đối nghịch của thuyết nhị nguyên. Không một ai trong chúng ta được sinh ra từ hư không. Không một ai được tạo ra từ một nắm đất, mà chúng tôi được cha mẹ sinh ra và cha mẹ từ ông bà. Vì vậy chúng tôi mang ơn tiền nhân và truyền bá tư tưởng này cho hậu sinh. Tương tự vậy, chúng tôi tôn thờ người đã khuất. Chết không phải là hết, mà là khởi đầu một đời sống mới. Sinh ra không phải là bắt đầu, mà là kết thúc của cái chết trước đó."

Một ngày sau buổi họp dân làng, Cha Bốn và thầy Thông tới từng gia đình để chân thành tạ lỗi cùng mọi người và hứa sẽ bồi thường xứng đáng cho thân nhân người xấu số. Dịp này, Cha Bốn đã biểu lộ một nhân cách tuyệt vời và chiếm được nhiều cảm tình tưởng đã mất, tuy nhiên vẫn không có nghĩa là ông sẵn sàng thỏa hiệp trong mọi trường hợp. Đức tin mạnh mẽ đã khắc sâu trong tâm khảm ông và không điều gì trên thế gian này làm ông nao núng. Ông tự cho mình là thiên sứ được Chúa trời tuyển chọn, là một nhân chủng thượng đẳng phân phát quyền năng có toàn quyền cai trị. Là kẻ trỏ ngón tay ban lệnh. Là kẻ ra tay cứu rỗi những người Đông Dương hèn mọn này thoát cảnh khốn cùng bằng ngôn ngữ Thiên Chúa. Ông cũng đã nhìn thấu thái độ kính cẩn lẫn sợ sệt trong ánh mắt, qua thái độ của người bản xứ. Ông, một người da trắng cao một trăm bảy mươi tám phân, với chòm râu quai nón tỉa khéo, trong chiếc áo thụng cha xứ, đứng trước một nhúm sinh vật mình trần, nhỏ thó suy dinh dưỡng, dõng dạc rao giảng, hứa hẹn họ một cải tiến tinh thần lẫn vật chất, nếu như họ tin tưởng lời Thiên Chúa. Đâu có gì đáng bận tâm, nếu như ông lỡ vướng phải lầm lỗi? Ông hiểu thấu bản sắc dân viễn đông, ra mặt tỏ vẻ đồng thuận cùng dân bản xứ, chờ cơ hội hoàn thành những toan tính cá nhân.

Trong chuyến đi cầu hòa này, Cha Bốn làm quen và kết thân cùng ông cố của địa chủ Lê Tấn Phát, người về sau được giáo dục theo Tây học. Kể từ đó, giáo sĩ được ông trợ giúp, không những về phương diện tinh thần, mà cả về vật chất. Việc xây tháp chuông được tiếp tục, sau khi ông cố của địa chủ Lê Tấn Phát ngỏ lời cổ xúy cùng ban hương chức hội tề, và lương độ nhật cho mỗi người thợ được tăng hai cắc rưỡi, thêm một ổ rưỡi bánh mì.

Sau buổi lễ khánh thành tháp chuông tạm, vào mỗi sáng, đúng lúc dân làng sửa soạn ra đồng làm việc, lại vang lên hồi chuông gióng giả, lúc đầu được chính Cha Bốn, về sau do một cậu trợ tế kéo chuông. Không như tiếng chuông chùa trong rừng chuối, hồi chuông gióng của Cha Bốn nghe như xoáy buốt thính giác dân bản xứ. Theo lời ông rao giảng thường xuyên vào mỗi Chủ nhật, đúng năm giờ rưỡi sáng, đó là thông điệp từ trời gởi gắm tới mọi sinh linh còn vướng nặng tội lỗi.

Đúng một năm sau tại nạn chết người dạo nọ, dân làng Cái Bàu bị đánh thức bởi một tràng chuông gióng giả lạc điệu kéo dài không ngớt. Lúc đinh tai nhức óc, lúc rỉ rả như thể van lơn. Toàn thể dân làng đồng loạt kéo tới tề tựu quanh tháp chuông trong rừng ánh đuốc chập chùng, ngước mặt theo dõi hiện tượng lạ lùng. Với vẻ mặt ngái ngủ, họ há hốc miệng chứng kiến cảnh tượng đang diễn ra trên lầu chuông, Cha Bốn và thầy Thông đang gắng sức bình sinh ngăn chặn chụp chuông đồng im tiếng, không hiểu vì động lực bí ẩn nào cứ gióng giả không ngưng. Mọi cố gắng đều không thành, cho tới lúc ông thầy pháp giỏi có tiếng trong làng ra tay. Sau khi được Cha Bốn miễn cưỡng đồng ý, ông lập tức tìm cách nhập hồn vào cõi âm. Đoạn, với ba nén nhang chắp trước trán, miệng lẩm nhẩm câu thần chú, ông rảo bước ba vòng quanh lầu chuông. Hồi chuông đột ngột ngưng bặt. Không một tràng pháo tay tán thưởng, dân làng kéo nhau về, tâm trạng rối ren, thầm thì to nhỏ chuyện gần xa.

Hai năm sau, sau khi xây xong một nhà nguyện khang trang và một gian nhà ở có bếp xây riêng, Cha Bốn khởi sự đào sâu kiến thức ngôn ngữ An-nam. Ban đầu ông tìm cách học tiếng với lũ trẻ con, sau đó với các lão làng. Lòng hiếu học và khả năng thu thập của ông đáng kinh ngạc. Chỉ sau một thời gian ngắn ông đã có thể tranh luận với thầy Thông về những đề tài cầu kỳ bằng tiếng An-nam với âm giọng gần như sành sõi. Ông còn sáng chế ra một kiểu chữ viết mới dựa theo bảng mẫu tự La-tinh, kèm theo những dấu giọng, để thay thế bộ chữ tiếng Nôm khó học của người An-Nam.

Thế rồi, vào một đêm khó ngủ vào tháng Chín tiết trời oi bức, ông ngồi xuống bàn viết cạnh cửa sổ rộng mở. Mùi hương một loài hoa đêm lan vào dịu dàng. Trong luồng sáng chân đèn cầy ba ngọn, Cha Bốn cẩn trọng ghi xuống dòng chữ đầu tiên bản phiên dịch Kinh Thánh bằng ngôn ngữ An-nam đã được ông cải cách: "Khởi thỉ, Thiên Chúa tạo dựng trời và đất..."

(Phần 4)

Chuỗi ký ức từ tiềm thức ông trào dâng. Cảnh giới biển nước thời ấu thời của ông và cõi ý thức nồng nàn vị muối mặn. Những mẩu chuyện váng vất mùi cá của cha ông và người chú trong một chuyến hải hành vào một ngày ấm áp thời tiết Địa Trung hải. Cảm xúc lần đầu đâm chồi trong tâm thức ông niềm khát vọng một lần mạo hiểm khám phá thế giới mênh mông. Và nghi vấn muôn đời về căn nguyên nhân loại. Nhưng mà, vị giáo sĩ thầm nhủ, ai sẽ đọc được những dòng chữ thánh hóa này tại một xứ sở Đông Nam Á chết tiệt, với hơn bảy mươi phần trăm người mù chữ. Phó mặc những hoài nghi, nhà truyền giáo vẫn bền chí chuyển ngữ pho kinh thánh. Từ tiếp từ. Dòng nối dòng. Bằng lòng nhẫn nại phi thường và sự trợ giúp của đấng tối cao. Đồng điệu nhịp nhàng cùng guồng máy thuộc địa hóa toàn cõi Đông Dương của đế quốc Pháp.

Một sáng tinh sương, trong giấc ngủ mơ màng, sau ngày hoàng đế An-nam bị ép buộc ký hiệp ước chuyển giao toàn cõi Nam kỳ cho người Pháp, Cha Bốn bắt được tiếng chuông vang động lẫn cùng tiếng thú rên xiết và thanh âm kim loại va chạm. Ông tỉnh giấc, khoác vội áo choàng, châm đèn, bước ra. Cha Bốn không tin ở mắt mình. Trong vòm sáng đầu mùa khô đỏ choé, trong vắt, ông nhác thấy quả chuông đồng treo đong đưa một xác thú sẫm đen. Giáo sĩ cuống cuồng leo lên gác chuông. Một con chó. Đuôi của nó bị ai cột vào dùi chuông. Hai vành tai bị cắt mất. Bằng chút sinh lực còn lại, nó đang giãy giụa tìm cách giải thoát. Mỗi lúc va đầu vào thành chuông, con thú rống rú đau đớn. Vọng âm báo tử càng lúc càng yếu. Khi Thầy Thông hợp lực cùng Cha Bốn cởi được dây trói, ánh ban mai đã chan hòa. Máu đóng váng thành vũng trên sàn gỗ. Vết thương của con thú được băng bó và khử trùng bằng i-ốt. Máu được rửa sạch. Nhưng từ đó, tiếng kêu thống thiết của con thú thỉnh thoảng lại vọng về trong cơn mộng dữ, đọng ám giấc ngủ Cha Bốn. Ông chiêm bao thấy một lũ đàn ông bịt mặt, trần truồng, xẻo tai và treo ngược ông vào dùi chuông, rồi hùa nhau xô đẩy từng chặp. Mỗi hồi chuông gióng là một tiếng rú nhục hình. Máu, dãi nhớt, mồ hôi, phân và nước tiểu trây trúa thân thể ông không manh vải che thân. Ông nghe ra tiếng mình rú rống hóa thành tiếng chó tru vang vọng. Nhưng lạ thay, trong tột đỉnh đớn đau ông cảm nhận một nỗi dục lạc kỳ lạ, thấy mình lóe sáng trong lăng kính cầu vồng. Trong cơn dật lạc, ông phún tinh thành cơn mưa hoan dâm, cấy vào bụng đất phì nhiêu những hạt mầm phúc âm. Những giấc mộng dữ khắc dấu rành rành trên tấm vải giường, đè nặng tâm thức ông, bắt ông ghi xuống lần đầu tiên trong đời những dòng nhật ký. Những lúc ấy, ông không ngớt hồi tưởng thời thơ ấu ở quê nhà.

Ông là con một, sinh trưởng trong một gia đình hành nghề đánh cá tại vịnh Lyon ở miền nam nước Pháp, cách Marseille một eo biển ngắn. Mẹ ông kể lại, bà sinh khó. Xương chậu bà hẹp, phải mổ. Thời đó, ngành sản khoa còn phôi thai, dụng cụ y học thô sơ, phẫu thuật là chuyện rủi may, trời định. Cha ông, Monsieur Antoine

Debeauvais, hành nghề ngư phủ, hầu như mỗi ngày đều ra khơi với người chú của ông bằng con tàu nhỏ gắn động cơ. Lưới được mẻ nào, hai người chở thẳng tới Marseille, giao cho bạn hàng.

Vào mùa nghỉ hè năm ông bảy tuổi, trước khi chuông giáo đường gióng lễ năm giờ sáng, ông được phép theo cha ra biển. Từng bầy hải âu liệng vòng bám theo trên không, buông tiếng oang oác. Sáng ấy, lần đầu trong đời ông hiểu ra ý nghĩa của lạc thú phiêu du tiềm tàng trong cảnh sắc thiên nhiên tráng lệ. Trời và biển tiết tấu vào nhau thành bản giao hưởng của thời khắc. Cảnh nhá nhem tỏ dần trong cơn thổ huyết đầu ngày, từ đỏ chóe đổi vàng rực. Để rồi, như một con kỳ nhông đổi sắc, mái trời chuyển màu xanh tía, nhuốm sắc vàng nõn đầu trưa, chiếu rọi gương biển lấp lánh thiên thanh. Sương khói đại dương xóa mờ ranh giới địa lý trời và biển. Đất đai tuồng như liền lạc nhau. Khát vọng viễn du của cậu bé Debeauvais dần dà tượng hình, mang một diện mạo, dặm thêm khẩu vị, mùi hương và cảm xúc. Đối với cậu bé Paul, những trải nghiệm đầu tiên ấy đều dính líu ít nhiều tới vị muối, khiến cậu về sau không nguôi nhớ tới đại dương cùng những dao động của ngũ quan, sắc nét như một lần hóa thân.

Trong khi làm việc, hầu như lúc nào ông Debeauvais cũng ở trần, phơi phiến ngực nạm lông vàng hoe. Gáy lưng ông vạm vỡ bò mộng, cũng đầy lông xoắn. Bắp tay phải ông xăm hình một con cá ngựa màu dâu dại tím bầm. Mỗi lần ông chuyển động cơ bắp, con cá ngựa bắt đầu cựa quậy như tìm cách thoát thân, bơi ra đại dương.

"Sau này qua đời, ba nhớ để lại cho con con cá ngựa nghe?", đã có lần Paul buột miệng hỏi, khiến ông Debeauvais không khỏi bối rối.

"Lẽ đương nhiên, mon fils, con sẽ nhận được miếng da có hình xâm con cá ngựa sau khi ba chết", ông cười xòa, rồi giơ bàn tay chai sần xoa đầu Paul.

Có điều, Paul không mấy thích mùi mồ hôi của ông, nó hăng hắc mùi chua nồng tanh tưởi của rượu táo, dầu cá và hành sống. Paul nghĩ mình biết lý do tại sao, chỉ vì cha cậu rất hảo ăn món Sarde in Saor, cá mòi ngâm giấm, một đặc sản miền Venezia, ông thường ăn kèm với nửa tá củ hành.

Trong những chuyến chở hàng tới hải cảng Marseille, ông Antoine Debeauvais và chú thường tán gẫu những chuyện mà Paul chẳng hiểu gì cả.

"Chú mày phải thử một phát với con nhỏ Jasmin!", ông nói, đồng thời ra dấu tay lộ liễu.

"Anh không thấy nó có vẻ gì bí hiểm sao?"

"Chẳng có gì bí hiểm hết. Thứ đàn bà Á châu chúng nó là như vậy. Chú mày không thể tưởng tượng nổi thịt da của nó mềm mại như thế nào đâu. Không, không phải nhão nhoẹt như khoai nghiền, mà êm mát như làn da một con búp bê làm bằng lụa Trung Hoa, hiểu không?"

"Anh tập tành làm thơ từ khi nào vậy?", chú cười lớn, rồi rít sâu một hơi thuốc ống vố. "Em chuộng con bé lai da đen Alisa hơn."

"Tao thấy con nhỏ tanh rình mùi cá."

"Anh em mình cũng vậy thôi." Rồi chú nói thêm, yết hầu trồi sụt nhấp nhổm: "Cái lũ điếm tinh quái đó rặt một bầy cá tẩm dầu trầm hương mê hoặc. Mà anh em mình tính sao với thằng Paul đây?"

"Mày có hứng không, tao với mày chơi trò bánh mì kẹp thịt với con Jasmin?", vừa nói ông Debeauvais vừa ra dấu bằng cách đập hai lòng tay vào nhau, rồi ông xoay qua ngó Paul, tủm tỉm. "Còn con, con hứng chơi trò gì? Một phần bánh kem sô-cô-la được không?"

Hai người đàn ông bật cười khoái trá. Đoạn, ông Debeauvais xướng giọng tuồng một bản thánh ca đổi lời tục tĩu, được cậu em phấn khởi hòa giọng.

Khi tàu gần đến bến cảng, ông Debeauvais trỏ tay chỉ Paul xem thánh thất Notre Dame de la Garde, biểu tượng tốt lành của người dân Marseille, xây trên đỉnh đồi tít xa xa. Paul xoe mắt chiêm ngưỡng. Không dưng cậu cảm thấy ngực trái nhói đau, như có ai dùng vật cùn thốc vào. Lạ thay, nỗi đau gần như dịu dàng, bắt cậu thẫn thờ liên tưởng tấm ảnh vẽ thánh Sebastian bị trúng tên cắm xuyên ngực in trong tự điển bách khoa Larousse.

Khát vọng viễn du của cậu càng đậm nét, khi tàu đánh cá cột neo bến cảng Marseille, là nơi các thương thuyền từ khắp nơi đổ về. Lái buôn da trắng, Á, Phi, Ả-rập và nhiều giống dân tạp chủng khác gặp gỡ nhau tại đây để trao đổi và mua bán hàng hóa. Tơ lụa và đồ men từ Trung Hoa. Cà phê và hạt ca-cao từ châu Mỹ la-tinh. Hương liệu từ trung đông. Đồ rèn từ Bắc Phi. Cao su từ Công-gô. Gia vị và trà từ Ấn Độ. Trái cây khô từ Thổ Nhĩ Kỳ. Và cá, cá, vô số cá cũng như nhiều loại hải sản khác. Trên không, từng bầy hải âu đói rình rập săn mồi, nhào lượn không mỏi. Một loại tạp hương lạ lẫm, trộn lẫn hài hòa, ngập ngụa không gian. Người mua kẻ bán chuyện trò, trả giá, rao bán, la lối và cãi vã nhau bằng một thứ ngôn ngữ chợ búa.

Sau khi bán xong mẻ cá, cha và chú dẫn Paul tới một tiệm bánh nằm trong một ngõ hẹp lát đá. Bên trong thấy treo nhiều khung hình lộng ảnh chụp các giống dân thuộc địa, có vài tấm chân dung phụ nữ phô bày ngực trần, miệng phì phèo ống điếu. Ông Debeauvais dúi vào tay bà chủ tiệm mập phì một mớ tiền, xoay qua dặn dò Paul, ngồi ở đây chờ, muốn ăn bao nhiêu bánh tùy thích. Nói xong, hai người đàn ông lủi mất, như hai con thú hoang xổng chuồng.

Sau khi ngấu nghiến một lố bánh kem Petits Fours và uống xong hai ly sữa, Paul bắt đầu thấy chán. Để khỏi ngủ gục, một thói xấu mà mẹ cậu, một con chiên ngoan đạo triệt để cấm đoán, cậu xin phép bà chủ tiệm, ra ngoài dạo chơi.

"Nhớ đừng đi quá xa nhé bé con, petit homme, và để ý coi chừng! Đây là Marseille, không giống như xứ quê mùa của cậu đâu đó!", bà ta căn dặn.

Marseille một xế trưa, sau khi bôi xóa lớp hóa trang tuồng hát bán buôn khi nãy, lạnh nhạt chào đón cậu bé Debeauvais. Những căn phố nhiều tầng, lợp ngói đỏ. Những khung cửa sổ tô xanh da trời khép hờ, lớp sơn loang lổ, hoen tróc. Những ban công trồi thụt, móc dây phơi quần áo, đối diện nhau gần đến nỗi, có thể giơ tay chạm nhau. Paul lần theo mùi tạp nhạp ban nãy, tìm ra quảng trường nhóm chợ ban sáng, trước một thánh đường được xây theo kiến trúc La Mã cổ Byzantine. Hải âu và bồ câu tranh nhau chí chóe đầu tôm đuôi cá vương vãi. Trong cái nóng trưa nắng, các lái buôn đang dọn hàng. Vài người phu quét đường đang lặng lẽ làm việc. Paul ngước nhìn, thấy hai đỉnh tháp dường như chuyển động ngược hướng mây trôi. Cậu tưởng mình có thể nhận ra những hình người và những diện mạo lệch lạc phô diễn nỗi đớn đau dị thường. Một nỗi thôi thúc kỳ bí thúc đẩy cậu leo lên bậc cấp, bước vào chính tòa, bị choáng ngợp bởi bầu không khí trầm mặc, gần như uể oải. Chỉ thấy lác đác dăm ba người. Paul ngẩng mặt ngắm vòm mái cong lắp kính màu sặc sỡ. Luồng nắng dọi tia lạ thường, rực rỡ hấp lực, bắt cậu bước lại điện thờ, ấn người cậu quỳ xuống. Đường nét kính họa tạp sắc thôi miên, dầm mình cậu trong bát thánh chan hòa ánh sáng phúc âm, thuật lại ngắn gọn toàn bộ thánh kinh. Những mẩu chuyện, mà mẹ vẫn đọc cho cậu nghe mỗi đêm một tiểu đoạn trước khi ngủ. Tâm thức cậu lóe lên một khối ánh sáng như chạm phải sấm sét.

Khi rời thánh đường, Paul cảm thấy như mình vừa tái sinh và cậu chợt hiểu ra, sẽ phải làm gì sau này. Phải, cậu sẽ học thành linh mục và trở thành một người truyền giáo, nhằm cứu vớt lũ người khốn khổ tại những xứ thuộc địa.

Đêm đó, sau thời kinh tối, cậu thuật lại tự sự cho bà Debeauvais và ngoan ngoãn lắng nghe bà kể chuyện về đoạn đường khổ hạnh mà thánh Sebastian đã trải qua, khiến cậu thiếu điều bật khóc. Liên tiếp những đêm sau đó, bà lặp đi lặp lại, mẹ sẽ dạy dỗ và khuyến khích con tu học thành đức hồng y, hoặc ít ra cũng là tổng giám mục địa phận Aix-en-Provence. Thay vì phản đối và thố lộ cho mẹ biết ước vọng trở thành linh mục, sẽ lìa nước Pháp, sang một xứ thuộc địa, trước tiên với mục đích hoàn thành sứ mạng truyền giáo, sau đó nhằm thỏa mãn khát vọng phiêu lưu, Paul chỉ bật hỏi một câu vô vị:

"Nhưng mà, maman, rồi ai sẽ là người săn sóc cho ba mẹ sau này?"

"Ba mẹ sẽ có cách giải quyết", mẹ cất giọng hờ hững.

"Hay là mẹ sinh tặng cho con một đứa em trai?", Paul nghĩ, đó là cách giải quyết tốt đẹp nhất.

"Không được đâu con", mẹ trả lời, rồi cúi xuống hôn lên trán Paul, chúc cậu ngon giấc và lặng lẽ bước ra. Đêm ấy mẹ không đọc cho cậu nghe đoạn kinh thánh nào cả.

Cách ứng xử đầy bí ẩn của bà Debeauvais đã xé nát ngàn mảnh vụn, làm phai úa và mặn chát tuổi ấu thơ Paul trong gia đình ngư phủ tại vịnh Lyon trong đại dương bóng tối đặc kín hoài nghi không lời giải đáp. 'Điều gì đã ngăn cản mẹ sinh thêm đứa con thứ hai?', cậu tự hỏi.

Trò chơi "bánh mì ba-ghét kẹp thịt" theo như lời của cha và chú cậu nghe dễ dàng lắm mà. Khi Paul tới tuổi khôn lớn, nhờ hấp thụ một nền khoa bảng tuyệt hảo, cậu không những hiểu được phương pháp lý luận theo khoa học tự nhiên một cộng một luôn luôn là hai, mà còn thấm nhuần thuật ngữ thần học của chủ nghĩa độc thần, triết học đông phương, và tính mâu thuẫn của một thứ tình mẫu tử rối rắm. Kết quả những cố gắng của Paul là ngày cậu nhận được bí tích tấn phong linh mục, vào tu viện chuẩn bị cho hành trình truyền giáo.

Ngày cậu lên đường sang Đông dương, ra từ giã tại hải cảng Marseille, bà Debeauvais hôn khóc và dúi vào tay cậu một quyển sổ con, bảo đọc giải khuây trong bảy tuần hải hành. Một tập nhật ký.

Vào buổi chiều thứ bốn mươi sáu, gió nhẹ, tiết trời nhiệt đới êm mát, con tàu xuôi ngược Marseille-Saigon ba lần trong năm tiến vào vịnh Xiêm-la. Trên boong tàu hấp hối nắng tàn, nằm trong ghế dài, linh mục Paul Debeauvais vừa đọc xong những dòng sau cùng trong quyển nhật ký viết dang dở của mẹ. Ông gấp quyển sổ lại, thẫn thờ ngắm tấm ảnh màu thuốc rửa nâu cũ được mẹ kẹp giữa những trang giấy, chụp chân dung bà thuở thanh xuân. Mái tóc bà trông như mới uốn, tia mắt đào hát mơ màng, khóe cười mỉm khiến gương mặt bà nhuốm vẻ ngây thơ, tràn đầy tin tưởng ở một tương lai thảnh thơi và hạnh phúc. Lúc ông ngẩng mặt, ở hướng tây mặt trời sưng tấy một lát lửa đỏ, đang bị đại dương, cũng đỏ rực một phiến, nuốt chửng từng mảnh. Chỉ là trò phỉnh lừa của ý thức, không gì khác hơn chiêu thức lường gạt của thị giác, ông bâng khuâng nghĩ thầm và chẳng thiết tha gì tới bữa ăn tối. Khó tưởng tượng nổi. Thượng đế chỉ cần sáu ngày để dựng nên vũ trụ, còn ông có tới bốn mươi sáu ngày để giải mã những ẩn số của cuộc đời mẹ, phải phấn đấu cam go với quyển tập con vỏn vẹn trăm trang chứa đầy những ghi chú thất thường, đứt đoạn. Bây giờ ông mới thấu hiểu những gì mẹ phải chịu đựng sau khi hạ sinh ông. Một lầm lỗi trong ca giải phẫu trầm trọng đến nỗi, chuyện gối chăn với chồng của bà, sau đó, trở nên một cực hình khủng khiếp. Bà tìm cách thỏa mãn chồng bằng cách để cho chồng giao hợp hậu môn, cho tới thời điểm bà không thể chịu đựng được nữa. Trong những buổi xưng tội, linh mục giáo phận lên án hành động giao hợp này mạnh mẽ đến nỗi bà càng lúc càng tránh né và ghê tởm chuyện tình dục vợ chồng, cho tới khi bà quyết định từ chối hẳn. Bà xa lánh ông Debeauvais như họa dịch tả. Đời sống vợ chồng biến thành địa ngục và ảnh hưởng nặng nề tới tâm lý bà. Mỗi khi tiếp xúc với người lạ, nhất là người khác phái, bà phản ứng hốt hoảng. Căn cứ theo lời xưng tội, linh mục giáo xứ chẩn đoán bà bị quỷ ám và gởi bà tới một nhà dòng nằm trong một thung lũng hẻo lánh vùng Aix-en-Provence để trục quỷ. Đã đôi lần Paul được ông Debeauvais dẫn đi thăm mẹ.

Trong ký ức mười tuổi của Paul còn rành rành đậm nét những cánh đồng oải hương ngút ngàn dọc đường và cách ứng xử của mẹ trong lần thăm viếng đầu tiên sau một thời gian dài xa cách. Bà nữ tu trưởng dẫn hai người ra vườn rau và giơ tay trỏ người đàn bà trong bộ áo xám bạc thếch, đang cắm cúi làm việc. Nghe động, người đàn bà ngẩng đầu, khuôn mặt ám mờ loang lổ dưới vành nón rách. Không một chút ngần ngại, Paul cuống quýt chạy tới, nhưng khựng chân ngẩn ngơ cách bà một sải tay. Tia mắt trân trân, cặp môi mím nghiêm nghị trên gương mặt thất thần của người đàn bà đứng trước mặt cậu không mang bất kỳ vẻ gì thân thuộc của mẹ suốt thời thơ ấu.
"Maman?", cậu tần ngần cất tiếng.

Và rồi, như được lay thức từ cơn mê trầm, người đàn bà buông dao và bó rau vừa cắt, dang rộng vòng tay. Trong lòng mẹ, Paul bắt được những biến đổi của mùi hương thân thể bà. Không phải mùi tỏi hành, giấm nho, mỡ heo, cá biển và phó mát của những ngày trong tuần, hoặc hương đường cháy, quế hồi, dâu táo vào những chủ nhật và lễ lạt, mà là mùi mồ hôi khét nắng, rau cải sống, lẫn lộn vô số những mùi vị khác, vừa kỳ thú vừa xa lạ, khó định nghĩa.

Giờ đây, trước khi tàu dừng lại hải cảng một xứ Đông dương, sau khi linh mục Debeauvais đọc xong quyển nhật ký mẹ viết, ông chợt định nghĩa ra những đổi thay của mùi hương thân thể mẹ mùa hè năm nào. Đó chính là khoảnh khắc khởi đầu tiến trình rữa nát của một trường hợp tử đạo.

(còn tiếp)

Ngô Nguyên Dũng

NHÀ XUẤT BẢN NHÂN ẢNH GIỚI THIỆU SÁCH MỚI IN TRONG THÁNG 1 & 2 NĂM 2026

www.ingramcontent.com/pod-product-compliance
Lightning Source LLC
LaVergne TN
LVHW040417051026
849517LV00002B/348